லியோவின்
ராமாயணம்

தொகுப்பு ஆசிரியர்
ஜி. சுப்பிரமணியன்

நீலமாணிக்க பெருமாள் கோவில் தெரு,
பெருங்கட்டூர்
செய்யார் தாலுகா
திருவண்ணாமலை மாவட்டம் –604 402

*****

லியோ புக் பப்ளிஷர்ஸ்
பழைய எண். 47, புதிய எண். 6, தெற்கு போக் ரோடு,
தி.நகர், சென்னை-17,
தொலைபேசி : 044-24351283

புத்தக விவரம்

நூலின் பெயர் : **ராமாயணம்**

உரிமை : லியோ புக் பப்ளிஷர்ஸ்

மறுபதிப்பு : **2021**

அளவு : 1/8 டெம்மி

பக்கங்கள் : 304

விலை : **ரூ. 175/-**

பதிப்பாசிரியர் : **M.** சந்திரா

வெளியிட்டாளர்கள் :

காப்புரிமைச் சட்டத்தின் கீழ் இந்நூல் பதிவுப்பெற்றுள்ளது. வெளியிட்டாளரின் எழுத்து மூலமான அனுமதியின்றி இந்நூலை மறுபதிப்பு செய்யவோ வேறு மொழிகளில் மொழிப்பெயர்க்கவோ, அச்சடிக்கவோ, நகல்படி எடுக்கவோ, மின்னணு வழியாகவோ பதிப்பிக்கக்கூடாது.

வாழ்க வளமுடன் ! வளர்க வையகம் !!

ஆசிரியர் உரை

பக்தி, பாசம், பண்பாடு, பெரியவர்களின் வார்த்தைக்கு கட்டுப்படுதல் போன்ற பல விவரங்கள் ராமாயணத்தில் கூறப்படுகிறது. இந்த பூமியில் அட்டூழியம் செய்யும் அரக்கர்களை அழிப்பதற்காக விஷ்ணு பகவான், ராமன் என்ற பெயரில் மனிதனாக பிறந்து வாழ்ந்து வந்தார். ராமர் ஒரு கடவுளின் அவதாரம் என்றாலும் அவர் சாதாரண மனிதனைப் போலவே வாழ்ந்து வந்தார். ராமர் வானர படைகளுடன் சேர்ந்து கொண்டு, அரக்கர்களுடன் போர் புரிந்தார். ஆனால் மனித வம்சத்திற்குள் ஏற்பட்ட மாபெரும் போர் மகாபாரதப் போர் ஆகும். மகாபாரதத்தில் விஷ்ணுபகவான் கிருஷ்ணராக பிறந்து வாழ்ந்து வந்தார். ராமாயணத்தைப் போலவே மகாபாரதத்திலும் பக்தி, பாசம், பண்பாடு, பெரியவர்களின் வார்த்தைக்கு கட்டுப்படுதல் போன்ற நல்ல அம்சங்களைப் பற்றிக் கூறப்படுகிறது. அதே நேரம் மகாபாரதத்தில் பலவிதமான சூழ்ச்சிகளும் தந்திரங்களும் பின்பற்றப்பட்டது. ராமாயணம் ஒரு பக்தி நிறைந்த காவியமாகவும், மகாபாரதம் அறிவுரைகள் கூறும் காவியமாகவும் விளங்குகின்றன. மகாபாரதத்தில் வரும் கிருஷ்ணர், தன்னை நாடி வந்தவர்களுக்கு, பலவித அறிவுரைகளைக் கூறி வந்தார். அத்துடன் மகாபாரதப் போரில் பாண்டவர்கள் வெற்றி பெறுவதற்காக பலவித சூழ்ச்சிகளையும் தந்திரங்களையும் கூறி வந்தார். ஆனால் இராமாயனத்தில் வரும் இராமர் சூழ்ச்சிகளையும், தந்திரங்களையும் கையாளவில்லை. அவர் தனது தாய், தந்தையருக்கு சிறந்த

மகனாகவும், தனது சகோதரர்களுக்கு சிறந்த சகோதரனாகவும், கொடியவர்களை வீழ்த்தக் கூடிய வீரனாகவும் விளங்கினார். இராமர் பலவித சிறப்பு அம்சங்களுடன் அனைவராலும் பாராட்டக் கூடியவராக, பொது மக்களின் பாசத்திற்கும், மரியாதைக்கும் உரியவராகவும் வாழ்ந்து வந்தார். ஆகவே இராமாயணம் ஒரு பக்தி காவியமாக கருதப்படுகிறது. இராமாயணம் ராமனின் கதை என்பதால் இராமாயணம் என்று அழைக்கப்படுகிறது. இராமாயணம் நடந்து முடிந்த பல ஆயிரம் ஆண்டுகள் கழித்து மகாபாரதம் நடந்தது. ஆகவே மகாபாரத்தைக் காட்டிலும் இராமாயணம் பழமை வாய்ந்த காவியம் ஆகும்.

ஆசிரியர்
ஜி.சுப்பிரமணியன்.

பொருளடக்கம்

ஆசிரியர் உரை

1. தேவர்களின் கவலை 1
2. வால்மீகி முனிவர் 2
3. நாரதரும் வால்மீகியும் 4
4. விசுவாமித்திரரும் வசிஷ்டரும் 6
5. விசுவாமித்திரரின் தவம் 9
6. திரிசங்கு ராஜன் 11
7. தசரதன் 15
8. ராமன் தோற்றம் 18
9. விசுவாமித்திரரின் கோரிக்கை 21
10. ராம, லஷ்மணணர்கள் விசுவாமித்திரருடன் புறப்பட்டனர் 26
11. தாடகைவனம் 29
12. அஹல்யை சாப விமோசனம் 42
13. ராமன் ஜனகனின் வில்லை உடைத்தான் 47
14. ராமன் சீதை திருமணம் 51
15. பரசுராமன் பணிந்தார் 56
16. அயோத்தி மக்களின் மகிழ்ச்சி 60
17. ராமர் பட்டாபிஷேக ஏற்பாடுகள் 62
18. மந்தரையின் கலகம் 64
19. கைகேயியின் பிடிவாதம் 69
20. ராமன் வனவாசம் 79
21. அயாத்தி மக்களின் துயரம் 85
22. குகனின் நட்பு 88
23. சித்திரகூடம் 94
24. தசரதனுக்கு ஏற்பட்ட சாபம் 99
25. தசரதன் மாண்டான் 102
26. பரதனின் துயரம் 105
27. கையேயி மீது பரதனுக்கு ஏற்பட்ட கோபம் 108
28. ராமனைச் சந்திக்க பரதன் புறப்பட்டான் 115
29. குகனின் சந்தேகம் 117
30. லஷ்மணனுக்கு ஏற்பட்ட சந்தேகம் 123
31. ராமன், பரதன் சந்திப்பு 126
32. தண்டகாரண்யம் 132
33. விராதன் மாண்டான் 134
34. சரபங்க முனிவர் 138
35. அகத்தியர் 142
36. சூர்ப்பனகை 147
37. கரன் மாண்டான் 152
38. அகம்பனன் ராவணனைச் சந்தித்தான் 155
39. ராவணன் மாரீசன் சந்திப்பு 159
40. மாரீசன் மான் 161
41. மாரீசன் மாண்டான் 164

42. சீதையின் கோபம்	166
43. ராவணனன் சீதையைக் கடத்தினான்	169
44. ஜடாயு	171
45. ராம லஷ்மணர்களின் துயரம்	176
46. கபந்தன்	183
47. வாலி, சுக்ரீவன் கதை	187
48. சுக்ரீவனின் சந்தேகம்	190
49. ராமன் சுக்ரீவன் நட்பு	195
50. வாலியின் வீர மரணம்	200
51. சுக்ரீவன் அரசன் ஆனான்	203
52. லஷ்மணனின் கோபம்	205
53. சம்பாதியிடம் ஆலோசனை	208
54. இலங்கைக்கு அனுமான் பறந்தான்	214
55. சீதை மனம் உடைந்தாள்	217
56. அனுமான் இலங்கையை அடைந்தான்	220
57. ராவணன் சீதையை வற்புறுத்தினான்	224
58. அனுமான் சீதையைச் சந்தித்தான்	227
59. அனுமானின் கோபம்	230
60. அனுமான் கட்டுண்டான்	233
61. இலங்கை எதிந்தது	236
62. இராவணன் சபை கூடியது	243
63. கும்பகர்ணனின் நீதி	246
64. விபீஷனன் நீதி	247
65. விபீஷனன் ராமன் நட்பு	249
66. இலங்கைக்குப் பாலம் கட்டினார்	252
67. சுக்ரீவனின் படைகள் புறப்பட்டன	254
68. அங்கதன் தூது	255
69. போர் மூண்டது	256
70. சீதையின் துயரம்	259
71. வானரர்களின் சாகசம்	261
72. கும்பகர்ணனின் முடிவு	263
73. இந்திரஜித்தின் பிரமாஸ்திரம்	265
74. சஞ்சீவி மலை	267
75. இந்திரஜித் மாண்டான்	269
76. இராவணன் மாண்டான்	272
77. சீதை தீயின் இறங்கினாள்	276
78. சீதையின் ஆசை	280
79. இராமன் சீதையைப் பிரிந்தான்	282
80. குசன் லவன்	287
81. சீதை மறைந்தாள்	291
82. லஷ்மணன் மறைந்தான்	295
83. ராமன் மறைந்தான்	298

1. தேவர்களின் கவலை

பல ஆயிரம் ஆண்டுகளுக்கு முன்பாக கொடிய குணமுள்ள அரக்கர்கள் மிகுந்த அளவில் வாழ்ந்து வந்தனர். அந்த அரக்கர்களின் கூட்டத்திற்கு இராவணன் அரசனாக இருந்தான். இராவணன் பிரம்மதேவனிடம் வரம் பெற்று மிகுந்த சக்தி உடையவனாக இருந்தான். ராவணனும் அவனது அரக்கர் கூட்டங்களும் சேர்ந்து தேவர்களையும், முனிவர்களையும் அடிக்கடி கொடுமைப்படுத்தி வந்தனர். பிரம்மனிடம் வரம் பெற்று இருந்த ராவணனை யாராலும் அழிக்க முடியவில்லை.

இந்திரன், சூரியன், வருணன், வாயு உள்பட பல தேவர்களும் ராவணனைக் கண்டு பயந்தனர். ஆகவே தேவர்கள் அனைவரும் இது குறித்து மகாவிஷ்ணுவிடம் சென்று முறையிட்டனர். அப்போது மகாவிஷ்ணு தேவர்களுக்கு ஆறுதல் கூறினார். "நான் பூமியில் உள்ள அயோத்தி மன்னனான தசரதனுக்கு மகனாக ராமன் என்ற பெயரில் பிறந்து வருவேன் அப்போது பல சக்திமிகுந்த தேவர்களும் பூமியில் வானரர்களாக என்னுடன் சேருவார்கள். அப்போது நாங்கள் அட்டூழியம் செய்யும் அரக்கர்களையும், ராவணனையும் கொன்று விடுவோம்." மகாவிஷ்ணுவின் இந்த பேச்சைக் கேட்டு தேவர்கள் மகிழ்ச்சியுடன் திரும்பிச் சென்றனர்.

2. வால்மீகி முனிவர்

வால்மீகி முனிவர் ஒரு ரிஷியின் மகனாகப் பிறந்தவர். ஆனால் அவர் சிறு வயது முதல் திருடர்களின் கூட்டத்தில் வளர்ந்து வந்தவர். ஆகவே வால்மீகி வளர்ந்து பெரியவன் ஆனவுடன் திருட்டுத் தொழிலையே புரிந்து வந்தார். அவர் வாழ்ந்த காட்டுப் பாதையில் செல்பவர்களிடம் வழிப்பறிக் கொள்ளைகளை செய்து வந்தார். தனது பொருள்களை கொடுக்க மறுக்கும் மனிதர்களை கொலை செய்யவும் தயங்குவதில்லை. ஒரு சமயம் சில ரிஷிகள் காட்டுப் பாதையில் நடந்து சென்றனர். அப்போது வால்மீகி அந்த ரிஷிகளை மடக்கி கொள்ளையடிக்க முயற்சி செய்தார். ரிஷிகள் வால்மீகியிடம், "நீ எங்களுடைய பொருள்களை தாராளமாக எடுத்துக் கொள்ளலாம், ஆனால் நீ செய்யும் இந்த பாவ காரியத்தில் உனக்கு மட்டும் பாவம் ஏற்படுமா அல்லது நீ திருடிச் செல்லும் பொருள்களை உண்ணும் உனது குடும்பத் தாருக்கும் பாவம் உண்டாகுமா என்று நீ எங்களுக்கு பதில் கூறிவிட்டு எங்களது பொருள்களை எடுத்துக் கொள்வாயாக" என்று கூறினார்கள்.

ரிஷிகள் கேட்ட கேள்வியால் வியப்படைந்த வால்மீகி உடனே தனது வீட்டுக்குச் சென்றார். அதன்பிறகு ரிஷிகள் தன்னிடம் கேட்ட கேள்வியைப் பற்றி தனது மனைவி, மக்களிடம் கூறினார். அதற்கு அவரின் மனைவியும், பிள்ளைகளும், வால்மீகியிடம் "எங்களுக்கு உணவளிக்க வேண்டியது உங்களது கடமை. உங்களது உழைப்பினால்

கிடைக்கும் உணவுகளையே நாங்கள் விரும்புகிறோம். ஆனால் நீங்களோ திருட்டுத் தொழில் புரிந்து வருகிறீர்கள். ஆகவே நீங்கள் செய்யும் திருட்டுத் தொழில் மூலம் உண்டாகும் பாவம் அனைத்தும் உங்களையே சேரும். அதனால் எங்களுக்கு எந்தவித பாவமும் உண்டாகாது." என்று கூறினார்கள்.

தனது குடும்பத்தினர் கூறியதைக் கேட்ட வால்மீகி அதிர்ச்சியும் துயரமும் அடைந்தார். இல்லற வாழ்க்கையை வெறுத்தார். அதன் பிறகு தான் கொள்ளையடிக்க விரும்பிய ரிஷிகளை சென்று சந்தித்து அவர்களின் கால்களில் விழுந்து தன்னை மன்னிக்கும் படி வேண்டிக் கொண்டார். தான் செய்த பாவங்களில் இருந்து விடுபட்டு மேன்மை அடைவதற்கான வழியை தனக்கு கூறும்படி வால்மீகி அந்த ரிஷிகளிடம் கேட்டுக் கொண்டார். அதன் பிறகு அந்த ரிஷிகள் வால்மீகியிடம் பலவித உபதேசங்களை கூறி, "ராம" "ராம" என்ற மந்திரத்தையும் சொல்லிக் கொடுத்தனர். பிறகு ரிஷிகள் கூறியபடியே வால்மீகி ராம நாமத்தை உச்சரித்து கடும் தவம் மேற்கொண்டார். வால்மீகி காட்டில் தனக்கென்று ஒரு ஆசிரமம் அமைத்துக் கொண்டு பெரும் ஞானியாக வாழ்ந்து வந்தார்.

3. நாரதரும் வால்மீகியும்

ஒரு சமயம் வால்மீகியின் ஆசிரமத்திற்கு நாரத முனிவர் வருகை தந்தார். நாரதரின் வருகையைக் கண்ட வால்மீகி மிகவும் மகிழ்ச்சி அடைந்து நாரத முனிவரை வரவேற்று உபசரித்தார். பிறகு வால்மீகி நாரதரிடம் "ரிஷியே, இந்த பூமியில் தர்மம் நீதி தவறாதவனும், தான் மேற்கொண்ட விரதத்தை காப்பற்றக் கூடியவனாகவும், கோபத்தை வென்றவனாகவும், போர் புரிவதில் சிறந்தவனாகவும், அழகு உடையவனாகவும், அனைத்து உயிரினங்களிடத்திலும் அன்பு செலுத்துபவனும் கம்பீர நடை, பலம் வாய்ந்த தோள்கள், ஞானசத்தி படைத்தவரும், மன உறுதி படைத்தவரும், தன்னை நம்பியவர்களை காப்பவரும், எதிரிகளை வீழ்த்தியவரும், கூர்மையான அறிவு, எவரையும் வசப்படுத்தக் கூடிய முகத்தோற்றம் போன்ற பலவிதமான அம்சங்களுடன் கூடிய ஒரு மனிதரைப் பற்றி நான் தெரிந்துக் கொள்ள விரும்புகின்றேன்." என்று கேட்டுக் கொண்டார்.

உலகின் சிறந்த மனிதரைப் பற்றி வால்மீகி கேட்டுக் கொண்டவுடன் நாரதர், ராமனின் சிறப்பு அம்சங்களைப் பற்றியெல்லாம் கூறினார். அந்த நேரம் ராமர் அயோத்தி நகரத்து அரசனாக ஆட்சி புரிந்து வந்தார். ராமரின் அழகு, ராமரின் அறிவாற்றல், பெற்றோரை மதித்தல், ராமரின் பாச உணர்வு, அவரின் அன்பு உள்ளம், எதிரிகளை வீழ்த்தும் திறமை, மக்களிடம் அவர் காட்டி வரும் அன்பு, செழுமையான ஆட்சி மற்றும் ராமரின் பிறப்பு, அவர் மனம் தளராமல்

வனவாசம் மேற்கொண்டது, அட்டூழியம் செய்து வந்த அரக்கர்களை வீழ்த்தி முனிவர்களை காப்பாற்றிய விதம், விசுவாமித்திரரிடம் ராமர் அடைந்த பயன்கள், ராவணன் சீதையை கடத்தியது, ராமன், ராவணனையும், அவனது அரக்கப் படைகளையும் வீழ்த்தி சீதையை மீட்ட விதம், ராமர் பட்டாபிஷேகம், ராமன், லஷ்மணன், பரதன், சத்ருக்கனன் ஆகிய நால்வரின் சகோதர பாசம் போன்ற பலவித செய்திகளையும் நாரதர் வால்மீகியிடம் கூறினார்.

4. விசுவாமித்திரரும் வசிஷ்டரும்

ராமாயண காலத்தில் வாழ்ந்த விசுவாமித்திரர் மிகவும் தவவலிமை படைத்த மகரிஷி ஆவார். விசுவாமித்திர முனிவர் முதலில் ஒரு அரசனாக இருந்தவர். அப்போது அவர் கௌசிகன் என்றும் கௌசிக ராஜன் என்றும் அழைக்கப்பட்டார். விசுவா மித்திரர் ஒரு சமயம் தனது படைகளையும் உறவினர்களையும் அழைத்துக்கொண்டு உலகைச் சுற்றி வந்தார். அப்போது பல காடுகளையும் சுற்றி வந்தார். அவ்வாறு சுற்றுப்பயணம் வரும் போது ஒரு இடத்தில் வசிஷ்டமுனிவரை சந்தித்தார். வசிஷ்ட முனிவர் மிகவும் தவ வலிமை படைத்தவர். விசுவாமித்திரரைக் கண்ட வசிஷ்டர் விசுவாமித்திர மன்னனையும் அவரது படைகளையும் வரவேற்று உபசரித்தார். விசுவாமித்திரர் வசிஷ்டரை வணங்கி நின்றார்.

தன்னை வணங்கி நின்ற விசுவாமித்திர அரசனிடம் அவரது நலனையும், அவரது நாட்டு நலனையும் விசாரித்தார். "அரசே நீங்களும், உமது நாட்டு மக்களும் நலமுடன் இருக்கின்றீர்களா? உமது நாட்டில் பருவ மழை தவறாமல் பெய்து வருகின்றதா? உமது பணி ஆட்கள் உம்மிடம் அன்புடன் நடந்து கொள் கின்றனரா? உமது படைவீரர்கள் நாட்டுக்கு தகுந்த பாதுகாப்பை அளித்து வருகின்றனரா? உமது நாட்டு மக்கள் திருட்டு பயம் இல்லாமல் சுதந்திரமாக இருக்கின்றனரா? உமது எதிரிகள் உன்னால் வெல்லப் படுகின்றனரா? இவ்வாறு வசிஷ்டர் விசுவாமித்திரரிடம் அன்புடன் நலம் விசாரித்தார். அதற்கு

விசுவாமித்திரர் தானும், தனது உறவினர்களும் மற்றும் தனது ராஜ்யமும், நாட்டு மக்களும் நலமுடன் இருப்பதாக பதில் அளித்தார்.

மீண்டும் வசிஷ்டர், விசுவாமித்திரரிடம், "அரசே தாங்களும், தங்களது பரிவாரங்களும் எம்மிடம் உணவருந்தி களைப்பாறி விட்டுச் செல்ல வேண்டும்" என்று கேட்டுக் கொண்டார். அதற்கு விசுவாமித்திரர், "மகரிஷியே நாங்கள் செல்லும் வழியில் எங்களின் உணவுக்கு ஏற்பாடு செய்து கொள்வோம்" என்று கூறினார். ஒரு ஆசிரமத்தில் வசிக்கும் ரிஷியானவர் இவ்வளவு பெரும் படைக்கு எவ்வாறு உணவளிக்க முடியும் என்று விசுவாமித்திரர் நினைத்தார். ஆகவே வசிஷ்டரின் வேண்டுகோளை விசுவாமித்திரர் மறுத்தார். விசுவாமித்திர மன்னனின் தயக்கத்தை புரிந்து கொண்ட வசிஷ்டர் விசுவாமித்திரரிடம் மீண்டும் பேசினார். "அரசே உங்களுக்கு எந்தவித தயக்கமும் வேண்டாம். நான் உங்கள் அனைவருக்கும் சுவையான உணவை அளிப்பேன்" என்று உறுதி அளித்தார்.

வசிஷ்டர் தொடர்ந்து வற்புறுத்தியதால் விசுவாமித்திரர் உணவு உட்கொள்ளச் சம்மதித்தார். அதன் பிறகு வசிஷ்டர் சபலை என்று அழைக்கப்படும் தனது காமதேனு பசுவை அழைத்து அரசனுக்கும், அவனது பரிவாரங்களுக்கும் தேவையான உணவை அளிக்கும் படி உத்தரவு பிறப்பித்தார். அவ்வாறு காமதேனு பசுவிடம் வசிஷ்டர் கூறியவுடன் பசுவின் மடியில் இருந்து பல வகையான உணவு வகைகள் உற்பத்தியானது. அன்னபான வகைகள், இனிப்பு பலகாரங்கள், பால், தயிர், மோர், தேன், பல வகையான பழங்கள் மற்றும் பலவகையான ருசிமிக்க உணவுகள் போன்றவைகள் அரசனுக்கும், அவனது உறவினர்களுக்கும் பணி ஆட்களுக்கும் படை வீரர்களுக்கும், தாமாகவே பரிமாறப்பட்டன. இந்த அதிசய காட்சியைக் கண்டு விசுவாமித்திரர் மிகவும் வியப்படைந்தார்.

சபலை என்ற காமதேனு பசுவின் மூலமாகக் கிடைத்த உணவுகளை உண்டு அரசனும் அவனது பரிவாரங்களும் மகிழ்ச்சி

அடைந்தனர். வசிஷ்டரின் பசுவின் மீது விசுவாமித்திர ராஜனுக்கு விருப்பம் ஏற்பட்டது. இந்த பசுவை தனது நாட்டுக்கு கொண்டு சென்று விட்டால் அதன் மூலம் நமது நாட்டு மக்களுக்கு பயன் உண்டாகும் என்று கருதினான். விசுவாமித்திரர் வசிஷ்டரிடம் "மகரிஷி அவர்களே மிகவும் சிறப்பு மிக்கவை யாவும் அரசனிடமே இருக்க வேண்டும் என்று சாஸ்திரங்கள் கூறுகின்றன. ஆகவே தங்களின் காமதேனு பசுவை அரசனாகிய என்னிடம் அளிக்கும் படி கேட்டுக்கொள்கிறேன்" என்று கூறினார்.

விசுவாமித்திரரின் பேச்சைக் கேட்ட வசிஷ்டர் தனது பசுவை கொடுக்க மறுத்தார். "அரசே நான் செய்யும் யாகங்களுக்கும், தர்ம காரியங்களுக்கும், தெய்வ காரியங்களுக்கும் இந்த பசுவே எனக்கு உதவியாக இருக்கிறது. ஆகவே எனது பசுவை கொடுக்க இயலாது" என்று வசிஷ்டர் கூறினார். விசுவாமித்திரர் பலமுறை கேட்டும் வசிஷ்டர் தனது பசுவை கொடுக்க மறுத்து விட்டார். இதனால் கோபம் அடைந்த விசுவாமித்திரர் அந்த பசுவை இழுத்து வரும்படி தனது படை வீரர்களுக்கு உத்திரவிட்டார். பல வீரர்கள் ஒன்று சேர்ந்து அந்த பசுவை இழுத்தனர். காமதேனு பசு வசிஷ்டரிடம் அழுது புலம்பியது. தன்னை படை வீரர்களிடம் இருந்து காப்பாற்றும் படி கேட்டுக் கொண்டது.

சபலை என்ற தனது காமதேனு பசுவின் நிலையை கண்ட வசிஷ்டர் அந்த பசுவிடம் "சபலையே நீ உனது சக்தியால் படை வீரர்களை வரவழைத்து விடு" என்று கூறினார். அதன் பிறகு அந்த பசுவிடம் இருந்து பல ஆயிரக்கணக்கான வீரர்கள் பலவிதமான ஆயுதங்களுடன் தோன்றினார்கள். அவ்வாறு தோன்றிய படை வீரர்கள் விசுவாமித்திரரின் படை வீரர்களுடன் கடும் போர் புரிந்தனர். பசுவின் மூலம் உற்பத்தியான வீரர்கள் விசுவாமித்திரரின் படை வீரர்களை கொன்று குவித்தனர். இந்த போரில் விசுவாமித்திரரின் பல மகன்களும் மரணம் அடைந்தனர். இறுதியில் வசிஷ்டரிடம் விசுவாமித்திரர் தோல்வி அடைந்து நின்றார்.

5. விசுவாமித்திரரின் தவம்

ஷத்திரிய அரசனான விசுவாமித்திரர் வசிஸ்டரிடம் தோல்வி அடைந்ததால் மிகவும் அவமானம் அடைந்தவனாக வசிஷ்டரின் மீது மிகுந்த கோபம் கொண்டார். அதன் பிறகு தனது நாட்டை தன்னுடைய ஒரு மகனிடம் ஒப்படைத்து விட்டு தவம் செய்வதற்காக இமய மலைசாரலுக்குச் சென்றார். பரமேஷ்வரனை வேண்டி கடுமையான தவம் செய்தார்.

விசுவாமித்திரரின் தவத்தால் கவரப்பட்டு பரமேஷ்வரன் விசுவா மித்திரரின் முன்னால் தோன்றினார். பரமேஷ்வரன் விஸ்வாமித்திரரிடம் வேண்டிய வரத்தை கேட்கும் படி கூறினார். அதன் பிறகு விசுவா மித்திரர் பரமேஸ்வரனிடம் "பகவானே தாங்கள் எனக்கு தனுர் வேதத்தையும், மற்றும் தேவர்கள், அசுரர்கள், யக்ஷர்கள், கந்தர்வர்கள் ஆகியவர்களை வெல்லக்கூடிய அனைத்து அஸ்திரங்களையும் அளிக்கும் படி கேட்டுக் கொள் கின்றேன்." இவ்வாறு விஸ்வா மித்திரர் கேட்டுக் கொண்டபடியே பரமேஸ்வரன் தனுர் வேதத்தையும், சகலவிதமான அஸ்திரங்களையும் அளித்தார்.

பரமேஸ்வரனிடம் வரம் பெற்ற விசுவாமித்திரர் வசிஷ்டரை பழிவாங்கும் நோக்கத்துடன் வசிஷ்டரிடம் சென்றார். பிறகு விசுவா மித்திரர் வசிஷ்டரை கொல்வதற்காக பலவிதமான அஸ்திரங்களை வசிஷ்டரின் மீது ஏவினார். அப்போது அங்கிருந்த ரிஷிகளும்,

சீடர்களும் நாலாபக்கமும் சிதறி ஓடினர். ஆனால் வசிஷ்டர் மட்டும் பயப்படாமல் பிரம்மதண்டம் என்னும் கோலை தன் எதிரில் நிறுத்திக் கொண்டு நின்றார்.

விசுவாமித்திரர் ஏவிய அஸ்திரங்கள் எல்லாம் வசிஷ்டரின் பிரம்ம தண்டத்தால் செயல் அற்றுப் போனது. அப்போது வசிஷ்டர் பேசினார். "விசுவாமித்திரரே ஷத்திரிய அரசனான உன்னுடைய தவபலத்தால் பிரம்ம ரிஷியான என்னை ஒன்றும் செய்ய முடியாது" என்றார். இதனால் மேலும் கோபம் அடைந்த விசுவாமித்திரர் ஒரு சக்தி வாய்ந்த பிரம்மாஸ்திரத்தை வசிஷ்டரின் மீது ஏவினார். அந்த பிரம் மாஸ்திரத்தையும் வசிஷ்டரின் பிரம்ம தண்டம் விழுங்கியது. அப்போது பிரம்ம தண்டம் நெருப்பைப் போல ஜொலித்தது. பிரம்ம தண்டத்தை கையில் ஏந்தி நின்ற வசிஷ்டரும் ஒளிவீசி நின்றார். கடைசியில் விசுவாமித்திரர் மீண்டும் வசிஷ்டரிடம் தோல்வி அடைந்து திரும்பிச் சென்றார்.

வசிஷ்டரைப் போல தானும் ஒரு பிரம்ம ரிஷியாக மாற வேண்டும் என்று விசுவாமித்திரர் கருதினார். பிறகு விசுவாமித்திரர் மீண்டும் கடும் தவம் புரிந்தார். விசுவாமித்திரரின் தவத்தை பாராட்டி பிரம்மதேவன் தோன்றினார். பிரம்மதேவன் விசுவாமித்திரரை ஒரு ராஜரிஷியாக அங்கீகரித்து வரமளித்தார். தான் பெற்ற ராஜரிஷி ஸ்தானத்தால் விசுவாமித்திரர் திருப்தி அடையவில்லை. பிரம்மரிஷி என்ற ஸ்தானத்தை அடைந்தே தீருவது என்ற உறுதியோடு மீண்டும் கடுமையான தவத்தை மேற்கொண்டார்.

6. திரிசங்கு ராஜன்

விசுவாமித்திரர் தவம் செய்துக் கொண்டு இருந்த அதே கால கட்டத்தில், திரிசங்கு என்ற அரசன், தான் அடைந்து இருக்கும் அதே உடலுடன் தேவலோகம் செல்ல விரும்பினான். ஆகவே அவன் வசிஷ்டரை சந்தித்து தான் தேவலோகம் செல்வதற்கான யாகத்தை நடத்திக் கொடுக்கும்படி கேட்டுக் கொண்டான். திரிசங்கு அரசன் தனது உடலுடன் அப்படியே தேவலோகம் செல்ல விரும்பியதை வசிஷ்டர் ஏற்றுக் கொள்ளவில்லை. ஆகவே வசிஷ்டர் திரிசங்குவின் வேண்டு கோளை ஏற்க மறுத்து விட்டார். அதன் பிறகு திரிசங்கு ராஜன் வசிஷ்டரின் மகன்களிடம் தனது விருப்பத்தைக் கூறி வற்புறுத்தினான். அதற்கு அவர்கள் தங்களின் தந்தையின் சொல்லை மதிக்காத இந்த திரிசங்கு ராஜன் ஒரு சண்டாளனாக விகார உருவத்தை அடைய வேண்டும் என்று சபித்து விட்டனர்.

வசிஷ்டரின் மகன்கள் விட்ட சாபத்தால் திரிசங்கு ராஜன் கோரமான உருவத்தை அடைந்தான். அதன் பிறகு தனது கோரமான உருவத்துடன் சென்று விசுவாமித்திரரைச் சந்தித்தான். திரிசங்கு, விசுவாமித்திரரிடம் தான் தேவலோகம் செல்ல விரும்பியதையும், அதனால் வசிஷ்டரை சந்தித்ததையும், வசிஷ்டரின் மகன்கள் தனக்கு சாபம் விட்ட நிகழ்ச்சிகளையும் கூறினான்.

திரிசங்குவின் நிலையை அறிந்த விசுவாமித்திரர் அவன் மீது கருணை கொண்டு பேசினார். "திரிசங்கு அரசனே நீ கவலைப்பட வேண்டாம். நீ உன்னுடைய இந்த உருவத்துடன் அப்படியே தேலோகம் செல்வாய், அதற்கான ஏற்பாடுகளை உனக்காக உடனே செய்வேன்" என்றார். அதன் பிறகு விசுவா மித்திரர் யாகம் செய்வதற்காக மற்ற ரிஷிகளுக்கெல்லாம் அழைப்பு விடுத்து தனது சீடர்களை அனுப்பினார். விசுவாமித்திரரின் இந்த யாகத்தை ரிஷிகள் விரும்பவில்லை. ஆனால் விசுவாமித்திரரின் கோபத்திற்கு பயந்து பல ரிஷிகளும் விசுவாமித்திரரின் யாகத்தில் கலந்து கொண்டனர்.

அதன்பிறகு திரிசங்குவை தேவலோகம் அனுப்புவதற்கான யாகத்தைத் தொடங்கினார். இந்த யாகத்திற்காக அழைக்கப் பட்ட தேவர்கள் மட்டும் வரவில்லை. இதனால் கோபம் கொண்ட விசுவா மித்திரர் யாகத்தீ கொழுந்து விட்டு எரியும் போது தனது நெய் கரண்டியை உயரே தூக்கிக் கொண்டு பேசினார். "தேவர் இங்கு வராமல் போனதைப் பற்றி எனக்குக் கவலை இல்லை. எனது தவ வலிமையால் இப்போதே திரிசங்கு ராஜன் தேவலோகம் செல்லட்டும்" என்று கூறினார். இவ்வாறு விசுவாமித்திரர் கூறியவுடன் திரிசங்கு ராஜன் தேவலோகம் செல்வதற்காக ஆகாயத்தை நோக்கிச் சென்றான். விசுவாமித்திரரின் தவவலிமையைக் கண்டு தேவர்களும் ரிஷிகளும் வியப்படைந்தனர்.

திரிசங்கு விகார உருவத்துடன் தேவலோகம் வருவதைக் கண்டு இந்திரன் கோபம் அடைந்தான். ஆகவே தேவலோகம் வந்த திரிசங்குவை இந்திரன் பூமியை நோக்கித் தள்ளி விட்டான். இவ்வாறு தள்ளி விடப்பட்ட திரிசங்கு பூமியை நோக்கி தலைகீழாக வந்து கொண்டு இருந்தான். அப்போது தன்னைக் காப்பாற்றும் படி திரிசங்கு விசுவாமித்திரரை வேண்டிக் கதறினார். இந்திரனின் செயலால் கோபம் கொண்ட விசுவாமித்திரர் திரிசங்குவை நோக்கி "அப்படியே நில்" என்றார். இவ்வாறு விசுவாமித்திரர் கூறியவுடன் திரிசங்கு ஆகாயத்தில் அப்படியே நின்றான்.

திரிசங்கு நின்ற இடத்திலேயே விசுவாமித்திரர் சப்த ரிஷி மண்டலத்தையும் உருவாக்கினார். அத்துடன் அந்த இடத்தில் புதிய நட்சத்திரங்களையும் உருவாக்கினார். விசுவாமித்திரர் திரி சங்குவிற்காக ஒரு புதிய தேவலோகத்தையே உண்டாக்க நினைத்தார். புதிய தேவர்களையும், மற்றொரு இந்திரனையும் உருவாக்கப் போவதாக கூறினார். அப்போது தேவர்களும் ரிஷிகளும் விசுவா மித்திரரிடம் வந்து பேசினார்கள். "சக்தி மிகுந்த விசுவாமித்திரர் அவர்களே நீங்கள் மற்றொரு இந்திரனை படைக்க வேண்டாம். இப்போது திரிசங்கு நின்ற இடமே ஒரு தேவலோகமாக இருக்கட்டும்" என்று கூறினார்கள். தேவர்களின் இந்த வேண்டுகோளை ஏற்று விசுவாமித்திரர் அமைதி அடைந்தார்.

திரிசங்குவிற்கு உதவி புரிந்ததால் விசுவாமித்திரரின் தவம் கலைந்து விட்டது. ஆகவே விசுவாமித்திரர் மீண்டும் தவம் புரியத் தொடங்கினார். விசுவாமித்திரரின் தவத்தைக் கண்டு அஞ்சிய தேவர்கள் அவரின் தவத்தைக் கலைப்பதற்காக தேவலோகத்து அழகியான மேனகையை அனுப்பி வைத்தனர். மேனகையின் அழகில் மயங்கியதால் விசுவாமித்திரரின் தவம் மீண்டும் கலைந்தது. சில காலத்திற்குப் பிறகு தனது தவறை உணர்ந்த விசுவாமித்திரர் மீண்டும் கடும்தவம் புரிந்தார்.

விசுவாமித்திரரின் தவத்தைக் கலைக்க தேவர்கள் ரம்பை என்ற அழகியை அனுப்பினார்கள். ஆனால் ரம்பையின் அழகில் விசுவா மித்திரர் மயங்கவில்லை. தனது தவத்தைக் கெடுக்க வந்த ரம்பையை சபித்து அனுப்பி விட்டார். பிறகு விசுவாமித்திரர் மீண்டும் கடுமையாக தவம் இருந்தார். இந்த தவத்தின் உக்கிரத்தால் தேவர்கள் தவித்தனர். பூமி நடுங்கியது, கடல்கள் கொதித்தன.

விசுவாமித்திரரின் கடும் தவத்தால் கவரப்பட்டு தேவர்களும் நான்முகக் கடவுளும் விசுவாமித்திரரை அணுகினர். அப்போது நான்முகக் கடவுளாகிய பிரம்மதேவன் விசுவாமித்திரரிடம் "நீர்

பிரம்மரிஷி ஆகி விட்டீர்கள். உங்களுக்கு சகல நன்மைகளும் உண்டாகட்டும்" என்று கூறினார். "தான் பிரம்மரிஷி என்பதை வசிஷ்டர் ஒப்புக்கொள்ள வேண்டும்" என்று விசுவாமித்திரர் கூறினார். தேவர்கள் இந்த செய்தியை வசிஷ்டரிடம் கூறினார். பிறகு வசிஷ்டர் விசுவாமித்திரரிடம் "நீங்கள் பிரம்மரிஷிதான் என்பதை நான் ஏற்றுக் கொள்கிறேன்" என்று கூறினார். அதே நேரத்தில் வசிஷ்டரும், விசுவாமித்திரரும் தங்களது பகைமையை மறந்தனர்.

7. தசரதன்

கோசல நாட்டின் தலைநகர் அயோத்தி நகரம் ஆகும். அயோத்தி நகரத்தைத் தலைநகராகக் கொண்டு, தசரத மன்னன் கோசல நாட்டை ஆண்டு வந்தான். கோசல நாட்டில் சரயூ என்ற நதி பாய்ந்து வந்ததால் நாட்டில் விவசாயம் செழிப்பாக இருந்தது. மேலும் பலவகையான செல்வங்களும் மக்களுக்கு குறைவின்றிக் கிடைத்தது. அயோத்தி நகரம் தூய்மையாக அழகுமிக்க நகரமாக விளங்கியது. அயோத்தி நகரத்தில் அழகிய வீடுகளும், பல அடுக்கு மாடி கட்டிடங்களும், அழகிய தோட்டங்களும் இருந்தன. தெருக்கள் எல்லாம் ஒழுங்காக சீரமைக்கப்பட்டிருந்தன.

அயோத்தியை ஆண்டு வந்த தசரதன் ஒரு மாபெரும் வீரன் ஆவான். தசரத மன்னனிடம் சக்தி வாய்ந்த பெரும் படைகள் இருந்தன. குபேரனுக்கு சமமான செல்வம் படைத்தவனாகவும் விளங்கினான். மகாராஜாவான தசரதன் வேதங்களை நன்கு அறிந்து இருந்தார். இவரது ஆட்சியில் மக்கள் எந்தவித குறையும் இன்றி இருந்தனர். ஆகவே அயோத்தி மக்கள் உண்மை தவறாதவர்களாகவும், தெய்வ நம்பிக்கை உடையவர்களாகவும் இருந்தனர். தசரதனின் படையில் இந்திரனுக்கு சமமான குதிரைகளும், யானைகளும், போர் வீரர்களும் இருந்தனர். தசரதனுக்கு ஆலோசனை கூறுவதற்காக பல சிறப்பு மிக்க மந்திரிகளும் இருந்தனர்.

இவ்வாறு பெரும் சிறப்புமிக்க தசரத மன்னனுக்கு கௌசல்யா, சுமித்திரை, கைகேயி என்ற மூன்று மனைவிகள் இருந்தனர். திருமணம் நடந்து பல வருடங்கள் ஆகியும் தசரதனுக்கு குழந்தைகள் பிறக்கவில்லை. இதனால் தசரதன் மிகவும் கவலை அடைந்தான். தனக்கு பிள்ளைகள் பிறக்காமல் போனதற்குக் காரணம் தெய்வ குற்றமாக இருக்கலாம் என்று தசரதன் கருதினான். ஆகவே தேவர்களை வேண்டி ஒரு யாகம் நடத்த விரும்பினார். இதற்காக ரிஷ்ய சிருங்தர் என்ற முனிவரை வரவழைத்தார். யாகம் நடத்து வதற்குத் தேவையான சகலவிதமான ஏற்பாடுகளும் சிறப்பாக செய்யப் பட்டது.

தசரதனின் மனைவிகளான கௌசல்யை சுமத்திரை, கைகேயி ஆகிய மூவரும் இந்த யாகத்திற்கான விரதத்தை மேற் கொண்டனர். யாகம் தொடங்குவதற்கான நேரம் நெருங்கியது. அந்த யாகத்தில் கலந்து கொள்வதற்காக ரிஷ்ய சிருங்கர், காசியபர், வாமதேவர், ஜாபாலி, வசிஷ்டர் முதலிய ரிஷிகளும் மற்றும் பல பண்டிதர்களும் வந்தனர். அவர்கள் எல்லோரையும் தசரதனின் மந்திரியாகிய சுமிந்திரர் வரவேற்று உபசரித்தார். ரிஷ்ய சிருங்கரின் தலைமையில் யாகம் தொடங்கியது. யாகத்தீயில் ரிஷ்யசிருங்கர் நெய்யை விட்டுக்கொண்டு இருந்தார்.

வேள்வி தீ கொழுந்து விட்டு எரிந்தது. அப்போது அந்த தீயில் ஒரு பிரகாசமான உருவம் தோன்றியது. அந்த உருவம் தனது கையில் ஓர் தங்கப் பாத்திரத்தை ஏந்தி இருந்தது. அது தசரதனைப் பார்த்துப் பேசியது, "அரசனே நான் பிரம்மனைச் சேர்ந்தவன். நீ பிள்ளை வரம் கேட்டு தேவர்களை வேண்டிக் கொண்டதால் உனக்கு நான் தெய்வீக பாயசத்தைக் கொண்டு வந்து இருக்கிறேன். நீ இந்த பாயாசத்தை உனது மூன்று மனைவிகளுக்கும் கொடுக்க வேண்டும். அவ்வாறு கொடுப்பதால் உனக்கு மேன்மை மிக்க பிள்ளைகள் கிடைப்பார்கள்." இவ்வாறு பேசிய அந்த உருவம் பாயாசம் நிறைந்த ஒரு தங்கப் பாத்திரத்தை தசரதனிடம் கொடுத்து விட்டு மறைந்தது.

யாகத்தின் பலனாக கிடைத்த பாயாசத்தைக் கண்டு தசரதன் பெரும் மகிழ்ச்சி அடைந்தான். அதன் பிறகு அந்த பாயாசத்தை தனது மூன்று மனைவிகளுக்கும் கொடுத்தான். பாயாசத்தில் பாதியை கௌசல்யைக்குக் கொடுத்தான். மீதி உள்ள பாதி பாயாசத்தில் பாதியை சுமித்திரைக்குக் கொடுத்தார். கடைசியாக மற்றொரு பாதியை கைகேயிக்குக் கொடுத்தார். கைகேயி பாயாசத்தை அருந்திய பிறகு சிறிது பாயாசம் மிச்சம் இருந்தது. அவ்வாறு இருந்த பாயாசத்தை மீண்டும் சுமித்திரைக்கு கொடுத்தான். இவ்வாறு பாயாசத்தை அருந்திய தசரதனின் மூன்று மனைவிகளும் சில மாதங்களுக்குப் பிறகு கர்ப்பம் அடைந்தனர்.

8. ராமன் தோற்றம்

மகாவிஷ்ணுவின் சக்தியினாலேயே தசரதனுக்கு பாயாசம் கிடைத்தது. பாயாசத்தின் சக்தியால் கர்ப்பம் தரித்த தசரதனின் மனைவிகளுக்கு குழந்தைகள் பிறந்தன. கௌசல்யா தேவிக்கு பிறந்த குழந்தைக்கு ராமன் என்று பெயர் சூட்டப்பட்டது. அடுத்த படியாக கைகேயிக்குப் பிறந்த குழந்தைக்கு பரதன் என்ற பெயர் சூட்டப்பட்டது. கடைசியாக சுமித்திரா தேவிக்கு இரட்டைக் குழந்தைகள் பிறந்தன. சுமித்திராவின் குழந்தைகளுக்கு லஷ்மணன் என்றும், சத்ருக்கனன் என்றும் பெயர் சூட்டப்பட்டது. தனக்கு நான்கு ஆண் குழந்தைகள் பிறந்ததை நினைத்து தசரதன் மிகுந்த மகிழ்ச்சி அடைந்தான்.

தசரதனின் மனைவிகளின் நான்கு பிள்ளைகளுமே விஷ்ணுவின் அம்சம் என்று கூறப்படுகிறது. பாயாசத்தில் பாதியை கௌசல்யா தேவி அருந்தியதால் கௌசல்யைக்கு பிறந்த ராமன் விஷ்ணுவின் பாதி அம்சம் என்றும், பாயாசத்தின் கால் பகுதியை சுமித்திரை அருந்தியதால் சுமித்திரைக்குப் பிறந்த லட்சுமணன், விஷ்ணுவின் கால் பகுதி அம்சம் என்றும் கடைசியில் கால்பகுதி பாயாசத்தை கைகேயி அருந்தியதால் கைகேயிக்கு பிறந்த பரதன், சத்ருக்கனன் ஆகிய ஒவ்வொருவரும் அரைக்கால் பகுதி அம்சம் என்றும் கூறப்படுகிறது. ஆனால் சில ராமாயண கதைகளில் ராமனே

மகாவிஷ்ணுவின் முழு அவதாரம் என்றும், மற்ற மூன்று சகோதரர்களில், லட்சுமணன் அவரது ஆடைகளாகவும், பரதன் ராமனின் சங்காகவும், சத்ருக்கனன் ராமனின் சக்ராயுதமாகவும், விளங்குவதாக கூறப்படுகிறது.

தசரதனின் மகன்களான ராமன், லக்ஷ்மணன் பரதன் ஆகிய நால்வரும், அயோத்தி அரண்மனையில் சிறப்பாக வளர்ந்து வந்தனர். இவர்கள் பலவித கல்விகளையும், வேத சாஸ்திரங்களையும் கற்றனர். இந்த நான்கு சகோதரர்களும் ஒருவருக்கொருவர் மிகுந்த பாசம் உடையவர்களாக இருந்தனர். கௌசல்யா, சுமித்திரை, கைகேயி ஆகிய மூவருமே ராமன் மீது அளவுகடந்த பாசம் கொண்டு இருந்தனர். அதே போல மூன்று அன்னையர்களிடமும் ராமன் மிகுந்த மரியாதை கொண்டு இருந்தார். தசரதன் ராமனை தனது உயிர் போல காத்து வளர்த்து வந்தான்.

தசரதனின் நான்கு பிள்ளைகளும் நல்லமுறையில் வளர்ந்து பருவ வயதை அடைந்தனர். தனது பிள்ளைகளின் அறிவுக் கூர்மையைக் கண்டு தசரதன் பெருமிதம் அடைந்தான். குறிப்பிட்ட நாட்களுக்குள் தனது பிள்ளைகளுக்கு திருமணம் செய்துவிட வேண்டும் என்று தசரதன் நினைத்தான். ஆகவே இது பற்றி வசிஷ்டர் மற்றும் தனது மந்திரிகளுடன் ஆலோசனை நடத்தினான். அப்போது சக்தி மிகுந்த மகாமுனிவராகிய விசுவாமித்திரர் அங்கு வந்தார். தசரதன் விசுவாமித்திரை வணங்கி வரவேற்றான்.

விசுவாமித்திரரை வரவேற்ற தசரதன் அவருக்கு முறைப்படி பூஜைகள் செய்து தக்க ஆசனத்தில் அமரச் செய்தான். விசுவாமித்திரர் தசரதனின் நலனைப்பற்றி விசாரித்தார். "அரசனே, உமது பணி ஆட்களும், சிற்றரசர்களும் அடங்கி நடக்கின்றனரா? உமது எதிரிகள் உம்மால் வெல்லப்படுகிறார்களா? உமது மக்களுக்கும், தெய்வங்களுக்கும் செய்ய வேண்டிய கடமைகள் யாவும் முறைப்படி நிறைவேற்றப்படுகின்றதா? உமது போர்ப்படை வீரர்களை நன்றாக கவனித்து வருகின்றீர்களா?, இவ்வாறு விசுவாமித்திரர் கூறியதற்கு

தசரதன், அனைத்தும் நல்லவிதமாக நடைபெறுவதாகக் கூறினார். பிறகு விசுவாமித்திரர் தசரதனிடம் "உமக்கு சகல நன்மைகளும் உண்டாகட்டும்" என்று வாழ்த்தினார்.

விசுவாமித்திரர் வருகையால் தசரதன் மிகுந்த மகிழ்ச்சி அடைந்தான். தசரதனின் அரண்மனையில் அமர்ந்து இருந்த வசிஷ்டரையும், விசுவாமித்திரர் சந்தித்தார். பிறகு வசிஷ்டருடம், விசுவாமித்திரரும் ஒருவருக்கொருவர் நலம் விசாரித்து மகிழ்ந்தனர். மேலும் அங்கிருந்த மற்ற ரிஷிகளையும், பண்டிதர் களையும் சந்தித்து விசுவாமித்திரர் நலம் விசாரித்தார். அதன் பிறகு தசரதன் விசுவா மித்திரரை வணங்கிப் பேசினான். "முனிவர்களில் சிறந்தவரே தங்கள் பார்வை பட்டதால் நான் மிகவும் சுத்தம் அடைந்தேன். என்னால் தங்களுக்கு ஆக வேண்டிய காரியம் எதுவாக இருந்தாலும் அதை எனது கடமையாக நினைத்து முழுமனதுடன் செய்து முடிப்பேன்."

9. விசுவாமித்திரரின் கோரிக்கை

விசுவாமித்திரர் கூறுகின்ற காரியம் எதுவாக இருந்தாலும் அதை நான் நிறைவேற்றுவேன் என்று தசரதன் விசுவாமித்திரருக்கு வாக்குறுதி கொடுத்து விட்டான். பிறகு விசுவாமித்திரர் தசரதனிடம், "மன்னர்களில் சிறந்தவனே, வசிஷ்டரை ஆச்சர்யராகப் பெற்று இருக்கும் நீ எப்போதும் உயர்வான வார்த்தைகளைத்தான் பேசுவாய். இப்போது நான் ஒரு குறிக்கோளோடு யாகத்தை செய்து வருகின்றேன். இந்த யாகத்தை மாரீசன், சுபாஹு என்ற இரண்டு அரக்கர்கள் கெடுத்து வருகின்றனர். அந்த அரக்கர்கள் நினைத்த உருவத்தை எடுக்கக் கூடியவர்கள், யாகம் நடைபெறுகின்ற சமயத்தில் மாமிசத்தையும், ரத்தத்தையும் யாகமேடையில் வீசுகின்றனர். ஆகவே நான் செய்யும் யாகத்திற்கு பெரும் இடையூறு ஏற்படுகிறது."

விசுவாமித்திரர் தொடர்ந்து கூறினார், "அரசனே நான் நினைத்தால் அந்த அரக்கர்களை நானே கொன்று விடுவேன். ஆனால் இந்த யாகம் நடக்கும்போது எனக்கு கோபம் வரக்கூடாது அந்த யாகத்தை நான் அமைதியான முறையில், மனக்கட்டுப் பாடுடனும் செய்ய வேண்டும். ஆகவே அரக்கர்களின் இடையூறுகளை நீக்கினால் தான் நான் எனது யாகத்தை நடத்த முடியும். அந்த அரக்கர்களை யாராலும் எளிதில் வெல்ல முடியாது. தசரத மன்னனே உமது மகன் ராமன் ஒருவனால்தான் அந்த அரக்கர்களை வெல்ல முடியும். ஆகவே

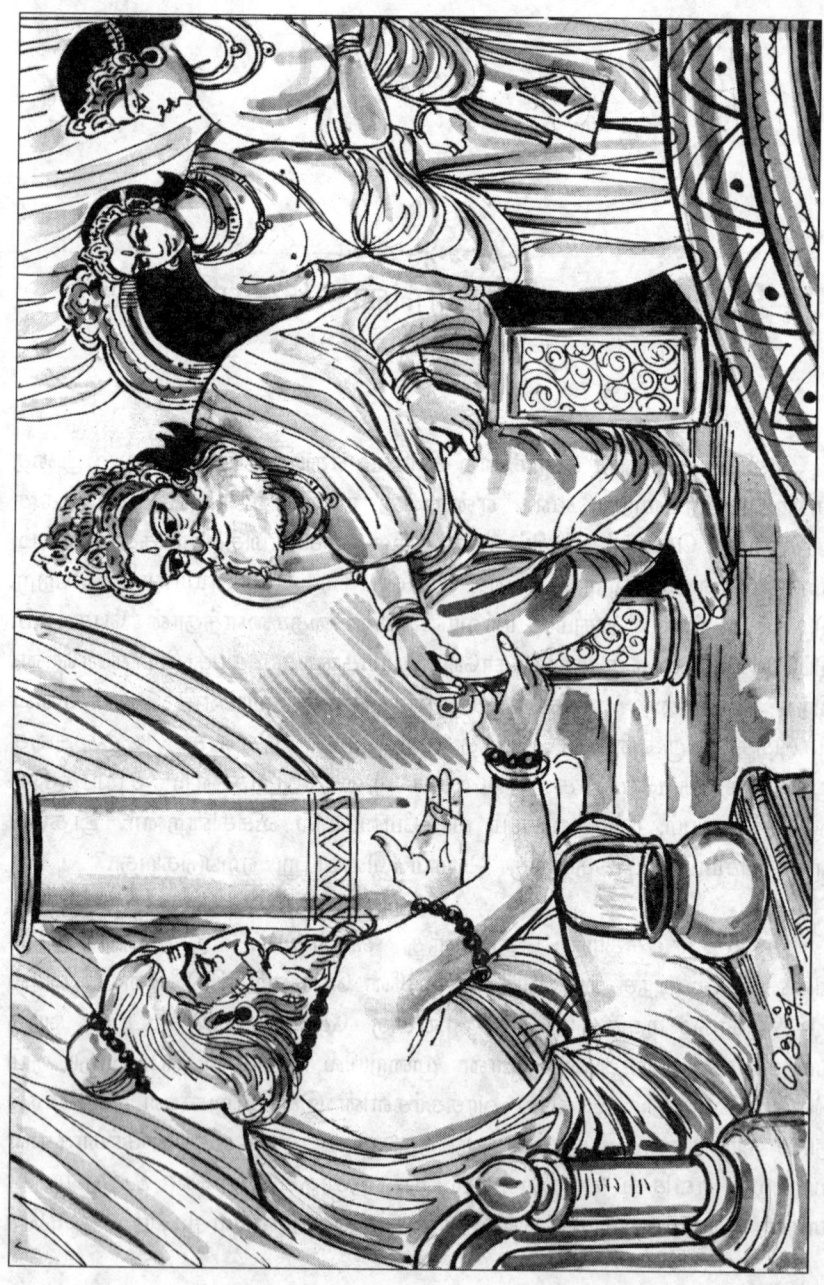

உமது மகன் ராமனை என்னுடன் அனுப்பி வைக்குமாறு கேட்டுக் கொள்கிறேன்."

விசுவாமித்திரர், ரானை அனுப்பும்படி கேட்டவுடன் தசரதன் மிகவும் அதிர்ச்சி அடைந்தான். அவரது முகத்தில் ஒருவித தயக்கம் ஏற்பட்டது. தசரதனின் தயக்கத்தைப் புரிந்துக் கொண்ட விசுவா மித்திரர் மேலும் பேசினார். "அரசனே உமது மகன் ராமனைப்பற்றி நான் நன்கு அறிவேன். அவன் சகல சக்தி மிகுந்த மாவீரன் ஆவான். அந்த ராக்ஷஸர்களை எளிதாக வீழ்த்தி விடுவான். நீ ராமனை என்னுடன் அனுப்புவதால், நான் அவனுக்கு சகலவிதமான சிறப்புகளையும் கொடுப்பேன். உமக்கும் புகழ் கிடைக்கும். நீ தயக்கம் காட்டாமல் ராமனை என்னுடன் அனுப்புவாயாக."

விசுவாமித்திரர் பலமுறை கேட்டுக் கொண்ட பிறகும், தசரதன் ராமனை அனுப்பத் தயங்கினான். பிறகு தசரதன் விசுவா மித்திரரிடம், "மகரிஷி அவர்களே, ராக்ஷஸர்கள் பெரும் பலம் படைத்தவர்கள். மேலும் அவர்கள் மாயப்போர் புரிவதில் வல்லவர்கள். அப்படிப்பட்ட ராக்ஷஸர்களை சிறுவனாகிய ராமன் எவ்வாறு எதிர்கொள்வான். ஆகவே நான் எனது பெரும் படைகளுடன் வந்து அந்த அரக்கர்களை வீழ்த்துவேன். மகா முனிவரே ராமனைப் பிரிந்து வாழ என்னால் முடியாது. பல காலம் மக்கள் பேறு இல்லாமல் யாகத்தின் மூலமாக நான் ராமனைப் பெற்றேன். சிறுவனாகிய ராமன் போர்ப் பயிற்சி இல்லாதவன். ஆகவே உங்களுக்காக நானே முன்வந்து அந்த அரக்கர்களை வீழ்த்துவேன்." என்று கூறினார்.

தசரதன் கூறியதைக் கேட்ட விசுவாமித்திரர் கடும் கோபம் கொண்டார். "தசரதனே எனக்காக எது வேண்டுமானாலும் செய்து கொடுப்பதாக வாக்குறுதி அளித்துவிட்டு, இப்போது என்மீது நம்பிக்கையில்லாமல் பேசுகிறாய். ரகு வம்சத்தில் பிறந்தவர்கள் கொடுத்த வாக்கை மீறமாட்டார்கள். அப்படிப்பட்ட வம்சத்தில் பிறந்த நீ எனக்கு கொடுத்த வாக்கை மீறிப் பேசுகிறாய் இதற்கு மேல் நான் உன்னிடம் எதையும் பேச விரும்பவில்லை. உமக்கு மங்களம்

உண்டாகட்டும்” இவ்வாறு கூறிய விசுவாமித்திரர் கோபத்துடன் புறப்படத் தயாரானார்.

இவ்வாறு விசுவாமித்திரர் பேசியதைக் கண்டு தசரதனும் அவனது மந்திரிகளும் பயம் அடைந்தனர். அப்போது வசிஷ்டர், விசுவாமித்திரரை அமைதிப்படுத்தி விட்டு, பிறகு தசரதனிடம் பேசினார். “அரசே நீதி தவறாமல் ஆட்சி செய்கின்ற நீங்கள் வாக்குதவறி நடக்கக் கூடாது. விசுவாமித்திரர் தவத்தினால் மேம்பட்டவர். அறிவிலும், வீரத்திலும் சிறந்தவர். தர்மமே உருவாகக் கொண்டவர். பலவித அஸ்திரங்களையும் நன்கு அறிந்தவர். நீங்கள் ராமனை அவருடன் அனுப்புவதால் ராமன் பலவிதமான நன்மைகளை அடைந்து மேன்மை பெறுவான். ஆகவே அரசே நீங்கள் எந்தவித தயக்கமும் இல்லாமல் விசுவாமித்திரருடன் ராமனை அனுப்பி வையுங்கள்.” இவ்வாறு வசிஷ்டர், தசரதனிடம் கூறினார்.

வசிஷ்டர் கூறியதைக் கேட்டு தசரதன் மன ஆறுதல் அடைந்தான். பிறகு ராமனை தசரதனுடன் அனுப்பி வைக்க சம்மதித்தான். மீண்டும் தசரதன் தன்னை மன்னிக்கும் படி விசுவா மித்திரரிடம் கேட்டுக் கொண்டான். அதற்கு விசுவாமித்திரரும் கோபம் தணிந்தவராக தசரதனை மன்னித்து வாழ்த்தினான். அதன் பிறகு தசரதன் ராமனை அழைத்து வர தனது பணி ஆட்களுக்கு உத்தரவிட்டான். பிறகு சிறிது நேரத்தில் ராமன் வந்தான். ராமன் அங்கிருந்த விசுவாமித்திரர், வசிஷ்டர் தசரதன் மற்றுமுள்ள பெரியவர்கள் எல்லோரையும் வணங்கி நின்றான்.

தசரதன் தனது மகன் ராமனிடம், விசுவாமித்திரர் அங்கு வந்து இருக்கும் காரணத்தைப் பற்றி விளக்கிக் கூறினான். தான் விசுவா மித்திரருக்கு கொடுத்த வாக்குப்படி நீ அவருடன் செல்ல வேண்டும் என்று கூறினான். ராமன் தனது தந்தையின் பேச்சை மகிழ்ச்சியுடன் ஏற்றுக் கொண்டான். பிறகு ராமன் வில் அம்பு முதலிய தனது

ஆயுதங்களுடன் புறப்படத் தயாரானான். ராமன் எங்கு சென்றாலும் லஷ்மணன், ராமனின் நிழல் போல பின் தொடர்ந்து செல்வதை வழக்கமாகக் கொண்டு இருந்தான். ஆகவே ராமனுடன், லஷ்மணனும் புறப்பட்டான். இருவரும் தங்களது ஆயுதங்களுடன் தயாராக வந்து நின்றனர். பிறகு இவர்கள் தங்களது தாய், தந்தையர் மற்றும் சபையில் உள்ள பெரியோர்களிடம் விடைபெற்றுக் கொண்டு புறப்பட்டனர். விசுவாமித்திரர் ராமனையும், லஷ்மணனையும் தனது குழந்தையைப் போலவே பாவித்து அன்புடன் அழைத்துச் சென்றார். மூவரும் விசுவாமித்திரரின் ஆசிரமத்தை நோக்கி நடந்தனர்.

10. ராம லக்ஷ்மணர்கள் விசுவாமித்திரருடன் புறப்பட்டனர்

ராம, லக்ஷ்மணர்கள், விசுவாமித்திரருடன் அவரது நிழல்போல தொடர்ந்து சென்றனர். அன்றைய நாள் முழுவதும் நடந்து சரயு நதிக்கரையை அடைந்தனர். அன்று இரவு அந்த நதிக்கரையில் தங்கிவிட முடிவு செய்தனர். விசுவாமித்திரர் ராம, லக்ஷ்மணர்களை தன் அருகில் அழைத்துப் பேசினார். "எனது அன்புக்குரியவர்களே ராக்ஷஸர்களால் உங்களுக்கு எந்த ஆபத்தும் நேரக்கூடாது என்பதால் நான் உங்களுக்கு இரண்டு மந்திரங்களை சொல்லிக் கொடுப்பேன். நீங்கள் உறங்கும் போது அந்த மந்திரங்களை சொல்லி விட்டு உறங்க வேண்டும். அவ்வாறு செய்வதால் ராக்ஷஸர்களால் உங்களுக்கு எந்த ஆபத்தும் நேரிடாது." இவ்வாறு கூறிய விசுவாமித்திரர் பலை, அதிபலை என்ற இரண்டு மந்திரங்களை முழுவதுமாக ராம லக்ஷ்மணர்களுக்கு கற்பித்தார்.

இரவு நேரம் நெருங்கியதும் ராம லக்ஷ்மணர்கள் பலை, அதிபலை என்ற இரண்டு மந்திரங்களையும் உச்சரித்து விட்டு உறங்கினர். அவர்களுடன் விசுவாமித்திரரும் உறங்கினார். இவ்வாறு அன்றைய இரவை சரயூ நதிக்கரையில் கழித்தனர். இரவும் பகலும் சந்திக்கின்ற விடியற்காலை நேரம் வந்தவுடன், விசுவாமித்திரர் எழுந்து கொண்டார்.

அவர் ராமலஷ்மணர்களைப் பார்த்து "எனது அன்பு மகன்களே காலை நேரம் நெருங்கிக் கொண்டு இருக்கிறது, ஆகவே நீங்கள் எழுந்திருக்க வேண்டிய நேரம் வந்து விட்டது" என்று கூறினார். விசுவாமித்திரரின் குரலைக் கேட்டு ராம லஷ்மணர்கள் உறக்கத்தில் இருந்து எழுந்து அமர்ந்தனர். காலையில் குளித்து விட்டு முறைப்படி செய்ய வேண்டிய ஜபங்களைப் பற்றி விசுவாமித்திரர் கூறினார். விசுவா மித்திரர் கூறியபடியே ராம லஷ்மணர்கள் குளித்து விட்டு காலையில் செய்ய வேண்டிய ஜபங்களை செய்து முடித்தனர்.

காலை ஜபங்களை முடித்தவுடன் மூவரும் மீண்டும் நடக்க ஆரம்பித்தனர். சிறிது நேரம் நடந்த பிறகு த்ரிபதகை என்ற ஆசிரமத்தை அடைந்தனர். அந்த ஆசிரமத்தில் உள்ள முனிவர்கள் விசுவாமித்திரரையும், ராம, லஷ்மணர்களையும் உபசரித்தனர். அந்த ஆசிரமம் அமைந்து உள்ள அந்த இடத்தைப் பற்றி விசுவாமித்திரர் ராம லஷ்மணர்களுக்குக் கூறினார். ஒரு சமயம் மன்மதன் இந்த இடத்தில் சிவபெருமானின் தவத்தை கெடுக்க முயற்சித்தான். அப்போது சிவபெருமான் தனது நெற்றிக்கண் பார்வையால் மன்மதனின் அங்கங்களை இழக்கச் செய்தார். அன்று முதல் மன்மதனுக்கு அனங்கன் என்றும் அங்கங்களை இழந்தவன் என்றும் பெயர் பெற்றான். மன்மதன் அங்கங்களை இழந்ததால் இந்த இடத்திற்கு அங்கதேசம் என்ற பெயர் உண்டானது. பரமசிவனின் அருளால் இந்த இடம் புனிதத்தன்மையை அடைந்தது.

11. தாடகைவனம்

அன்றைய இரவை காமாச்ரமஸ்தாணம் என்ற இடத்தில் கழித்தனர். பிறகு பொழுது விடிந்தவுடன் காலையில் செய்ய வேண்டிய கடமைகளை செய்து விட்டுப் புறப்பட்டனர். அதன் பிறகு கரூதநாடு என்ற பெயருடைய வனப் பகுதிக்குச் சென்றனர். இந்திரன் செய்த பாவங்களில் இருந்து விடுபடுவதற்காக முனிவர்கள் தவம் செய்த அந்த வனப்பகுதியைப் பற்றி விசுவா மித்திரர் ராம லஷ்மணர்களுக்கு விளக்கினார். அதன் பிறகு இந்திரனால் வாழ்த்தப்பட்ட இந்த இடம் மிகவும் செழிப்பாக விளங்கியது.

இந்திரனின் அருளால் செழிப்புடன் விளங்கிய வனப் பகுதியில் தாடகை என்ற அழகிய யக்ஷப் பெண் இருந்தாள். அவளது கணவனின் பெயர் ஸுந்தன் ஆகும். இவர்களுக்கு மாரீசன் என்ற மகன் பிறந்தான். மாரீசன் பயங்கர உருவத்துடன் சர்வ வல்லமை படைத்தவனாக விளங்கினான். தாடகையின் தந்தை கடும் தவம் செய்து அவளைப் பெற்றான். ஆகவே தாடகை பெரும் பலசாலியாக விளங்கினாள். ஒரு சமயம் அகத்தியர் விட்ட சாபத்தினால் தாடகையின் கணவனான ஸுந்தன் மரணம் அடைந்தான். ஆகவே தாடகையும் அவளது மகனான மாரீசனும் அகத்தியரின் மீது பெரும் கோபம் கொண்டனர்.

தாடகையும், மாரீசனும் அகத்தியரை கொல்வதற்காக அவரின் மீது பாய்ந்தனர். அகத்தியர் தனது தவவலிமையால் அவர்களை

விரட்டினார். அத்துடன், மாரீசனையும் தாடகையையும் அகத்தியர் சபித்தார். அகத்தியரின் சாபத்தினால் தாடகையும், மாரீசனும் கோரமான உருவத்தை அடைந்து நரமாமிசம் உண்ணும் அரக்கர்களாக மாறிவிட்டனர். இவ்வாறு அரக்கர்களாக மாறி விட்ட தாடகையும், மாரீசனும் அந்த வனப்பகுதியில் பெரும் அட்டூழியங்களை செய்து வந்தனர்.

குறிப்பு:

இவ்வாறு வனப்பகுதியில் விசுவாமித்திரர் மற்றும் ராம லக்ஷ்மணர்கள் பயணம் செய்யும் போது பல சம்பவங்களைப் பற்றி ராம லக்ஷ்மணர்களுக்கு விசுவாமித்திரர் கூறினார். சித்தர்கள், யக்ஷர்கள், கந்தர்வர்கள் போன்றவர்கள் தேவர்களின் வகையைச் சேர்ந்தவர்கள். அசுரர்களை விட ராக்ஷஸர்கள் கொடுமை குணம் படைத்தவர்கள். ராக்ஷஸர்களை அரக்கர்கள் என்றும் கூறுவார்கள். ராவணன் ராக்ஷஸ (அரக்கர்) வம்சத்தைச் சேர்ந்தவன். அசுரர்கள், ராக்ஷஸர்கள், அரக்கர்கள் போன்ற இனங்களை ஒரே இனமாகவும் சிலர் கூறுகின்றனர். இராமாயணம் மகாபாரதம் போன்ற கதைகளில் தங்களுக்கு ஏற்படும் குழப்பங்களை பெரியவர்கள் தைரியமாகவே ஒப்புக் கொள்கின்றனர். இதுதான் இந்து மதத்தின் சிறப்பு அம்சம் ஆகும். கதை கவர்ச்சியாக இருக்க வேண்டும் என்பதற்காக இதில் எதையும் மறைத்து விட்டுக் கூறுவதில்லை.

தாடகை வனத்தில் சென்றுக் கொண்டு இருந்த விசுவா மித்திரர் ராமனிடம், "மகனே இந்த வனத்தில் வரும் மக்களுக்கும், முனிவர்களுக்கும் தாடகை பெரும் இடையூறு செய்து வருகிறாள். ஆகவே அவளை பெண் என்று கருதாமல் வீழ்த்திவிட வேண்டும்." இவ்வாறு விசுவாமித்திரர் கூறிய பிறகு ராமன் தனது வில்லின் நாணை இழுத்து விட்டான். அப்போது அந்த வில்லின் நாணில் இருந்து ஒருவிதமான ஒலி எழும்பி காடு முழுவதும் ஒலித்தது

இவ்வாறு வில்லில் இருந்து உண்டான சப்தம் தாடகைக்கும் கேட்டது. பிறகு தாடகை என்ற அந்த கொடிய அரக்கி சப்தம் வந்த திசையை நோக்கி வந்தாள்.

நம்முடைய இந்தக் காட்டில் இவ்வளவு தைரியமாக சப்தம் எழுப்பியவன், யாராக இருக்கும் என்று தாடகை தேடிக் கொண்டு வந்தாள். விசுவாமித்திரரும், அவருடன் கைகளில் வில் ஏந்தியபடி ராம, லஷ்மணர்கள் நின்று கொண்டிருப்பதை தாடகை கண்டாள். பிறகு அவர்களை கொல்வதற்காக தாடகை பயங்கர கர்ஜனையுடன் அவர்களின் மீது பாய்ந்தாள். பிறகு ராமனும், லஷ்மணனும் தனது பாணங்களை தாடகையின் மீது செலுத்தினார்கள். அப்போது பெரும் கற்களை தூக்கிக் கொண்டு வந்து அவர்களின் மீது போட்டாள். அப்போது ராமன் தனது பாணங்களால் அவளின் இரு கைகளையும் அறுத்துத் தள்ளினான். லஷ்மணன் அவளின் காதுகளையும், மூக்கையும் அறுத்துத் தள்ளினான். அப்போதும் தாடகை ஆகாயத்தில் பறந்து வந்து அட்டகாசம் செய்தாள்.

“தாடகையை அங்கஹீனம் செய்து விரட்டி விடலாம்” என்று ராமன் கூறினான். அதற்கு விசுவாமித்திரர் “ராமா இவளை இப்படியே விட்டாள் மீண்டும் பழைய உருவத்தை அடைந்து நம்மை கொல்ல வருவாள். ஆகவே இவளை நீ பெண் என்று கருதாமல் வீழ்த்திவிடு. பாவங்கள் செய்பவர்கள் ஆணாக இருந்தாலும், பெண்ணாக இருந்தாலும் அவர்களை உடனே கொன்று விட வேண்டும். அதுதான் உம்மைப் போன்ற அரசகுமாரனுக்கு தர்மம் ஆகும்.” இவ்வாறு விசுவாமித்திரர் கூறிய பிறகு ராமன் ஒரு சக்தி மிகுந்த அஸ்திரத்தை தாடகையின் மீது எறிந்தான். அப்போது தாடகை பெரும் கர்ஜனையுடன் தரையில் சாய்ந்து மாண்டாள். பிறகு ராமனை, விசுவாமித்திரரும், தேவர்களும், முனிவர்களும் வாழ்த்திப் பாராட்டினார்கள். அன்று இரவு அந்த வனத்திலே உறங்கி ஓய்வெடுத்தனர்.

அன்றைய இரவு கழிந்ததும் விடியற்காலையில் மூவரும் எழுந்தனர். குளித்து விட்டு காலையில் செய்ய வேண்டிய ஜபங்களை செய்து முடித்தனர். அதன் பிறகு விசுவாமித்திரர் ராமருக்கு பலவித தெய்வீக அஸ்திரங்களை கொடுத்து அவற்றை உபயோகிக்கும் முறைகளையும் கற்பித்தார். தேவர்கள், கந்தர்வர்கள், யக்ஷர்கள், அசுரர்கள், ராக்ஷஸர்கள் போன்ற அனைவர்களையும் வெல்லக் கூடிய அஸ்திரங்களை விசுவாமித் திரரிடம் இருந்து ராமன் பெற்றான். அதே போல விஸ்வாமித்திரர், லஷ்மணனுக்கும் பலவித அஸ்திரங்களைக் கொடுத்தார். இவ்வாறு பலவித அஸ்திரங்களைப் பெற்ற ராம, லஷ்மணர்களின் பலம் மேலும் கூடியது. அதன் பிறகு மேலும் நடக்கத் தொடங்கினார்கள்.

பல மைல் தூரம் நடந்த பிறகு மூவரும் சித்தாச்சிரமம் என்ற இடத்தை அடைந்தனர். இந்த இடத்தைப் பற்றி விசுவாமித்திரர் கூறினார். இந்த இடத்தில் மஹாபலி என்ற அசுரன் வாழ்ந்து வந்தான். அப்போது மகாவிஷ்ணு வாமன அவதாரம் எடுத்து மஹாபலியை அடக்கினார். அவ்வாறு மகாவிஷ்ணு, வாமனராக வசித்த இந்த ஆசிரமத்திலேயே தான் வசித்து வருவதாக விசுவாமித்திரர் கூறினார். சித்தாச்ரம ஆசிரமத்தில் விசுவாமித்திர முனிவருடன் தங்கியிருந்த மற்ற முனிவர்கள் விசுவாமித்திரரை வரவேற்று தகுந்த மரியாதைகளைச் செய்தனர். அதேபோல ராம, லஷ்மணர்களையும் வரவேற்று தகுந்த மரியாதைகளைச் செய்து உபசரித்தனர். அதன் பிறகு ராம, லஷ்மணர்கள் விசுவாமித்திரரை அணுகி “மகரிஷி அவர்களே நீங்கள் உங்களுடைய யாகத்திற்கு வேண்டிய ஏற்பாடுகளை செய்யுங்கள், இன்று முதல் எந்த தீயசக்தியும் உங்களை நெருங்கவிடாமல் நாங்கள் பாதுகாப்போம்” என்று உறுதி அளித்தனர். விசுவாமித்திரர் யாகத்திற்கான விரதங்களை மேற்கொண்டார்.

அன்று இரவு கழிந்தவுடன் மறுநாள் விடியற்காலையில் எழுந்து காலையில் செய்ய வேண்டிய ஜபங்களை செய்து முடித்தனர். விசுவா

மித்திரர் மௌனவிரதம் மேற்கொண்டு இருந்ததால் அவரிடம் ராம, லஷ்மணர்களால் பேச முடியவில்லை. ஆகவே மற்ற முனிவர்கள் ராம, லஷ்மணர்களுக்கு தகுந்த ஆலோசனைகளையும், எப்போதும் எச்சரிக்கையாக இருக்க வேண்டும் என்றும் கூறிவந்தனர். விசுவா மித்திரர் யாகத்தைத் தொடங்கினார். அவருக்கு துணையாக மற்ற முனிவர்களும் யாகத்திற்கு வேண்டிய வேலைகளை செய்து வந்தனர்.

ராம, லஷ்மணர்கள் இரவு பகலாக யாகத்திற்கு பாதுகாப்பாக இருந்தனர். தொடர்ந்து ஐந்து நாட்கள் யாகம் சிறப்பாக நடைபெற்றது. ஆறாவது நாள் யாகம் தொடங்கியது. யாகத்தீ கொழுந்து விட்டு எரிந்தது. அந்த நேரத்தில் யாக மேடைக்கு மேல் ஆகாயத்தில் பயங்கர கர்ஜனைகள் கேட்டது. ராம, லஷ்மணர்கள் தங்கள் வில் அம்புகளை எடுத்துக் கொண்டு ஆகாயத்தைப் பார்த்தனர். ஆகாயத்தை மூடுகின்ற மேகத்தைப் போல அரக்கர்களின் கூட்டம் காணப்பட்டது. தாடகையின் மகனான மாரீசன் மற்றும் சுபாஹு என்ற இரண்டு அரக்கர்களும், தங்கள் கையில் மாமிசத் துண்டுகளை வைத்துக் கொண்டு யாக மேடையில் வீசுவதற்கு தயாராக இருந்தனர்.

ராமன் மிகவும் கோபம் கொண்டவராக தனது மானவ அஸ்திரத்தை எடுத்து மாரீசன் மீது ஏவினார். அந்த அஸ்திரத்தால் தாக்கப்பட்ட மாரீசன் பல மைல் தூரம் வானத்தில் சென்று கடலில் விழுந்தான். அதன் பிறகு ராமர் ஆக்னேய அஸ்திரத்தை ஏவினார். அந்த அஸ்திரத்தால் சுபாஹுவின் மார்பு பிளக்கப்பட்டு பூமியில் விழுந்து மாண்டான். இந்த அரக்கர்களுக்கு உதவியாக வந்த மற்ற அரக்கர்களை ராமனும், லஷ்மணனும் வீழ்த்திக் கொன்றனர்.

ராம, லஷ்மணர்கள் கொடுத்த பாதுகாப்பினால் விசுவ மித்திரராின் யாகம் நல்ல விதமாக நடந்து முடிந்தது. விசுவா மித்திரரும், மற்ற முனிவர்களும் ராம, லஷ்மணர்களைப் பாராட்டி வாழ்த்தினார்கள். அடுத்த படியாக விசுவாமித்திரர் கூறும் கட்டளைக்காக ராம, லஷ்மணர்கள் காத்து இருந்தனர். அந்த நேரம்

மிதிலை தேசத்து அரசனான ஜனகன் ஒரு சுயம்வரம் நடத்த இருப்பதை விசுவாமித்திரர் அறிந்தார். ஜனகன் வைத்து இருக்கும் ஒரு தெய்வீக வில்லையும், அந்த வில்லை வளைத்து நாண் ஏற்றுபவருக்கே தனது மகள் சீதையை மணமுடித்து வைக்கப் போவதையும் விசுவாமித்திரர் அறிந்தார்.

மிதிலையின் அரசனான ஜனக மகாராஜன் ஒரு யாகத்தின் மூலம் அந்த வில்லைப் பெற்று இருந்தான். அந்த வில்லை வளைத்து நாண் ஏற்றுவதற்கு பல அரசர்களும், அரச குமாரர்களும் முயற்சித்தனர். ஆனால் இது வரையிலும் யாராலும் அந்த வில்லை வளைக்க முடியவில்லை. "மிகவும் சக்தி மிகுந்த அந்த வில்லை வளைப்பவர்களுக்கே எனது மகள் சீதையை மணமுடிப்பேன்" என்று ஜனகன் அறிவித்து இருந்தான். ஜனகன் வைத்து இருக்கும் அந்த வில்லை ராமனால் வளைக்க முடியும் என்று விசுவாமித்திரர் நம்பினார். ஆகவே இது பற்றி விசுவாமித்திரர் ராமனிடம் கூறினார். அதன் பிறகு ராம லஷ்மணர்களையும் மற்றும் பல முனிவர்களையும் அழைத்துக் கொண்டு விசுவாமித்திரர் மிதிலை நாட்டை நோக்கி நடந்தார்.

இவ்வாறு விசுவாமித்திரர் மிதிலையை நோக்கிச் செல்லும் போது அவரை பின் தொடர்ந்து, பறவைகளும் மிருகங்களும் சென்றன. அதைக் கண்ட விசுவாமித்திரர் அவைகளை வாழ்த்தி விட்டு திரும்பிச் செல்லும் படி கேட்டுக் கொண்டார். அதன் பிறகு பறவைகளும், மிருகங்களும் தனது இருப்பிடங்களுக்குத் திரும்பிச் சென்றன. தொடர்ந்து நடந்து சென்ற பிறகு சோணா நதி என்னும் நதிக்கரையை அடைந்தனர். அனைவரும் அங்கு ஓய்வெடுப் பதற்காக அமர்ந்தனர். பிறகு அந்த இடம் பற்றிய பல வரலாறுகளை விசுவா மித்திரர் கூறினார். அவ்வாறு பல வரலாறுகளை விசுவா மித்திரர் கூறி முடிக்கும் போது சூரியன் அஸ்தமனம் ஆனதால் அன்றைய இரவை அந்த இடத்திலேயே கழித்தனர்.

மறுநாள் காலையில் அனைவரும் சோணா நதியை கடந்து சென்றனர். அவர்கள் சிறிது நேரம் நடந்த பிறகு கங்கை நதிக் கரையை அடைந்தனர். அவர்கள் அந்த நதிக்கரையில் ஹோமங்கள் தர்ப்பணங்கள் முதலியவற்றை செய்து முடித்தனர். பிறகு உணவு உண்டு முடித்தவுடன் கங்கைக் கரையில் அமர்ந்து ஓய்வெடுத்தனர். அப்போது விசுவாமித்திரர் கங்கை நதியின் வரலாற்றைப் பற்றி ராம லஷ்மணர்களுக்குக் கூறினார். மலைகளுக்கெல்லாம் அரசனான ஹிமவான் என்பவனுக்கு கங்கை, உமையவள் ஆகிய இரண்டு மகள்கள் பிறந்தனர். இளையவளான உமையவள் ருத்ரரை மணந்தாள், மூத்தவளான கங்கை தேவலோகம் சென்று விட்டாள்.

ஒரு சமயம் தேவர்களை அசுரர்கள் கொடுமைப் படுத்தி வந்தனர். அந்த அசுரர்களை அழிக்க நினைத்த பரமேஷ்வரன் ஒரு பெரும் வன்மையை உண்டாக்கினார். அந்த வன்மையை அக்னி பகவான் ஏற்றுக் கொண்டு பிறகு அதை கங்கையிடம் சேர்த்தான். அதன் பிறகு அந்த வன்மையை கங்கை இமய மலையின் அடிவாரத்தில் விட்டாள். அப்போது அந்த சிவனின் வன்மையில் இருந்து முருகப் பெருமான் தோன்றினார். கிருத்திகை நட்சத்திரங்களின் ஆறு தேவதைகள் முருகனுக்கு பாலூட்டி வளர்த்ததால் அவர் ஆறு முகங்களைப் பெற்று ஆறுமுகன் என்ற பெயரை அடைந்தான். இவ்வாறு தோன்றிய ஆறுமுகப் பெருமான் அசுரர்களை வென்று தேவர்களைக் காப்பாற்றினான்.

முன்னொரு காலத்தில் அயோத்திக்கு ஸகரன் என்பவன் அரசனாக இருந்தான். அந்த அரசனுக்கு கேசினி, சுமதி என்ற இரண்டு மனைவிகள் இருந்தனர். இதில் கேசினி மூத்தவள் ஆவாள், ஸகரனுக்கு ஒரு முனிவர் கொடுத்த வரத்தின் மூலமாக கேசினிக்கு ஒரு மகனும் சுமதிக்கு அறுபதினாயிரம் மகன்களும் பிறந்தனர். ஸகரனின் மூத்த மகனான அஸமஞ்சன் என்பவன் நாட்டு மக்களை கொடுமைப் படுத்தி வந்தான். அதனால் கோபம் கொண்ட ஸகரன்

அஸமஞ்சனை தனது நாட்டை விட்டு துரத்தி விட்டான். ஆனால் அசமஞ்சனின் மகனும் ஸகரனின் பேரனும் ஆகிய அம்சுமான் என்பவன் பல நற்குணங்களைக் கொண்டு பெரும் வீரனாகவும் திகழ்ந்தான்.

ஒரு சமயம் ஸகரன் ஒரு மாபெரும் யாகம் நடத்தினார். அவ்வாறு யாகம் நடத்தும் போது பலநாடுகளையும் சுற்றி வருவதற்காக யாக குதிரைகளை அனுப்புவது வழக்கம். அவ்வாறு செல்லும் குதிரைகள் நல்லவிதமாக சுற்றிவர வேண்டும். அவ்வாறு குதிரைகள் வந்தால்தான் யாகம் முழுமை பெற்றதாக கருதப்படும்.

பல நாட்கள் ஆகியும் ஸகரன் அனுப்பிய யாக குதிரைகள் திரும்பி வரவில்லை. இதனால் கவலை அடைந்த ஸகரன் தனது 60,000 புதல்வர்களையும் அனுப்பி யாக குதிரைகளை பிடித்து வரும்படி கூறினான். அதன் பிறகு அந்த 60,000 பேரும் யாக குதிரைகளை தேடிக்கொண்டு பாதாள உலகம் வரையில் சென்றனர். அப்போது, பாதாள உலகத்தில் உள்ள கபில முனிவர் யாக குதிரைகளைப் பிடித்து வைத்து இருந்தார். இதனால் கோபம் அடைந்த ஸகரனின் மகன்கள் கபில முனிவரை தாக்குவதற்கு பாய்ந்தனர். அதனால் கோபம் கொண்ட கபில முனிவர் ஸகரனின் 60,000 மகன்களையும் ஒரே நொடியில் எரித்து சாம்பலாக்கினார்.

தனது 60,000 புதல்வர்களும் திரும்பி வராததால் ஸகர மன்னன் தனது பேரனாகிய அம்சுமானை அனுப்பினான். அதன் பிறகு 60,000 பேரையும் தேடிக் கொண்டு அம்சுமான் புறப்பட்டான். திசைகளை பாதுகாக்கும் தேவதைகள் அம்சுமான் செல்ல வேண்டிய வழியைப் பற்றிக் கூறினார்கள். தேவதைகள் கூறிய வழிகளில் சென்ற அம்சுமான் பாதாள உலகத்தை அடைந்தான். அந்த இடத்தில் யாக குதிரைகள் மேய்ந்து கொண்டு இருப்பதையும், மற்றொரு இடத்தில் 60,000 அரச குமாரர்களும் எரித்து சாம்பலாகி கிடப்பதையும் அறிந்தான்.

ஒரு கருடன் வந்து அம்சுமானை சந்தித்துப் பேசியது. 60,000 அரசகுமாரர்களும் எரிந்து சாம்பலான செய்தியை பற்றி அந்த கருடன் விளக்கிக் கூறியது. "இளவரசே, தேவலோகத்தில் உள்ள கங்கையை இந்த பூமிக்குக் கொண்டு வந்தால் இந்த 60,000 அரச குமாரர்களும், கங்கை நீரால் நனைக்கப்பட்டு பிறகு இவர்கள் அனைவரும் சொர்க்கலோகம் செல்வார்கள்" என்று அந்த கருடன் கூறியது. அதன் பிறகு யாக குதிரைகளை பிடித்துக் கொண்டு சென்ற அம்சுமான், கங்கையை பூமிக்கு கொண்டு வரும் முயற்சியில் ஈடுபட்டான்.

யாக குதிரைகளை பிடித்துக் கொண்டு வந்த அம்சுமான் தனது நாடாகிய அயோத்திக்கு வந்து சேர்ந்தான். 60,000 அரச குமாரர்கள் மாண்ட செய்தியையும் அவர்கள் சொர்க்கம் செல்ல வேண்டுமானால் கங்கையை பூமிக்குக் கொண்டு வர வேண்டும் என்றும் அம்சுமான் ஸகரனிடம் கூறினான். அதன் பிறகு ஸகரன் கங்கையை பூமிக்கு கொண்டு வர பலவாறு முயற்சித்தான், அவனது முயற்சி நிறைவேறாமலேயே ஸகரன் மாண்டான்.

ஸகரனுக்குப் பிறகு அம்சுமானும், பிறகு அம்சுமானின் மகனான திலீபனும், கங்கையை பூமிக்குக் கொண்டுவர தவம் செய்து முயற்சித்தனர். ஆனால் அவர்களின் முயற்சியால் கங்கையை பூமிக்கு கொண்டு வரமுடியவில்லை. அவர்களின் வம்சத்தில் தோன்றிய பகீரதன் என்பவன் தனக்கு புத்திரபாக்கியம் உண்டாக வேண்டும் என்றும், கங்கை பூமிக்கு வரவேண்டும் என்பதற்காகவும், தீயின் மத்தியில் நின்று கொண்டு கடும் தவம் புரிந்தான். பகீரதனின் இந்த தவத்தைக் கண்டு தேவர்களும் வியப்படைந்தனர்.

பிரம்ம தேவன் பகீரதனின் முன்னால் தோன்றி அவனின் தவத்தைப் பாராட்டிப் பேசினார். பிரம்ம தேவன் பகீரதனிடம், "உனக்கு என்ன வரம் வேண்டுமோ அதைக் கேள்" என்று கூறினார். அதற்கு பகீரதன், பகவானே ஸகர மன்னனின் மகன்களான 60,000 அரச குமாரர்களுக்கும் நான் புனித நீரை செலுத்த வேண்டும். ஆகவே

அந்த குமாரர்களுக்காக நீங்கள் கங்கையை பூமிக்கு வரும்படி செய்ய வேண்டும். அத்துடன் எனக்கு மக்கட் பேறையும் அளித்து அருள வேண்டும் என்று கூறினான்." பிறகு பிரம்ம தேவன், "பகீரதனே கங்கை பூமிக்கு வந்தால் அதை தாங்கும் சக்தி எனக்கில்லை. ஆகவே நீ சிவபெருமானை வேண்டி தவம் புரிவாயாக." இவ்வாறு கூறிய பிரம்மதேவன் "உனக்கு மக்கட்பேறு உண்டாகட்டும்" என்று கூறிவிட்டு மறைந்தார்.

பகீரதன் பரமசிவனையும் வேண்டி கடும் தவம் புரிந்தான். பகீரதனின் தவத்தை மெச்சிய பரமசிவன் அவனுக்கு முன்னால் தோன்றினார். கங்கை பூமிக்கு வரவேண்டும் என்ற தனது விருப்பத்தை பகீரதன் கூறினான். "அவ்வாறே ஆகட்டும்" என்று கூறிவிட்டு சிவபெருமான் மறைந்தார். கங்கையை பூமிக்கு அனுப்ப, பரமசிவன், பிரம்மன் மற்றும் தேவர்களும் முடிவு செய்தனர். அதன் பிறகு கங்கையும் பூமிக்குச் செல்லத் தயாரானாள்.

கங்கை பூமிக்குச் செல்லும்போது அவளின் வேகத்தை தாங்குவதற்காக சிவபெருமான் தயாராக நின்றான். இதை புரிந்துக் கொண்ட கங்கை தன் பலத்தைப் பற்றி கர்வம் கொண்டாள். நாம் பூமிக்குச் செல்லும் போது சிவனையும் அடித்துக் கொண்டு பாதாள லோகம் செல்ல வேண்டும் என்று நினைத்தாள். அதன் பிறகு கங்கை பூமியை நோக்கி மிகவும் வேகமாக பாய்ந்துச் சென்றாள். அவளின் எண்ணத்தைப் புரிந்துக் கொண்ட சிவபெருமான் கங்கையை அப்படியே தனது தலைமுடியில் தாங்கிக் கொண்டார்.

குறிப்பு: கங்கை நதியின் அம்சமே கங்கை என்ற தேவதை ஆவாள்.

சிவபெருமானின் தலையில் சிக்கிக்கொண்ட கங்காதேவி அவரின் தலையில் இருந்து விடுபட முடியாமல் தவித்தாள். இதனைத் தெரிந்துக் கொண்ட பகீரதன், மீண்டும் சிவபெருமானை நினைத்து தவம் செய்தான். அவன் எதிரில் சிவன் தோன்றிய பிறகு, கங்கையை

விடுவிக்கும்படி கேட்டுக் கொண்டான். அதன் பிறகு சிவபெருமான் கங்கையின் சக்தியைக் குறைத்து கங்கையை ஏழு நீரோட்டங்களாக பிரித்து விட்டார். அதில் ஒரு நீரோட்டம் பகீரதனின் பின்னால் சென்றது. இவ்வாறு சென்ற அந்த நீரோட்டத்தை பகீரதன் பாதாள லோகத்திற்கு அழைத்துச் சென்றான்.

பாதாள லோகத்திற்குச் சென்ற நீரோட்டம் சாம்பலாக இருந்த ஸரகனின் மகன்களின் மீது பாய்ந்தது. இவ்வாறு கங்கை நீர்பட்டதால் ஸரகனின் 60,000 மகன்களும் சொர்க்கலோகம் சென்றனர். அன்று முதல் கங்கை நீரை புனித நீராகக் கருதி மக்கள் அதில் நீராடி வருகின்றனர். இவ்வாறு கங்கை நதியின் வரலாற்றையும் அவற்றின் புனிதத் தன்மையையும் விசுவாமித்திரர், ராம, லஷ்மணர்களுக்கும் மற்ற முனிவர்களுக்கும் கூறினார். கங்கையின் வரலாற்றை விசுவா மித்திரர் கூறி முடித்தவுடன் அன்றைய இரவை கங்கைக் கரையில் கழித்தனர்.

மறுதினம் காலையில் அனைவரும் எழுந்து அவரவர் பூஜைகளை செய்து முடித்தனர். அதன் பிறகு ஒரு ஓடத்தில் ஏறி கங்கைக் கரையை கடந்தனர். அவ்வாறு கங்கையைக் கடந்தவுடன் மீண்டும் நடக்கத் தொடங்கினார்கள். அப்போது தொலைவில் விசாலை என்ற நகரத்தைக் கண்டனர். அந்த இடத்தில் நடந்த ஒரு நிகழ்ச்சியை விசுவாமித்திரர் கூறினார். அங்கு காசியபர் என்பவர் இருந்தார். காசியபருக்கு பலமும், சிறப்பும் மிக்க பல மகன்கள் இருந்தனர். அவர்கள் பாற்கடலை கடைந்து அதில் இருந்து அமிர்தம் எடுக்க நினைத்தனர். அந்த கடலை கடைவதற்கு மந்தர மலையை மத்தாகவும், பாம்புகளின் அரசனான வாசுகி என்ற பாம்பை கயிறாகவும் பயன்படுத்தினர்.

இவ்வாறு வாசுகி என்ற பாம்பை கயிறாக பயன்படுத்தி பாற்கடலை கடையும்போது, மூவுலகையும் அழித்து விடக்கூடிய ஆலஹாலம் என்ற கொடிய விஷம் வெளிப்பட்டது. இந்த விஷத்தில் இருந்து பயங்கர வாடை வீசியது. இதனால் மிகவும் பயம் அடைந்த

காசியபரின் புதல்வர்கள் பரமேஷ்வரனிடம் சரணடைந்தனர். அப்போது மகாவிஷ்ணுவும், தேவர்களும், சிவபெருமானை அணுகி அந்த விஷத்தை ஏற்றுக் கொள்ளும்படி கூறினர். அதன் பிறகு சிவபெருமான் அந்த விஷம் முழுவதையும் தனது கையில் அடக்கி பிறகு தனது வாயில் போட்டுக் கொண்டு விழுங்கினார். அவ்வாறு விழுங்கிய விஷத்தை தனது கழுத்திலேயே தங்கிவிடும்படி செய்துவிட்டார். பரமேஷ்வரனின் இந்த செயலைக் கண்டு தேவர்கள் வியப்படைந்து அவரைப் பாராட்டினார்கள்.

பாற்கடலை கடைவதற்கு மத்தாக பயன்பட்ட மந்தார மலையானது கடலில் மூழ்கி பாதாள உலகம் சென்றுவிட்டது. இதனால் தேவர்கள் கவலை அடைந்தனர். மந்தார மலையை மீண்டும் மேலே கொண்டு வரும்படி தேவர்கள் மகாவிஷ்ணுவை கேட்டுக் கொண்டனர். அதன் பிறகு மகாவிஷ்ணு ஆமை உருவத்தை அடைந்து பாதாள உலகம் சென்றார். ஆமை உருவத்தில் இருந்த மகாவிஷ்ணு மந்தர மலையை தனது முதுகில் சுமந்துக் கொண்டு மேலே வந்தார். மகாவிஷ்ணு மந்தார மலையை மீண்டும் பழையபடி மேலே நிறுத்தினார்.

இதுபோன்ற வரலாறுகளை கூறிக்கொண்டு விசுவாமித்திரர் விசாலை நகரத்தின் எல்லை ஓரமாக நடந்துச் சென்றார். அப்போது ஸுமதி என்ற அரசன் விசால நகரத்தை ஆட்சி புரிந்துக் கொண்டு இருந்தான். தனது நகரத்தின் அருகில் விசுவாமித்திரர் சென்றுக் கொண்டு இருப்பதை ஸுமதி அரசன் அறிந்தான். அதன் பிறகு ஸுமதி அரசன், விசுவாமித்திரர், ராம, லஷ்மணர்கள் மற்றும் அவருடன் வந்த முனிவர்களையும் தனது அரண்மனைக்கு அழைத்து உபசரித்தான். ஸுமதி அரசன் விசுவாமித்திரருக்கு தகுந்த பூஜைகளைச் செய்தான். விசுவாமித்திரர் அந்த அரசனை வாழ்த்தினார். அதன் பிறகு விசுவாமித்திரர் உள்பட அனைவரும் அன்றைய இரவை விசாலை நகரத்திலேயே கழித்தனர்.

12. அஹல்யை சாப விமோசனம்

மறுநாள் காலையில் எழுந்து தங்களது ஜெபங்களை முடித்துவிட்டு மீண்டும் மிதிலை நகரை நோக்கி நடந்தனர். சிறிது நேரம் நடந்த பிறகு அழகுமிக்க மிதிலை நகரைக் கண்டனர். அங்கு ஒரு பழமையான ஆசிரமம் இருப்பதைக் கண்ட ராமன் அந்த ஆசிரமத்தைப் பற்றிக் கூறும்படி ராமன் விசுவாமித்திரரைக் கேட்டான். அதன் பிறகு அந்த ஆசிரமத்தைப் பற்றி விசுவாமித்திரர் கூற ஆரம்பித்தார். இது புகழ்மிக்க கௌதம மகரிஷியின் ஆசிரமம் ஆகும். கௌதம மகரிஷிக்கு அஹல்யை என்ற அழகு மிக்க மனைவி இருந்தாள்.

ஒரு சமயம் அஹல்யையின் அழகில் மயங்கிய இந்திரன் கௌதமரின் உருவத்தில் வந்தான். பிறகு இந்திரன் அஹல்யையிடம் ஆசை வார்த்தைகளைப் பேசினான். இந்திரன் அஹல்யையிடம், "நான் இப்போது உன்னுடன் சேர விரும்புகிறேன். ஆகவே எனது ஆசையை நிறைவேற்றுவாயாக" என்று கூறினான். அப்போது கௌதம மகரிஷி வெளியில் சென்று இருந்தார். தனது கணவராகிய கௌதமரின் உருவத்தில் இந்திரன் வந்து இருக்கின்றான் என்பதை அஹல்யை தெரிந்துக் கொண்டாள்.

தனது அழகில் மயங்கி இந்திரனே வந்து இருக்கின்றான் என்று நினைத்து அஹல்யை கர்வம் கொண்டாள். ஆகவே அஹல்யை இந்திரனுடன் சேர்ந்தாள். அதன் பிறகு அஹல்யை இந்திரனிடம், "எனது கணவர் வரும் நேரம் நெருங்கிவிட்டது. ஆகவே உடனே நீங்கள் இங்கிருந்து சென்று விடுங்கள்" என்று கூறினாள். அவ்வாறு அவள் சொல்லிக் கொண்டு இருக்கும் போதே கௌதம மகரிஷி அங்கு தோன்றினார். நடந்த விஷயங்களை கௌதம மகரிஷி தனது ஞானத்தால் தெரிந்துக் கொண்டார். அதனால் பெரும் கோபம் அடைந்த கௌதமரின் முகம் தீயைப்போல் ஜொலித்தது.

கௌதமர் இந்திரனைப் பார்த்து "கெட்ட எண்ணம் கொண்டவனே, யாரும் செய்யக்கூடாத ஒரு பெரும் பாவ காரியத்தை நீ செய்துவிட்டாய் ஆகவே இன்று முதல் நீ உனது ஆண்மையை இழந்தவனாகக் கடவாய்" என்று சாபமிட்டார். பிறகு கௌதமர் தன் மனைவியைப் பார்த்து, "பெண்ணே வந்து இருப்பது இந்திரன் என்பதை நீ தெரிந்து கொண்ட பிறகும், நீ அவனிடம் சேர்ந்தாய். இந்த பாவத்தைச் செய்த நீ காற்றையே உணவாகக் கொண்டு கல்லாக மாறக்கடவாய். பின்னொரு காலத்தில் இங்கு சிறப்பு மிக்க ராமன் வருவான். அப்போது ராமன் இந்த ஆசிரமத்தில் நுழைந்தவுடன், உனது பாவம் விலகி உன்னுடைய பழைய உருவத்தை அடைந்து பிறகு என்னுடன் சேருவாய்." இவ்வாறு கூறிய கௌதமர் தவம் செய்வதற்காக இமய மலைச்சாரலுக்குச் சென்று விட்டான்.

இவ்வாறு கௌதம முனிவரின் வரலாற்றைக் கூறிய விசுவாமித்திரர் ராமனிடம், "அரசகுமாரா, புண்ணிய சீலராகிய நீ இந்த ஆசிரமத்திற்குள் சென்றால் கல்லாக இருக்கும் அஹல்யையின் சாபம் விலகி, அவளின் பாவமும் விலகி தன்னுடைய அழகிய உடலைப் பெறுவாள்." இவ்வாறு விசுவா மித்திரர் கூறிய பிறகு விசுவா

மித்திரர் ஆசிரமத்திற்குள் நுழைந்த பிறகு அவரைத் தொடர்ந்து ராம, லஷ்மணர்களும் மற்ற முனிவர்களும் சென்றனர்.

கௌதம மகரிஷியின் ஆசிரமத்தில் ராமரின் பாதம் பட்டவுடன் அஹல்யையின் பாவம் விலகி அவள் தன்னுடைய பழைய அழகிய உருவத்தை அடைந்தாள். அதன் பிறகு அஹல்யை விசுவமித்ரருக்கும், ராமருக்கும் தகுந்த பூஜைகளை செய்து வணங்கினாள். அப்போது அங்கு கௌதம மகரிஷி தோன்றினார். அஹல்யை பாவம் நீங்கியவளாக பழைய உருவத்தை அடைந்ததால் அவளை கௌதமர் ஏற்றுக் கொண்டார். விசுவாமித்திரர், ராமன் முதலியவர்களை கௌதமர் வழி அனுப்பி வைத்தார். அதன் பிறகு விசுவாமித்திரர், ராமன், லஷ்மணன் மற்ற முனிவர்கள் அனைவரும் ஜனகராஜனின் அரண்மனையை நோக்கி நடந்தனர்.

மிதிலை நாட்டு அரசனாக ஜனக மகாராஜன் யாகம் நடத்து வதற்காக ஒரு யாக சாலையை அமைத்து இருந்தான். மிதிலை நகருக்கு விசுவாமித்ரரும், ராம, லஷ்மணர்களும் ஜனகனின் யாக சாலையில் தங்கிவிட நினைத்தனர். விசுவாமித்திரர் யாக சாலைக்கு வந்து இருக்கும் செய்தியை ஜனகராஜன் தெரிந்துக் கொண்டான். ஜனகராஜன் தனது புரோகிதரான சதானந்தரை அழைத்துக் கொண்டு விசுவாமித்திரரை சந்தித்தான். பிறகு ஜனகன் விசுவாமித்திரருக்கு தகுந்த மரியாதையுடன் பூஜைகள் செய்து வணங்கினார். ஜனகரின் புரோகிதராகிய சதானந்தர் அஹல்யையின் மகன் ஆவார். அஹல்யை ராமரால் சாப விமோஷனம் பெற்று மீண்டும் கௌதமரிடம் சேர்ந்த செய்தியை விசுவாமித்திரர் சதானந்தரிடம் கூறினார்.

ராம, லஷ்மணர்களைக் கண்ட ஜனகராஜன் அவர்களின் தோற்றத்தையும் கம்பீர நடையையும், ஒளிவீசும் முகத்தையும் கண்டு

வியப்படைத்தான். பிறகு அவர்களைப் பற்றி ஜனகன் விசுவாமித்தரிடம் கேட்டான். அதற்கு விசுவாமித்திரர் பதில் அளித்தார். ராம, லஷ்மணர்கள் தன்னுடன் வந்த காரணத்தையும் அவர்களின் வீர தீர செயல்களையும் விசுவாமித்திரர் ஜனகனிடம் கூறினார். "மேலும் நீங்கள் வைத்து இருக்கும் தெய்வீக வில்லை ராமனால், வளைக்க முடியும். ஆகவே அந்த வில்லை நாங்கள் பார்க்க விரும்புகின்றோம்" என்றும் விசுவாமித்திரர் ஜனகரிடம் கூறினார். அதன் பிறகு ஜனகர் சீதையைப் பெற்ற விதத்தையும், அவர் வைத்துக் கொண்டு இருந்த தெய்வீக வில்லைப் பற்றியும் கூறினார்.

13. ராமன் ஜனகனின் வில்லை உடைத்தான்

ஒரு சமயம் ஜனகராஜன் ஒரு யாகம் செய்வதற்காக தனது நிலத்தை தானே உழுதான். அப்போது அந்த நிலத்தில் ஒரு அழகிய குழந்தையைக் கண்டான். இந்த குழந்தை பூமாதேவியின் அம்சம் ஆகும். ஜனகன் அந்த குழந்தைக்கு சீதை என்று பெயர் சூட்டினான். சீதை ஜனகரிடம் சீரும் சிறப்புமாக வளர்ந்து வந்தாள். அவள் பெரும் அழகியாக ஒளிவீசும் முகத்துடன் இருந்தாள். ஜனகன் தன்னிடம் உள்ள தெய்வீக வில்லை வளைத்து நாண் ஏற்றுபவர்களுக்கு, சீதையை மணமுடித்து வைப்பதாக அறிவித்து இருந்தான். அதன் பிறகு பலநாட்டு அரசர்களும், அரச குமாரர்களும் வந்து அந்த வில்லை வளைக்க முயன்றனர். ஆனால் இதுவரையிலும் அந்த வில்லை யாராலும் வளைக்க முடியவில்லை.

சீதையைப் பெற்ற செய்தியைக் கூறிய ஜனகர், அடுத்து தனது தெய்வீக வில்லைப் பற்றி கூறினார். ஒரு காலத்தில் தக்ஷன் என்பவன் பெரும் யாகத்தை நடத்தினார். அந்த யாகத்தின் போது தக்ஷன் சிவனை மதிக்காமல் அவமதித்ததால், இதனால் கோபம் கொண்ட சிவபெருமான் அந்த யாகத்திற்காக கூடியிருந்த தேவர்களின் மீதும் கோபம் அடைந்தார். ஆகவே சிவபெருமான் அங்கிருந்தவர்களை எல்லாம் கொல்வதற்காக தனது வில்லை எடுத்தார். இதனால் பயந்த

தேவர்கள் சிவபெருமானிடம் சரண் அடைந்தனர். அதன் பிறகு சிவபெருமான் தேவர்களிடமே தனது வில்லை கொடுத்து விட்டுச் சென்று விட்டார். தேவர்கள் அந்த வில்லை தேவராதரிடம் கொடுத்து விட்டனர்.

ஜனகனின் முன்னோர்களில் தேவரதனும் ஒருவர். அவ்வாறு தனது முன்னோர்களின் மூலமாக ஜனகராஜன் சிவபெருமானின் வில்லைப் பெற்றார். இப்போது அந்த வில்லை வளைப்பவர் களுக்குத்தான் சீதையை மணமுடித்து வைப்பதாக ஜனகன் அறிவித்து இருந்தான். அந்த வில்லை ராமன் பார்க்க வேண்டும் என்று விசுவாமி த்திரர் கூறினார். அதன் பிறகு அந்த வில்லைக் கொண்டு வரும்படி ஜனகன் தனது பணி ஆட்களுக்கு உத்தரவு பிறப்பித்தான். எட்டு சக்கரங்கள் பொருத்தப்பட்ட மிகப் பெரிய ஜனகனின் வண்டியை நூற்றுக்கணக்கான ஆட்கள் இழுத்துக் கொண்டு வந்தனர். பிறகு ராமனின் முன்னால் அந்த வண்டி நிறுத்தப்பட்டது. அந்த வண்டியில் ஒரு பிரமாண்டமான வில் வைக்கப்பட்டிருந்தது.

அந்த வில்லைக் கண்ட ராமன் அதை வளைப்பதற்கு அனுமதி கேட்டான். பிறகு விசுவாமித்திரரும், ஜனகரும், ராமனுக்கு அனுமதி அளித்தனர். அவ்வாறு அவர்கள் அனுமதி கொடுத்த வுடன் ராமன் அந்த வில்லை ஒரு பூவைப்போல மிக எளிதாகத் தூக்கினார். ராமன் அந்த வில்லை வளைத்து நாண் ஏற்றினான். அப்போது அந்த வில் பயங்கர சப்தத்துடன் உடைந்து தரையில் விழுந்தது. அந்த வில் உடையும் போது ஒரு பெரும் இடி ஓசைக்கேட்டது. அந்த சப்தத்தைக் கேட்டு அங்கிருந்து பலரும் மூர்ச்சித்துத் தரையில் விழுந்தனர். ஜனகர், விசுவாமித்திரர், லக்ஷ்மணன் ஆகியவர்கள் வியப்பும் மகிழ்ச்சியும் அடைந்தனர். மூர்ச்சித்து விழுந்தவர்கள் சிறிது நேரம் கழித்து எழுந்தனர்.

ஜனகன், விசுவாமித்திரரைப் பார்த்துப் பேசினார். “மரியாதைக்குரிய மாமுனிவர் அவர்களே, இந்த உலகில் யாராலும்

வளைக்க முடியாத தெய்வீக வில்லை ராமன் உடைத்து விட்டான். ஆகவே நான் ராமன் சீதை திருமணத்தை உடனே சிறப்பாக செய்து வைக்க விரும்புகின்றேன். இந்த திருமணத்தை இந்த மிதிலை நகரிலேயே செய்ய விரும்புகின்றேன். ஆகவே தசரதனும் அவன் மனைவிமார்களும் மற்றுமுள்ள அவரது உறவினர்களும், நண்பர்களும் இங்கு விரும்புகின்றேன் அதற்காக நீங்கள் எனக்கு அனுமதி வழங்கவேண்டும்.” இவ்வாறு ஜனகன் விசுவாமித்திரரைக் கேட்டுக் கொண்டதற்கு விசுவாமித்திரரும் அனுமதி அளித்தார். அதன்பிறகு ஜனகராஜன் தனது மந்திரிகளை அயோத்திக்கு அனுப்பினார்.

ஜனகனின் மந்திரிகள் அயோத்திக்குப் புறப்பட்டனர். அயோத்தியின் அரண்மனையை அடைந்த ஜனகனின் மந்திரிகள் அயோத்தி மன்னனான தசரதனை வணங்கி நின்று பேசத் தொடங்கினர். “யாராலும் வளைக்க முடியாத ஜனகனின் வில்லை ராமன் வளைத்து ஒடித்ததையும், அந்த வில்லை வளைத்ததால் ஜனகனின் மகள் சீதையை ராமனுக்கு மணமுடிக்க ஜனகன் விரும்பியதையும், ராமன் சீதை திருமணத்தை சிறப்பான முறையில் நடத்த ஜனகன் விரும்புவதையும், அவ்வாறு ராமன், சீதை திருமணத்தை நடத்தி வைக்க தாங்களும் தங்களது உறவினர்களும் பெரியோர்களும் மிதிலை நகருக்கு வரவேண்டுமாறு ஜனகராஜன் கேட்டுக் கொண்டார்.” இவ்வாறு ஜனகனின் மந்திரிகள் தசரத மன்னனிடம் கூறினார்கள். ஜனகனின் மந்திரிகள் கூறிய செய்திகளைக் கேட்டு தசரத மன்னனும் அவரது மனைவிகளும் மிகுந்த மகிழ்ச்சி அடைந்தனர்.

14. ராமன் சீதை திருமணம்

தசரதன் ஸுமத்திரரையும், வசிஷ்டரரையும் அழைத்து ராமர் சீதை திருமண சடங்குகள் பற்றி ஆலோசனை நடத்தினார். அடுத்த தினம் மிதிலை நகருக்குச் செல்லத் தயாரானார்கள். ரதங்களும், பல்லக்குகளும் தயாரானது. பலவிதமான ஆபரணங்களையும், பரிசுப்பொருள்களையும் எடுத்துக் கொண்டனர். வசிஷ்டர், காசிபர், வாமதேவர், ஜாபாலி மார்க்கண்டேயர் மற்றும் பல பண்டிதர்கள், பெரியோர்கள், தசரதனின் உறவினர்கள், நண்பர்கள் முதலியவர்களை அழைத்துக் கொண்டு தசரதன் தனது படை பரிவாரங்களுடன் மிதிலை நகருக்குப் புறப்பட்டுச் சென்றார்.

தசரத மன்னன் தனது படை, பரிவாரங்களுடன் மிதிலைக்கு சென்று அடைந்தான். இவ்வாறு தசரதன் வந்திருப்பதைக் கண்டு, ஜனகன் அளவற்ற மகிழ்ச்சி அடைந்தான். ஜனகராஜன், தசரதனையும் அவனைச் சேர்ந்த பெரியோர்களையும் வரவேற்று நன்கு உபசரித்தான். "நீங்கள் வந்ததால் என் குலம் பெருமை அடைந்தது. நான் செய்த புண்ணியத்தின் பலனை இன்று அடைந்தேன். நான் இப்போது ஒரு யாகம் நடத்திக் கொண்டு வருகின்றேன் அதற்கு நீங்கள் அனுமதி கொடுக்க வேண்டும் என்று கேட்டுக் கொள்கின்றேன்." இவ்வாறு ஜனகராஜன் தசரதனிடம் கூறினார்.

ஜனகர் கூறிய யோசனையை தசரத மன்னனும் ஏற்றுக்

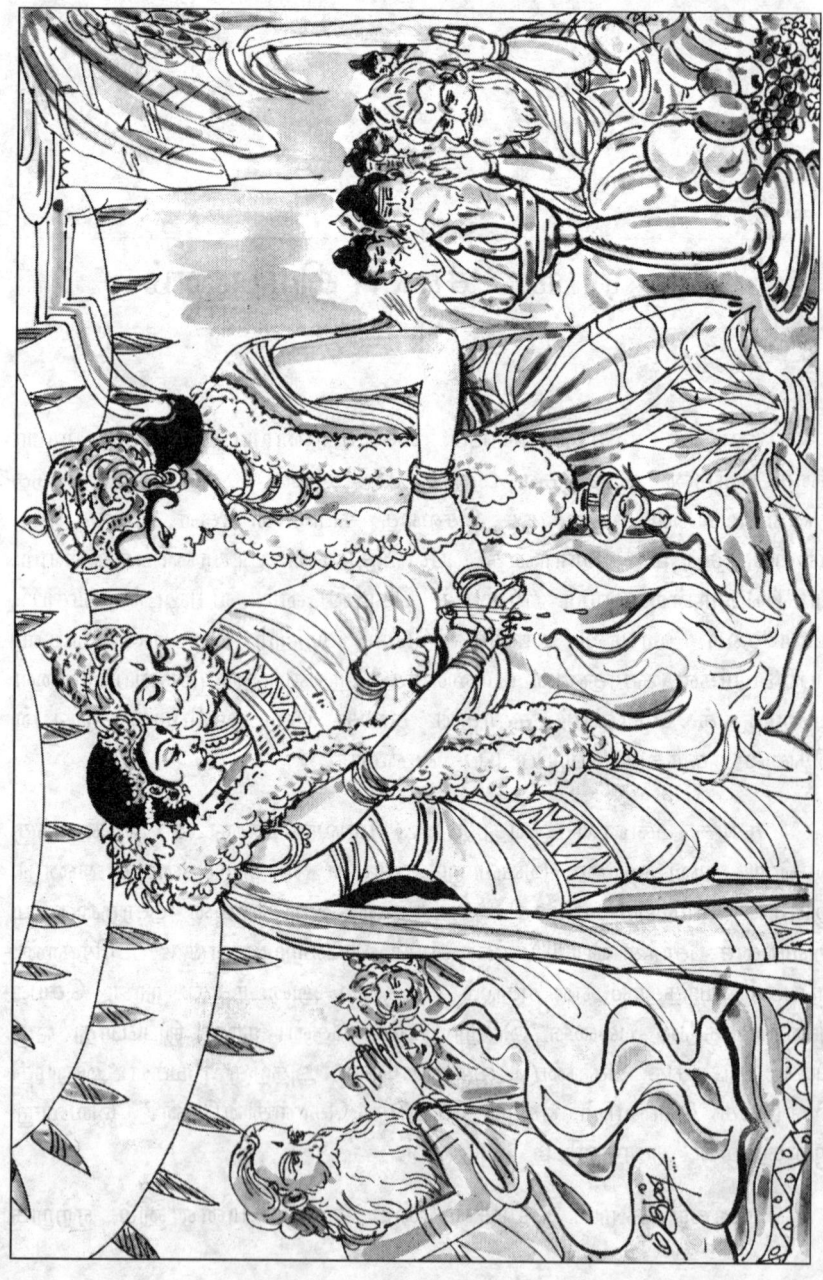

கொண்டான். பிறகு தசரதன், ஜனகரிடம், "மிதிலை அரசே நீங்கள் தானம் கொடுப்பவர் நாங்களோ தானம் பெறுபவர்கள். ஆகவே உங்களின் சீதையை ராமனுக்குக் கொடுக்கப் போகும் நீங்கள் தான் இந்த திருமணத்திற்கான நாளை குறிப்பிடவேண்டும்." என்று கூறினான். தசரதனின் உயர்வான பேச்சைக் கேட்டு ஜனகன் மகிழ்ச்சி அடைந்து தசரதனைப் பாராட்டினான். வசிஷ்டர் ஸுமந்திரர் மற்றும் பல பெரியோர்களையும் ஜனகன் வணங்கி அவர்களின் நலன் பற்றி விசாரித்து மகிழ்ச்சி அடைந்தான். பிறகு ராமன், சீதை திருமணத்திற்கான கால நேரம் குறிக்கப்பட்டது.

தசரதனும் அவரைச் சார்ந்த பெரியோர்களும், ஜனகனும், அவனைச் சார்ந்த பெரியோர்களும் கூடியிருந்த சபையில் தசரதன் ஒரு கோரிக்கையை முன் வைத்துப் பேசினான். எனது மகள் சீதையை ராமனுக்கும், எனது மற்றொரு மகளை, லஷ்மணனுக்கும் மணமுடித்து வைக்க விரும்புகின்றேன். எனக்கு குசத்வஜன் என்ற இளைய சகோதரன் இருக்கின்றான். இப்போது அவன் ஸாங்காஸ்ய நகரத்தின் அரசனாக ஆட்சி புரிந்து வருகின்றான். அவனுக்கு மாண்டவி கிருதகீர்த்தி என்ற இரண்டு மகள்கள் உள்ளனர். மாண்டவியை பரதனுக்கும், கிருதகீர்த்தியை சத்ருக்கனுக்கும், ஆக மொத்தம் நான்கு திருமணங்களையும் ஒரே மணமேடையில் நடத்த விரும்புகின்றேன். இதற்கு தங்கள் கருத்துகளை கூறவேண்டுமாறு கேட்டுக் கொள்கின்றேன். இவ்வாறு ஜனகராஜன் தசரதனையும் மற்ற பெரியோர்களையும் கேட்டு கொண்டான்.

ஜனகனின் பேச்சைக் கேட்டு அனைவரும் வியப்பும் மகிழ்ச்சியும் அடைந்தனர். தசரதனும் பெரும் மகிழ்ச்சி அடைந்தான். அப்போது விசுவாமித்திரர் ஜனகராஜனைப் பார்த்து "ஜனக மன்னனே நீ மேன்மையான வம்சத்தில் தோன்றியவன். ஆகவே உனது பேச்சும் மேன்மையாகவே இருக்கும். தசரதனும் புகழ்மிக்க இஷ்வாகு குலத்தைச் சேர்ந்தவன். உங்களது இருவர் குலமும் உயர்வானது. ஆகவே நீ விரும்பியபடியே, ராமனுக்கு சீதையையும், லஷ்மணனுக்கு

ஊர்மிளையையும், மாண்டவியை பரதனுக்கும், கிருதகீர்த்தியை சத்ருக்கனனுக்கும் மணமுடித்து வைக்கலாம்" என்று கூறினார். விசுவாமித்திரரின் இந்த கூற்றை வசிஷ்டர், சதானந்தர் போன்ற பெரியோர்களும் பண்டிதர்களும் ஏற்றுக் கொண்டனர்.

திருமணத்திற்கான நாள் நெருங்கிவிட்டதால் திருமண மண்டபம் நன்றாக அலங்கரிக்கப்பட்டது. பலவித நல்ல வாசனை மலர்களால் மணப்பந்தல் அலங்கரிக்கப்பட்டது. சதானந்தரும், வசிஷ்டரும் யாக மேடையை அமைத்தனர். திருமண நேரம் நெருங்கியது. விசுவா மித்திரரும் சதானந்தரும் யாக மேடையின் அருகில் அமர்ந்தனர். வசிஷ்டர் யாகம் வளர்த்து திருமண சடங்குகளைச் செய்தார். பிறகு ராமனையும், சீதையையும், மணமேடையில் அமரச் செய்தனர். பலவிதமான வாத்தியங்கள் முழங்க ராமரும், சீதையும் மாலை மாற்றிக் கொண்டனர். இவ்வாறு ராமன் சீதை திருமணம் முடிந்தது.

ராமரும் சீதையும், விசுவாமித்திரரின் கால்களில் விழுந்து வணங்கினர். விசுவாமித்திரர் அவர்களை, "பெரும் மகிழ்ச்சியுடன் எல்லாவித செல்வங்களையும் பெற்று நீடூழி வாழ வேண்டும்" என்று வாழ்த்தினார். வசிஷ்டர் சதானந்தர் போன்ற பல பெரியோர்களிடமும் ராமனும், சீதையும் ஆசிர்வாதம் பெற்றனர். தசரதன், ஜனகன் ஆகியவர்களிடமும் ஆசிர்வாதம் பெற்றனர். அப்போது ஜனகன் ராமனிடம் பேசினார் "என்னுடைய மகளாகிய சீதை ஒரு பதிவிரதை, பெரும் பாக்கியவதி உன் நிழல்போல எப்போதும் உன்னுடனேயே இருப்பாள்." இவ்வாறு ஜனகன் கூறி ராமன் சீதையை வாழ்த்தினார். அப்போது வானத்தில் இருந்து தேவர்கள் ராமன் சீதை மீது பூமாரி பொழிந்தனர். அப்போது தெய்வீக வாத்தியங்களும் முழங்கின.

இந்தத் திருமணத்தில் கைகேயியின் சகோதரன் ஆன யுதாஜித் என்பவனும் தற்செயலாக வந்து கலந்துக் கொண்டான். கேகய நாட்டு மன்னனின் மகன் யுதாஜித் பரதனுக்கு தாய்மாமன் ஆவான். கேகய நாட்டு மன்னன் பரதனைப் பார்க்க விரும்பினான். ஆகவே பரதனை அழைத்து வருவதற்காக கேகய நாட்டு மன்னன் தனது மகனாகிய

யுதாஜித்தை அயோத்திக்கு அனுப்பி இருந்தான். அதன் பிறகு யுதாஜித் அயோத்திக்கு வந்தான். பரதன் மிதிலை நாட்டுக்கு சென்ற இருப்பதாக அயோத்தி அரண்மனையில் உள்ளவர்கள் கூறினார்கள். ஆகவே யுதாஜித் பரதனை அழைத்துச் செல்வதற்காகவே மிதிலை நாட்டுக்கு வந்தான். இவ்வாறு தற்செயலாக மிதிலை நாட்டுக்கு வந்த யுதாஜிக்கும் தகுந்த மரியாதை செய்யப்பட்டன.

ராமன் சீதை திருமணம் முடிந்தவுடன் அதே திருமண மேடையில் லஷ்மணனுக்கும், ஜனகனின் மற்றொரு மகளான ஊர் மிளைக்கும் திருமணம் நடந்தது. இந்த திருமணம் முடிந்தப் பிறகு குசத்வஜரின் மகளான மண்டவிக்கும், பரதனுக்கும் திருமணம் நடந்து முடிந்தது. அதன் பிறகு கடைசியாக குசத்வஜரின் மற்றொரு மகளான கிருத கீர்த்திக்கும் சத்ருக்கணனுக்கும் திருமணம் நடந்தது. இவ்வாறு நான்கு திருமணம் ஒரே மேடையில் வெகு சிறப்பாக நடந்து முடிந்தது. இந்தத் திருமணம் குறித்து தசரதனும், ஜனகனும் அளவற்ற மகிழ்ச்சி அடைந்தனர். இந்த திருமணம் முடிந்த மறுதினம் விசுவாமித்திரர் இமயமலை செல்லத் தயாரானார். பிறகு விசுவாமித்திரர் மீண்டும் மணமக்களை வாழ்த்திவிட்டு அனைவரிடமும் விடை பெற்றுக் கொண்டு இமய மலைக்குப் புறப்பட்டார்.

விசுவாமித்திரர் சென்ற பிறகு தசரதன் தனது மகன்கள், தனது மருமகள்கள் மற்றும் அயோத்தியில் இருந்து வந்தவர்களையெல்லாம் அழைத்துக் கொண்டு தனது படை பரிவாரங்களுடன் அயோத்திக்குப் புறப்படத் தயாரானார். அப்போது ஜனகராஜன் தரசதனுக்குப் பலவிதமான பரிசுப் பொருள்களை வழங்கினார். வெள்ளிப் பாத்திரங்கள், தங்கப் பாத்திரங்கள், நவரத்தின மாலைகள், குதிரைகள், யானைகள் போன்ற பல பொருள்களையும் ஜனகராஜன் தசரதனுக்குக் கொடுத்து வழி அனுப்பி வைத்தான். அதன்பிறகு தசரதன் தனது படை பரிவாரங்களுடன் அயோத்திக்குப் புறப்பட்டான். இவ்வாறு அவர்கள் சென்று கொண்டு இருந்த போது ஓரிடத்தில் அவர்களுக்கு எதிரே பரசுராமர் வந்துக் கொண்டு இருந்தார்.

15. பரசுராமன் பணிந்தார்

பரசுராமரின் தந்தை ஜமதக்னி என்ற முனிவராவார். பெரும் தபஸ்வியான ஜமதக்னி முனிவரை கார்த்த வீர்யா ஜீனன் என்ற ஷத்திரிய வீரன் கொன்று விட்டான். ஆகவே பரசுராமா் ஷத்திரிய வம்சத்தின் மீது கடும் கோபம் கொண்டார். பிராமண குலத்தைச் சேர்ந்த பரசுராமா் தனது கோடாரி ஆயுதத்தாலும், தனது சக்தி மிகுந்த பாணங்களாலும், ஆயிரக்கணக்கான ஷத்திரியர்களை கொன்று குவித்தார். பரசுராமா் ஷத்திரிய வம்சத்தை அழிப்பதையே குறிக்கோளாகக் கொண்டு இருந்தார். பல ஷத்திரியர்களைக் கொன்ற பரசுராமா் சில காலத்திற்குப் பிறகு கோபம் தணிந்தவராக இருந்தார்.

தசரதனின் வம்சமும் ஷத்திரிய வம்சமாகும். ஆகவே பரசுராமா் வருவதைக் கண்டு தசரதன் பயந்தான். பரசுராமா் அருகில் வந்தவுடன் வசிஷ்டரும் மற்ற ரிஷிகளும், தசரதனும் பரசுராமரை வணங்கி வரவேற்று உபசரித்தனர். அந்த உபசரிப்புகளை பரசுராமா் ஏற்றுக் கொண்டார். அதன் பிறகு பரசுராமா் ராமனைப் பார்த்துப் பேசத் தொடங்கினார்.

“ஷத்திரிய வம்சத்தில் தோன்றிய தசரதனின் மகனாகிய ராமனே. நீ ஜனகனின் வசம் இருந்த சிவனின் வில்லை வளைத்து உடைத்து விட்டதாக அறிந்தேன். எனது முன்னோர்களின் மூலம்

கிடைத்த சக்தி மிகுந்த விஷ்ணுவின் வில்லை நான் கொண்டு வந்து இருக்கின்றேன். நீ என்னிடம் உள்ள சிவனின் வில்லை வளைத்து நாண் பூட்டி விட்டால் உன்னை ஒரு வீரன் என்று நான் ஒப்புக் கொள்வேன். அதன் பிறகு நீ என்னுடன் போர்புரிய சமமானவன் ஆகிறாய். ஆகவே என் வசம் இருக்கும், விஷ்ணுவின் வில்லை வளைத்து என்னுடன் போர்புரிவாயாக. அவ்வாறு நீ என்னுடன் போர் செய்ய விரும்பவில்லையென்றால், நீ என்னிடம் தோல்வி அடைந்தாக ஒப்புக் கொள்ளவேண்டும்". இவ்வாறு பரசுராமர் கூறி முடித்தவுடன் ராமன் பரசுராமரின் கையில் இருந்த வில்லை மிக எளிதாக வாங்கி நாணைப் பூட்டினான். அதன் பிறகு அந்த வில்லில் ஒரு அம்பை பொருத்திக் கொண்டு பரசுராமரைப் பார்த்துப் பேச ஆரம்பித்தான்.

தசரதன் பரசுராமரை நினைத்து பயந்தபடி நின்றான். அப்போது ராமன் பரசுராமரிடம், "நீங்கள் என்னுடைய பூஜைக்குரிய குருவாகிய விசுவாமித்திரருக்கு வேண்டியவர் என்பதால் உங்களை கொல்ல நான் விரும்பவில்லை. ஆனால் நீங்களோ எனது கோபத்தை தூண்டி விட்டீர்கள். ஷத்திரிய வம்சத்தில் உதித்த நான் இப்போது எடுத்து இருக்கும் அம்பை வீணாக்க முடியாது. இப்போது நான் இந்த அம்பு மூலமாக உங்கள் புகழை அழிக்கட்டுமா அல்லது உங்கள் தவ வலிமையை அழிக்கட்டுமா, உங்களது தவவலிமையால் சிறப்பான உலகங்களை வெல்லக்கூடிய உங்களது சிறப்பை அழிக்கட்டுமா எனது அம்பை வீணாக்காமல் இருக்க நான் என்ன செய்ய வேண்டும் அதை நீங்களே கூறுங்கள்." இவ்வாறு பரசுராமரிடம் ராமன் கேள்வி கேட்டான்.

ராமன் மிக சுலபமாக விஷ்ணுவின் வில்லை வளைத்து அதில் நாண் ஏற்றி அம்பு பூட்டியதையும், பேசியதையும் கண்ட பரசுராமன், மிகவும் வியப்படைந்தார். பிறகு பரசுராமர், ராமரிடம் தசரதனின் மகனே உனது வீரச்செயல்கண்டு நான் வியப்படைகின்றேன். யாராலும் வளைக்க முடியாத விஷ்ணுவின் வில்லை நீ வளைத்து விட்டாய்.

நான் உன்னிடம் தோல்வி அடைந்ததாக ஒப்புக் கொள்கிறேன். ஆகவே நீ உனது அம்பைச் செலுத்தி சிறப்பான உலகங்களை அடையக் கூடிய எனது தன்மையை அழிப்பாயாக. அதன் பிறகு ராமன் அம்பைச் செலுத்தி பரசுராமரின் சிறப்புத் தன்மையை அழித்தான் அப்போது தேவர்களும் ராமரை வாழ்த்தினார்கள். அதன்பிறகு பரசுராமர் தவம் புரிவதற்காக மகேந்திர மலையை நோக்கிச் சென்றார். அதன் பிறகு தசரதன் மனநிம்மதி அடைந்தான்.

16. அயோத்தி மக்களின் மகிழ்ச்சி

தசரதனும், அவரது மகன்களும், மருமகள்களும், வசிஷ்டர் முதலான பெரியோர்களும், தசரதனின் படைபரிவாரங்களும் அயோத்தி நகரை அடைந்தனர். அப்போது அயோத்தி நகரமெங்கும் மங்கள வாத்தியம் வாசிக்கப்பட்டது. அயோத்தி நகரின் தெருக்கள் எல்லாம் சுத்தப்படுத்தப்பட்டு மாலைகளும் தோரணங்களும் கட்டப்பட்டு இருந்தன. ராமன் சீதையைக் கண்ட மக்கள் ஆடிப் பாடி மகிழ்ந்தனர். கௌசல்யா, சுமத்திரை, கைகேயி ஆகிய மூவரும் தங்களது மகன் களையும், தங்களது மருமகள்களையும் ஆசிர்வதித்து மகிழ்ந்தனர். தசரதனின் நான்கு புதல்வர்களும் தங்களது மனைவிமார்களுடன் மிகவும் மகிழ்ச்சியாக வாழ்ந்து வந்தனர்.

கேகய நாட்டு மன்னனின் மகனும் கைகேயின் சகோதரனும் பரதனின் தாய்மாமனும் ஆகிய யுதாஜித் பரதனை கேகய நாட்டிற்கு அழைத்துச் செல்வதற்காக, வந்து இருக்கும் செய்தியை தசரதன் பரதனிடம் கூறினார். அதன் பிறகு பரதன் கேகய நாட்டிற்குப் புறப்படத் தயாரானான். அப்போது பரதனுடன் சத்ருக்கணனும் கேகய நாட்டுக்குப் புறப்படத் தயாரானான். அதன் பிறகு தசரத மன்னன் யுதாஜித்துடன் பரதனையும், சத்ருக்கணனையும், கேகய நாட்டிற்கு அனுப்பி வைத்தான். ராமன் எங்கு சென்றாலும் அவனைத் தொடர்ந்து லஷ்மணன் செல்வான். அதே போல பரதன் எங்கு சென்றாலும்

அவனுடன் சத்ருக்கணன் சென்றுவிடுவான். ஆனாலும் இந்த நான்கு சகோதரர்களும் ஒருவருக்கொருவர் மிகுந்த பாசம் கொண்டவர்களாக இருந்தனர்.

ராமனும் சீதையும் ஒருவருக்கொருவர் மாறாத அன்பு கொண்டு சிறந்த கணவன் மனைவியாக வாழ்ந்து வந்தனர். ராமனின் எண்ணத்தையும், செயலையும் சீதை உடனுக்குடன் புரிந்துக் கொண்டு ராமனுக்கு சிறந்த முறையில் சேவை செய்து வந்தாள். ராமனும் சீதையின் மனநிலையைப் புரிந்துக் கொண்டு சீதைக்கு ஒரு சிறு இடையூறும் ஏற்படாமல் கவனித்து வந்தான். அயோத்தி மக்கள் ராமனிடமும், சீதையிடமும் மிகுந்த மரியாதையும் பாசமும் கொண்டு இருந்தனர். தசரத மன்னன் ராமனிடம் அளவு கடந்த அன்பும் நம்பிக்கையும் கொண்டு இருந்தார். இவ்வாறு பன்னிரெண்டு ஆண்டுகள் ராமனும் சீதையும் மகிழ்ச்சியுடன் வாழ்ந்து வந்தனர். இந்த நாட்டை ராமன் ஆட்சி புரிந்தால் நமது நாடு மேலும் சிறப்பாக இருக்கும் என்று தசரதன் கருதினார். பிறகு இது குறித்து தனது மந்திரிகளுடன் தசரதன் ஆலோசனை நடத்தினார். இந்த நாட்டின் அரசனாக இராமருக்கு பட்டாபிஷேகம் செய்யலாம் என்று அனைவரும் முடிவு செய்தனர். இந்த நாட்டை ராமனிடம் ஒப்படைத்து விட்டு தாம் ஓய்வு பெறலாம் என்று தசரதன் கருதினான்.

17. ராமர் பட்டாபிஷேக ஏற்பாடுகள்

ராமனின் பட்டாபிஷேக செய்தியை தெரிவிப்பதற்காக தசரதன் தனது மந்திரிகளை அழைத்து ராமனை அழைத்து வரும் படி கூறி அனுப்பினார். பிறகு சிறிது நேரத்தில் ராமன் வந்தான், ராமன் தசரதனின் கால்களில் விழுந்து வணங்கினான். அப்போது ராமனை வாழ்த்திய தசரதன் ராமனைப் பார்த்து பேச ஆரம்பித்தார். "ராமா எனது மூத்த மகனாகியவனும், எல்லாவித நற்குணங்களும் கொண்டவனும் ஆகிய நீ இந்த நாட்டின் ஆட்சிப் பொறுப்பை ஏற்றுக் கொள்ள வேண்டும். மகனே மக்கள் உனது ஆட்சியை எதிர்பார்த்துக் கொண்டு இருக்கின்றனர். நீ ஆட்சிப் பொறுப்பை ஏற்க வேண்டும் என்பதில் மக்கள் மிகவும் ஆவலாக உள்ளனர். இன்று புனர்வ நட்சத்திரம், நாளைய தினம் புஷ்ய நட்சத்திரம் ஆகும். ஆகவே இந்த புஷ்ய நட்சத்திரத்திலேயே உமது பட்டாபிஷேகம் முடிப்பது நல்லது என்று ஜோதிட வல்லுனர்கள் கூறுகின்றனர். உனக்கு நாளைய தினம் பட்டாபிஷேகம் நடக்க இருப்பதால் நீ இன்று முதல் கடுமையான விரதங்களை மேற் கொள்ள வேண்டும். இது போன்ற நேரங்களில் உனக்கு சோதனைகளும் துன்பங்களும் ஏற்படலாம். ஆகவே உனது பாதுகாப்பிற்காக பல காவலர்கள் இருப்பார்கள்". இவ்வாறு ராமனிடம் கூறிய தசரதன் ராமனை அனுப்பி வைத்தான். பிறகு ராமனுக்கு பாதுகாப்பாக சில காவலர்களை தசரதன் அனுப்பினார்.

குறிப்பு:

பட்டாபிஷேகம் செய்வதற்கு மிகவும் நல்ல நாளான புஷ்ய நட்சத்திரம் மறுதினமே வந்து விடுகிறது. ஆகவே பரதன், சத்ருக்கனை பட்டாபிஷேகத்திற்கு தசரதனால் அழைக்க முடிய வில்லை.

ராமனுக்கு பட்டாபிஷேகம் என்ற செய்தியைக் கேட்டு லஷ்மணன் அளவு கடந்த மகிழ்ச்சி அடைந்தான். அதன் பிறகு லஷ்மணன் இந்த செய்தியை கௌசல்யா, சுமத்திரை, சீதை, ஊர்மிளை ஆகியவர்களிடம் சென்று கூறினார். ராமனின் இந்த பட்டாபிஷேக செய்தியால் இந்த ஐந்து பேரும் மிகுந்த மகிழ்ச்சி அடைந்தனர். பிறகு இவர்கள் பொது மக்களுக்கு பல வகையான தான தருமங்களைச் செய்தனர். அயோத்தி மக்கள் தங்கள் வீடுகளையும், தெருக்களையும் சுத்தம் செய்து அலங்கரித்தனர். தெருக்களில் தோரணங்களையும், மாவிலைகளையும் கட்டி அலங்கரித்தனர். மக்கள் ஆங்காங்கே ஆடிப்பாடி மகிழ்ந்தனர். அயோத்தி அரண்மனையை பல நூற்றுக்கணக்கானவர்கள் சேர்ந்து அலங்கரித்தனர். அயோத்தியின் அரண்மனையில் இருப்பவர்களும் மிகவும் மகிழ்ச்சியாக ஆங்காங்கு கூடிப்பேசி மகிழ்ந்தனர். ராமனுக்கு பட்டாபிஷேகம் நடக்கப் போகும் செய்தியை தசரதனின் மனைவியான கைகேயிக்கு மட்டும் யாரும் சொல்லவில்லை.

கைகேயிக்கு திருமணம் நடந்தவுடன் கைகேயிக்கு உதவி புரிவதற்காக மந்தரை என்னும் பெண்ணை கைகேயியின் தந்தை அனுப்பி வைத்தார். இந்த மந்தரை என்ற பெண் கைகேயிக்கு தூரத்து உறவுமுறை உடையவள். ஆகவே மந்தரை கைகேயிடம் உரிமையுடன் தைரியமாகப் பேசுவாள். மந்தரையை கூனிக் கிழவி என்றும் கூறுவார்கள். மந்தரை தனது இருப்பிடத்தில் இருந்து அயோத்தி நகரத்தையும், தசரதனின் அரண்மனையையும் சுற்றி வந்தாள். ராமனுக்கு பட்டாபிஷேகம் என்ற செய்தியை மந்தரையும் அறியவில்லை. தசரதனின் அரண்மனையும் அயோத்தி நகரமும் ஒரே விழாக்கோலமாகவும், மக்கள் மகிழ்ச்சியுடனும் இருப்பதைக் கண்ட மந்தரை வியப்படைந்தாள்.

18. மந்தரையின் கலகம்

மந்தரையின் அருகில் ஒரு பணிப்பெண் சென்று கொண்டு இருந்தாள். மந்தரை அந்த பணிப்பெண்ணை அழைத்து, "இந்த அயோத்தி நகரமும் அரண்மனையும் ஏன் விழாக்கோலமாக இருக்கிறது" என்று கேட்டாள். அந்த பணிப்பெண் மந்தரையிடம், "ராமருக்கு இன்று பட்டாபிஷேகம் நடக்கப் போகிறது" என்று கூறி விட்டுச் சென்றாள். ராமருக்கு பட்டாபிஷேகம் என்ற செய்தியை கேட்டு மந்தரையின் முகம் கோபத்தால் சிவந்தது. அன்று அதிகாலையிலேயே கூனிக்கிழவி என்று அழைக்கப்படும் மந்தரையானவள் கைகேயியின் இருப்பிடம் சென்றாள். அப்போது கைகேயி உறங்கிக் கொண்டு இருந்தாள்.

நன்றாக உறங்கிக் கொண்டு இருந்த கைகேயியை மந்தரை எழுப்பினாள். பிறகு கைகேயி உறக்கத்தில் இருந்து எழுந்து அமர்ந்தாள். மந்தரை கைகேயியிடம், "நாட்டில் நடக்கப் போகும் செய்தியை அறியாமல் நீ இப்படி உறங்கிக் கொண்டு இருக்கிறாயே. அடியே முட்டாள் பெண்ணே இன்று பொழுது விடிந்ததும் இந்த அயோத்தியின் அரசனாக ராமனுக்கு பட்டாபிஷேகம் செய்யப் போகிறார்கள். நீயும் உனது மகனும் ஏமாறப் போகிறீர்கள்" என்று கூறினாள்.

தனது பாசத்திற்கு உரிய ராமனுக்கு பட்டாபிஷேகம் நடக்கப் போகிறது என்ற செய்தியை கேட்டவுடன் கைகேயி மிகுந்த மகிழ்ச்சி

அடைந்தாள். பிறகு கைகேயி மந்தரையிடம், "மந்தரையே இன்று எனக்கு மிகவும் நல்ல செய்தியைக் கொண்டு வந்து இருக்கிறாய். ஆகவே எனது பரிசாக நீ இதை வைத்துக் கொள்வாயாக" இவ்வாறு கூறிய கைகேயி தனது கழுத்தில் இருந்த விலை உயர்ந்த முத்துமாலையை மந்தரையிடம் பரிசாகக் கொடுத்தாள். முத்துமாலையை வாங்கிய மந்தரை அதைக் கோபத்துடன் தரையில் வீசி எறிந்தாள். அந்த மாலையில் இருந்த முத்துக்கள் எல்லாம் சிதறி தரையில் ஓடியது. பிறகு மந்தரை கைகேயியிடம், "அடியே, கைகேயி நான் உனக்கு வரப்போகும் ஆபத்தைப் பற்றி பேசிக் கொண்டு இருக்கிறேன். இது தெரியாமல் நீ எனக்கு முத்து மாலையை கொடுக்கிறாய்".

மந்தரை தொடர்ந்து கைகேயியிடம் பேசினாள் "ராமன் இந்த நாட்டை ஆட்சி புரிந்தால் உன்னுடைய நிலை என்ன என்பதை யோசித்துப் பார். உன்மகன் பரதன் நிலை என்னவென்பதை நினைத்துப்பார். ராமன் இந்த நாட்டின் அரசனாகிவிட்டால் நீயும் உனது மகனும் ஒரு வேளை உணவுக்குக் கூட ராமனிடம் கையேந்தி நிற்க வேண்டியிருக்கும்" என்று கூறினாள். அதற்கு கைகேயி சிரித்தாள். "மந்தரையே எனது ராமனைப் பற்றி எனக்கு நன்றாகத் தெரியும். ராமன் அவன் தாயின் மீது கொண்டுள்ள பாசத்தைக் காட்டிலும் என்னிடம் அதிக பாசம் கொண்டவன். ராமன் எப்போதும் எனக்கும் எனது பிள்ளைக்கும் நல்லதையே செய்வான். ஆகவே நீ ராமனைப் பற்றி எந்தவித குறையும் கூற வேண்டாம்" என்று கைகேயி கூறினாள்.

கைகேயி கூறியதைக் கேட்ட பிறகும் மந்தரை தொடர்ந்து ராமனைப் பற்றி குறை கூறி கைகேயியை பயமுறுத்திப் பேசினாள். "பரதன் நாட்டில் இல்லாத இந்த நேரத்தில் உனது கணவர் ராமனுக்கு முடிசூட்டிவிட நினைக்கிறார். ராமன் அரசன் ஆனபிறகு உன்னையும் உனது மகனையும் நாட்டை விட்டு விரட்டி விடுவான். தனக்கு போட்டியாக இருப்பவர்களை எந்த அரசனும் விட்டு வைக்க மாட்டான்.

ராமன் பரதனையும் உன்னையும் ஒரு எதிரியாகவே கருதுவான். அப்போது உன்னையும் உனது மகனையும் தந்திரமாக ராமன் கொன்று விடுவான்". இவ்வாறு மந்தரையானவள் கைகேயியிடம் பலவாறு கலகம் செய்தாள்.

மந்தரையின் பேச்சைக் கேட்டு கைகேயி மனம் கலங்கினாள். ராமனுக்கு முடிசூட்டுவதால் நமக்கும் நமது பிள்ளைக்கும் பெரும் ஆபத்து ஏற்பட்டு விடும் என்று பயந்தாள். பிறகு கைகேயி மந்தரையிடம் கலந்தாலோசித்தாள். மந்தரையே உனது பேச்சைக் கேட்டு நான் மிகவும் பயம் கொண்டவளாக இருக்கிறேன். இப்போது நான் என்ன செய்வது என்று எனக்குப் புரியவில்லை." இவ்வாறு கைகேயி பேசிய பிறகு மீண்டும் மந்தரை கைகேயியிடம் பேசினாள், "அடியே கைகேயி நான் எப்போதும் உனது நன்மைக் காகத்தான் பேசுவேன். நான் கூறும்படி நீ நடந்து கொண்டால் ராமனை பதினாங்கு வருடம் காட்டுக்கு அனுப்பிவிட்டு உனது மகன் பரதனுக்கு இந்த நாட்டின் அரசனாக பட்டாபிஷேகம் செய்து வைக்கலாம்". இவ்வாறு மந்தரை கைகேயியிடம் கூறினாள். கைகேயி மந்தரையின் கலகத்தால் மனமாற்றம் அடைந்தாள்.

மந்தரை தொடர்ந்து கைகேயியிடம் பேசினாள். முன்பு ஒரு சமயம் தேவர்களுக்கும் அசுரர்களுக்கும் கடுமையான யுத்தம் நடந்தது. அப்போது உன் கணவராகிய தசரதன் தேவர்களுக்கு உதவி புரிவதற்காக போரில் தேவர்களின் பக்கம் இருந்துக் கொண்டு தசரதன் அசுரர்களை எதிர்த்துப் போர் புரிந்தான். மாபெரும் வீரனாகிய உன்கணவர் போர்க்களத்தில் அசுரர்களை அழித்தும் விரட்டியும் பெரும் சாகசம் புரிந்துக் கொண்டு இருந்தார். அப்போது ஒரு கட்டத்தில் மூர்ச்சை அடைந்து தனது தேரிலேயே விழுந்து விட்டார். அப்போது நீ அந்தத் தேரை போர்க்களத்தில் இருந்து விரட்டிக் கொண்டு வந்து விட்டாய். பிறகு அவரை நீ பாதுகாத்து தகுந்த சிகிச்சையை அளித்தாய். இவ்வாறு தசரதன் உன்னுடைய உதவியால் உயிர் பிழைத்தார்".

போர்க்களத்தில் இருந்த கைகேயி தகுந்த நேரத்தில் தசரதனைக் காப்பாற்றினாள். அப்போது கைகேயியைப் பாராட்டிய தசரதன் கைகேயியிடம் "எனது அன்புக்குரியவளே நான் உனக்கு இரண்டு வரம் கொடுக்க விரும்புகின்றேன். ஆகவே உனக்கு என்ன வரம் வேண்டுமோ அதை நீ என்னிடம் இருந்துப் பெற்றுக் கொள்ளலாம்" என்று கூறினார். அதற்குக் கைகேயி, "எனது அன்புக்குரியவரே நான் உங்களிடம் எந்தக்குறையும் இல்லாமல் வாழ்ந்து வருகின்றேன். ஆகவே எனக்கு இப்போது எந்த வரமும் வேண்டாம்" என்று கூறினாள். அதற்கு தசரதன், "எனது அன்பான கைகேயியே நீ எப்போது விரும்புகிறாயோ அந்த நேரம் நீ என்னிடம் இருந்து இரண்டு வரத்தைப் பெற்றுக் கொள்ளலாம்" என்றார் தசரதன். அதற்கு கைகேயி, "நீங்கள் எனக்கு தேவையான நேரத்தில் இரண்டு வரம் கொடுத்தால் போதும்" என்றாள். அதன் பிறகு தசரதன், "எனது அன்பானவளே நீ எப்போது கேட்டாலும் உனக்குக் கூறியபடி இரண்டு வரம் கொடுப்பேன்" என்றார். இவ்வாறு முன் காலத்தில் கைகேயிக்கும் தசரதனுக்கும் நடந்த அந்த சம்பவத்தை மந்தரை கைகேயிக்கு நினைவுப்படுத்தினாள்.

மந்தரை தொடர்ந்து பேசினாள். "கைகேயியே உனது புருஷனாகிய தசரத மன்னன், நீ கேட்கும் போது இரண்டு வரம் கொடுப்பதாக வாக்களித்திருக்கின்றான். ஆகவே அந்த இரண்டு வரத்தை நீ இப்போதே பயன்படுத்திக்கொள். முதல் வரம் என்னவென்றால் ராமனுக்கு பட்டாபிஷேகம் செய்வதற்காக வைத்துள்ள அதே பொருள்களைக் கொண்டே பரதனுக்கு பட்டாபிஷேகம் செய்து வைக்க வேண்டும். இரண்டாவது வரம் என்னவென்றால் ராமன் மரவுரி ஜடைமுடி தரித்துக் கொண்டு பதினாங்கு வருடம் வனவாசம் மேற்கொள்ள வேண்டும் என்று கேள். ராமன் பதினாங்கு வருடம் காட்டில் இருந்தால் மக்கள் ராமனை மறந்து விடுவார்கள். ராமன் மீது மக்கள் வைத்து இருக்கும அன்பும் வெகுவாக குறைந்து விடும். பதினாங்கு ஆண்டுகாலம் பரதன் ஆட்சி

புரிந்து வந்தால் பரதன் மக்களின் ஆதரவை பெருமளவில் பெற்றுவிடுவான். அப்போது பரதனின் பலமும் கூடிவிடும். அதன் பிறகு நிரந்தரமாக இந்த நாட்டை பரதனே ஆட்சி புரிவான்".

மேலும் மந்தரை கைகேயியிடம், "கைகேயியே நீ உடுத்தி இருக்கும் புதிய ஆடையை கழட்டிவிட்டு அழுக்கான உடைகளை அணிந்து கொள். உனது ஆபரணங்களை எல்லாம் கழட்டி தரையில் எறிந்து விடு. நீ தலைவிரிகோலமாக தரையில் படுத்துக் கொள். உனது புருஷன் நிச்சயமாக உன்னைப் பார்க்க வருவார். அப்போது நீ அழுக்கு உடையுடன் அலங்கோலமாக படுத்திருப்பதைப் பார்த்து உன்னிடம் பேசுவார். அவர் உன்னிடம் பேசுவதற்கு முன் நீ அவரிடம் பேசிவிடாதே. அவர் பேச ஆரம்பித்த பிறகு நீ அவரிடம் பேசு. நீ பேச ஆரம்பித்தவுடன் அவர் கொடுக்க வேண்டிய இரண்டு வரத்தைப் பற்றி கூறி விட்டு, ராமன் பதினாங்கு வருடம் வனவாசம் செல்ல வேண்டும் என்றும், பரதனுக்கு பட்டாபிஷேகம் செய்து வைக்க வேண்டும் என்றும் தசரத மன்னனிடம் உறுதியாகக் கேள்". இவ்வாறு கலகம் செய்து கைகேயியின் மனதை மாற்றிய மந்தரை என்னும் கூனிக்கிழவி அந்த இடத்தில் இருந்து புறப்பட்டு விட்டாள்.

மந்தரை, கைகேயியிடம் கலகம் செய்துக் கொண்டு இருக்கும் அதே நேரத்தில் ராமனுக்கு பட்டாபிஷேகம் செய்வதற்கான காரியங்கள் மிகவும் மும்முரமாக நடந்து கொண்டு இருந்தது. வசிஷ்டர் ராமனுக்கு மந்திர பூர்வமாக உபவாச சங்கற்பம் செய்து வைத்தார். ராமருடைய பட்டாபிஷேகம் முறையாக நடப்பதற்கு தேவையான உத்தரவுகளை தசரதன் தனது அதிகாரிகளிடம் கூறினான். சுற்றுப் பக்கத்து பிரதேசவாசிகள் எல்லாம் ராமனின் பட்டாபிஷேகத்தைக் காண வந்திருந்தனர். பட்டாபிஷேகத்திற்கான எல்லா வேலையும் முடிந்து விட்ட பிறகு தசரத மன்னர் கைகேயியைப் பார்க்க புறப்பட்டார்.

19. கைகேயியின் பிடிவாதம்

ராமனுக்கு பட்டாபிஷேகம் என்ற செய்தியை கேட்டால் கைகேயி மிகவும் மகிழ்ச்சி அடைவாள் என்று தசரதன் நினைத்தார். அந்த நற்செய்தியை சொல்வதற்காக தசரதன் கைகேயியின் இருப்பிடம் சென்றார். கைகேயி படுத்து இருக்கக் கூடிய அலங்கார கட்டில் காலியாக இருப்பதை தசரதன் கண்டார். பிறகு அந்த அறை முழுவதையும் தசரதன் தேடினார். அந்த அறையின் ஒரு மூலையில் அறுந்து விழுந்த பூங்கொடி போல வேடனால் வீழ்த்தப்பட்ட பறவையைப் போல கைகேயி அங்கே படுத்து இருந்தாள்.

கைகேயின் நிலையைக் கண்டு வியப்படைந்த தசரதன் அவளிடம் அன்பாக பேச ஆரம்பித்தார். "இனியவளே உனக்கு என்ன நேர்ந்தது ஏன் இப்படி அலங்கோலமாக படுத்துக் கொண்டு இருக்கிறாய், யாராவது உன்னை நிந்தித்து பேசினார்களா? உன்னை யாராவது அவமதித்துப் பேசினார்களா? நீ ஏன் இப்படி தரையில் படுத்துக் கொண்டு இருக்கிறாய்? உனக்கு உடல் நலம் சரியில்லாமல் இருக்கிறாயா? அப்படி இருந்தால் சொல் நமது அரண்மனை வைத்தியர்கள் ஒரு நொடியில் உனது நோயைப் போக்கி விடுவார்கள். நான் யாருக்காவது நன்மை செய்ய வேண்டுமோ அல்லது யாருக்காவது தீமை செய்ய வேண்டுமோ உனது விருப்பம் எதுவாக இருந்தாலும் அதை நான் நிறைவேற்றி வைப்பேன். காசி, வங்கம், தக்ஷனப்பிரதேசம்,

சிந்து, ஸௌராஷ்டிரம், கோசலம் முதலிய பல பிரதேசங்களும் அங்குள்ள பலவிதமான செல்வங்களும் நமக்கே சொந்தம். உனக்கு ஏதாவது செல்வங்கள் தேவைப்படுகிறதா அதை என்னிடம் சொல் உனக்கு எதனால் கவலை ஏற்படுகிறது. உனது தேவைகள் என்ன, நீ கூறும் செயல்கள் எதுவாக இருந்தாலும் அதை நான் நிறைவேற்றி வைப்பேன் இது உறுதி". இவ்வாறு தசரதன் கைகேயியிடம் வாக்குறுதி அளித்தார்.

தசரதன் பேசி முடித்த பிறகு கைகேயி. "மன்னரே எனக்கு எந்தவித நோயும் இல்லை, எதைப்பற்றிய கவலையும் இல்லை, எந்தவித செல்வமும் எனக்குத் தேவையில்லை. ஆனால் உங்களால் எனக்கு ஒரு காரியம் ஆக வேண்டியிருக்கிறது. நான் கூறும் காரியத்தை நீங்கள் முடித்துக் கொடுப்பதாக வாக்களித் தால் நான் எனது விருப்பத்தை உங்களிடம் கூறுவேன்" என்று கூறினாள்.

தசரதன் புன்னகையுடன் கைகேயியின் கைகளைப் பற்றிக் கொண்டு பேச ஆரம்பித்தான். "எனது அன்புக்குரியவளே இப்போது மனிதர்களில் மேலான எனது ராமன் மீது ஆணையிட்டுச் சொல் கின்றேன், நான் செய்து இருக்கும் புண்ணியங்களின் மீது ஆணையிட்டுக் கூறுகின்றேன் நீ கூறும் காரியங்கள் எதுவாக இருந்தாலும் அதை நான் நிச்சயமாக நிறைவேற்றுவேன்". இவ்வாறு தசரதன் கூறிய பிறகு கைகேயி திருப்தி அடைந்தாள்.

கைகேயி தசரதனிடம் பேச ஆரம்பித்தாள், "முன் ஒரு சமயம் தேவர்களுக்கும் அசுரர்களுக்கும் பெரும் யுத்தம் நடந்தது. அப்போது நீங்கள் தேவர்களின் சார்பாக நின்று போர் செய்தீர்கள். போரில் வீரசாகசம் புரிந்த நீங்கள் ஒரு கட்டத்தில் மூர்ச்சடைந்து விழுந்து விட்டீர்கள் அந்தசமயம் நான் உங்களை காப்பாற்றி தேரில் அழைத்து வந்தேன். இவையெல்லாம் உங்களுக்கு ஞாபகம் இருக்கிறதா" என்று கைகேயி கேட்டாள். அதற்கு தசரதனும் "ஆமாம்! ஞாபகம் இருக்கிறது" என்றான். மீண்டும் கைகேயி பேசினாள் "உங்களின்

உயிரை நான் காப்பாற்றியதால் எனக்கு நீங்கள் இரண்டு வரம் கொடுப்பதாகக் கூறினீர்கள். அதற்கு நான் எனக்கு தேவையான போது வாங்கிக் கொள்கின்றேன் என்று கூறினேன். அதற்கு நீங்களும் ஒப்புக் கொண்டீர்கள். இவையெல்லாம் உங்களுக்கு நினைவிருக்கிறதா" என்று கேட்டாள். அதற்கு தசரதன் "எனது அன்புக்குரியவளே அதையெல்லாம் நான் எப்படி மறக்க முடியும். அந்த இரண்டு வரத்தை இப்போது நீ கேட்டாலும் கொடுக்க தயாராக இருக்கின்றேன்" இவ்வாறு தசரதன் கூறினான்.

மீண்டும் கைகேயி பேச ஆரம்பித்தாள். "அரசே நல்ல வம்சத்தில் தோன்றிய நீங்கள் கொடுத்த வாக்கை மீற மாட்டீர்கள் என்ற நம்பிக்கையில் அந்த இரண்டு வரத்தையும் இப்போது கேட்கின்றேன். ஒன்றாவது வரம் என்னவென்றால் ராமனுக்கு பட்டாபிஷேகம் செய்வதற்காக வைத்துள்ள அதே பொருள்களைக் கொண்டே எனது மகன் பரதனுக்கு பட்டாபிஷேகம் செய்து வைக்க வேண்டும். இரண்டாவது வரம் என்னவென்றால் ராமன் மரவுரி தரித்துக் கொண்டு ஜடைமுடியுடன் வனவாசம் மேற்கொள்ள வேண்டும்". கைகேயி இவ்வாறு கேட்டவுடன் தசரதன் அதிர்ச்சியில் மூர்ச்சையடைந்து கீழே விழுந்தார்.

தரையில் விழுந்த தசரதன் சிறிது நேரத்தில் மயக்கம் தெளிந்து கண் விழித்தான். அப்போது அவரது மனதில் பலவித எண்ணங்கள் தோன்றியது. நாம் இதுவரையில் கேட்டது கனவா அல்லது மனப்பிரமையா என்று தெரியாமல் விழித்தான். கைகேயி கூறிய வார்த்தைகள் தசரதனின் நினைவுக்கு வந்தது. பிறகு சுற்றும் முற்றும் பார்த்தான். கைகேயி ஒரு இடத்தில் தலைவிரிகோலமாக அமர்ந்து இருப்பதைக் கண்டார். ஒரு பெண் புலியைப் பார்த்து ஒரு மான் நடுங்குவதைப் போல தசரதன் நடுங்கினார்.

தசரதன் மனம் தெளிந்தவராக கைகேயியை பார்த்துப் பேச ஆரம்பித்தார். "கைகேயியே நீ பெண்ணா அல்லது பேயா எமது

குலத்தை கெடுப்பதற்காகவே எம்மிடம் வந்து சேர்ந்தாயா. ராமனோ அல்லது நானோ உனக்கு என்ன தீமை செய்தோம். ராமன் உன் மீது மிகுந்த மரியாதை கொண்டு இருந்தானே. மக்கள் கூட்டமே ராமனை புகழ்ந்து பாடுகிறது. அப்படிப்பட்ட ராமனையா நீ காட்டுக்கு அனுப்பத் துணிந்தாய். எனது இனிய மகன் ராமன் இல்லாமல் என்னால் உயிர் வாழ முடியாது என்பதை அறிந்து கொள். உனது கொடிய எண்ணத்தை மாற்றிக்கொள். நீயே ராமனைப் பற்றி பலமுறை புகழ்ந்து பேசி இருக்கிறாய். ராமன் தர்மத்தின் பாதையில் ஒழுக்கமுடன் நடந்து கொள்பவன். ஆகவே ராமனே எனது மூத்தமகன் ஆவான் என்று நீ ராமனை பலமுறை புகழ்ந்து பேசி வந்தாய். ராமனும் உன் மீது அளவு கடந்த பாசம் கொண்டவனாக இருந்தான். அப்படிப்பட்ட ராமனை காட்டுக்கு அனுப்ப உனக்கு எப்படி மனம் வந்தது".

தசரதன் மேலும் தொடர்ந்தான். "கைகேயி எனக்கோ வயதாகி விட்டது. இன்னும் சிறிது காலமே நான் வாழ்வேன். அதற்கான அபசகுனங்களையும் நான் பார்க்கிறேன். ஆகவே இந்த உலகத்திற்கே இனியவன் ஆன ராமனிடம் நாட்டை ஒப்படைத்து விட்டு நான் ஓய்வு பெறலாம் என விரும்புகின்றேன். உன் பேச்சைக் கேட்டு என் மனம் பெரிதும் வேதனை அடைகிறது. நான் இப்போது மிகவும் மனம் வேதனை அடைந்து உன் முன்னால் நிற்கின்றேன். உன்னை வேண்டிக் கேட்டுக்கொள்கின்றேன் எனக்கு கருணைகாட்டு. நீ கேட்ட இந்த இரண்டு வரத்திற்குப் பதிலாக நான் உனக்கு பலவித செல்வங்களை கொடுப்பேன். கடல் சூழ்ந்த நாட்டில் என்னவெல்லாம் கிடைக்கின்றதோ அவற்றை எல்லாம் உனக்குக் கொடுப்பேன். உன் காலில் விழுந்து கேட்கச் சொன்னாலும் உன் காலில் விழுந்து உன்னை வணங்குகிறேன். தூய உள்ளம் படைத்த ராமனிடமும், வயது முதிர்ந்த என்னிடமும் கருணைகாட்டு". இவ்வாறு கண்களில் கண்ணீர் பெருக தசரதன் கைகேயியிடம் கெஞ்சினார்.

தசரதன் பலவாறு மன்றாடி கேட்டும் கைகேயி பிடிவாதமாகவேப் பேசினாள். "நான் கேட்கும் இரண்டு வரம் கொடுப்பதாக எனக்கு

நீங்கள் வாக்குறுதி கொடுத்தீர்கள். இப்போது நீங்கள் கொடுத்த வாக்குறுதியை மறந்து விட்டுப் பேசுகிறீர்கள். சத்தியம் தவறாத வம்சத்தில் வந்த நீங்கள் கொடுத்த வாக்குறுதியை மறந்து விட்டுப் பேசுகிறீர்கள். அதர்மமான வழியில் மனதைச் செலுத்திவிட்ட அரசனே கொடுத்த வாக்கை மீறுவது என்ற பாவத்தை செய்து விட்டு ராமனுக்கு முடிசூட்டிவிட்டு கௌசல்யையுடன் வாழலாம் என்று திட்டமிடுகிறீர்களா. நீங்கள் இப்போது நான் கேட்ட இரண்டு வரத்தையும் நிறை வேற்றாமல் போனால் இப்போதே நான் விஷம் குடித்து உங்கள் எதிரிலேயே எனது உயிரை போக்கிக் கொள்வேன்". இவ்வாறு கைகேயி பேசினாள்.

தசரதன் கைகேயிடம் பேசினார், "கைகேயியே நீயே எனது அன்புக்கு பாத்திரமானவள் என்றும் போற்றத்தக்க அழகுடையவள் என்றும், உன்னை ஒரு சாது என்றும் நினைத்து ஏமாந்தேன். நீ எனக்கு மனைவியாக வந்த பேய் என்பதை இப்போது அறிந்து கொண்டேன். நீ இவ்வளவு பெரிய கொடுமைக் காரியாக இருப்பாய் என்று நான் நினைக்கவில்லை கொடியவளே உனது இனிய பேச்சுக்களைக் கண்டு நான் ஏமாந்தேன்". இவ்வாறு கோபமுற்று பேசிய தசரதன் தான் கொடுத்து விட்ட வாக்குறுதியை நினைத்து மீண்டும் கைகேயியிடம் மன்றாடினார். அப்போது ஒரு கட்டத்தில் மீண்டும் மயக்கம் அடைந்து தசரதன் தரையில் வீழ்ந்தான். ஆனால் கைகேயியோ தசரதனைப் பற்றி கவலைப்படாமல் அவரின் பக்கத்திலேயே அமர்ந்துக் கொண்டாள்.

மயக்கம் அடைந்த தசரதன் மீண்டும் மயக்கம் தெளிந்து எழுந்தான். மீண்டும் கைகேயியை திட்டுவதும் பிறகு கெஞ்சுவதுமாக இருந்தான். ஆனால் கைகேயி தனது மகன் பரதனுக்குத் தான் பட்டாபிஷேகம் செய்ய வேண்டும் என்றும் ராமன் பதினாங்கு வருடம் வனவாசம் மேற்கொள்ள வேண்டும் என்றும் ஒரே பிடிவாதமாகப் பேசினாள். அன்று இரவு நீண்ட நேரம் பேசியவர்கள் பிறகு உறங்கி

விட்டனர். மறுநாள் காலையில் ராமனுக்கு பட்டாபிஷேகம் செய்வதற்காக எல்லா வேலைகளும் தயாராக முடிக்கப்பட்டு இருந்தன.

அன்றைய இரவு கழிந்ததும் விடியற்காலை வேளையில் தசரதனை எழுப்புவதற்காக வாத்தியங்கள் முழங்கப்பட்டது. அந்த இனிமையான வாத்தியங்களைக் கூட தசரதனால் பொறுத்துக் கொள்ள முடியவில்லை. வாத்தியங்களை நிறுத்தும் படி தசரதன் கட்டளையிட்டான். பிறகு வாத்தியங்கள் நிறுத்தப்பட்டன. கைகேயிக்குக் கொடுத்த வாக்குறுதியால் தசரதன் கட்டுண்டு மிகவும் துயத்தில் இருந்தான். தசரதன் தனது மந்திரிகளிடம், "எனது அருமை மகன் ராமனை பார்க்க வேண்டும். ஆகவே உடனே ராமனை அழைத்து வாருங்கள்" என்று கட்டளையிட்டார். தனது உயிர் பிரிவதற்கு முன்பாக நான் ராமனை பார்த்து விட வேண்டும் என்று தசரதன் விரும்பினான்.

ராமனை அழைத்து வருவதற்காக சுமந்திரர் சென்றார். அப்போது ராமன் தனது மனைவியாகிய சீதையிடம் உரையாடிக் கொண்டு இருந்தான். ராமனுடைய அறையை அடைந்த சுமந்திரர் அங்கிருந்த வாயிற் காவலர்களிடம் தான் வந்த செய்தியை கூறினார். வாயில் காவலன் ராமனை அடைந்து சுமந்திரர் வந்து இருக்கும் செய்தியைக் கூறினார். பிறகு சுமந்திரர் ராமனை அணுகி "தங்கள் தந்தை ஆகிய தசரத மன்னன் கைகேயியின் அறையில் இருக்கிறார். உன்னைப் பார்க்கும் ஆவலில் உன்னை அழைத்து வரும்படி கூறினார்". அப்போது ராமர் சீதையைப் பார்த்து "எனது தந்தையும் கைகேயி அன்னையும் எனது நன்மையை குறித்து ஏதோ பேச விரும்புகிறார்கள். ஆகவே நான் திரும்பி வரும் வரையில் நீ இங்கேயே இருப்பாயாக". இவ்வாறு கூறிய ராமன் சுமந்திரருடன் புறப்பட்டான்.

ராமன் புறப்படுவதைக் கண்ட லஷ்மணனும் சுமந்திரரின் தேரில் ஏறிக்கொண்டான். சுமந்திரர் தேரை ஓட்டிச் சென்று கைகேயி மாளிகையின் வாயிற்படி அருகில் நிறுத்தினார். அப்போது ராமனும்,

லஷ்மணனும் தேரில் இருந்து இறங்கி கைகேயியின் மாளிகைக்குள் சென்றனர். அங்கு மாளிகைக்குள் உள்ளே உள்ள ஒரு பீடத்தில் தசரதன் மிகவும் சோகத்துடன் இருப்பதை ராமர் கண்டார். பிறகு ராமர் முதலில் தசரதனையும், அடுத்தபடியாக கைகேயியையும் வணங்கி நின்றார். தசரதன் ராமனைப் பார்த்து, "ராமா, ராமா" என்று இரண்டு முறை கூறி விட்டு மேற்கொண்டு எதுவும் பேச முடியாமல் தலைகுனிந்துக் கொண்டார். பெரும் குற்றத்தைப் புரிந்துவிட்ட ஒரு முனிவரைப் போல தசரதனின் முகம் மிகவும் துவண்டு காணப்பட்டது.

ராமன் கைகேயியைப் பார்த்துப் பேசினான் "அன்னையே எனது தந்தையின் முகம் என்றும் இல்லாத அளவிற்கு வாடியிருக்கிறதே. அவர் மனதில் துன்பம் இருந்தால் கூட என்னைப் பார்த்தவுடன் அவரின் துன்பத்தை மறந்து என்னை மகிழ்ச்சியுடன் அழைப்பாரே. நான் ஏதாவது தவறு செய்து விட்டதாக நினைக்கிறாரா. அப்படியேதும் நான் தவறு எதுவும் புரியவில்லையே. தாயே நீங்களாவது சொல்லுங்கள் அவரது கவலை எதுவாக இருந்தாலும் நான் தீர்த்து வைப்பேன். அவரது கட்டளை எதுவாக இருந்தாலும் நீங்கள் கூறுங்கள் அதை நான் எனது கடமையாக நினைத்து நிறைவேற்றுவேன்". இவ்வாறு கைகேயிடம் ராமன் கூறினார். தசரதன் எதுவும் பேசாமல் தலைகுனிந்தபடி இருந்தார்.

கொடிய எண்ணம் கொண்ட கைகேயி ராமனின் வாக்குறுதியையும் பயன்படுத்திக் கொள்ள திட்டமிட்டாள். பிறகு அவள் ராமனைப் பார்த்து, "ராமா உனது தந்தை ஆகிய தசரத மன்னன் இப்போது எனக்கு இரண்டு வரம் கொடுத்தார். அந்த வரத்தை நிறைவேற்ற வேண்டியவன் நீதான். ஆகவே அதை உன்னிடம் எப்படி கூறுவது என்று தயக்கமாக இருக்கிறார். அவர் எனக்குக் கொடுத்திருக்கும் வரத்தின் படி அதை நீ உனது தந்தைக்காக நிறைவேற்றத் தயாராக இருந்தால் அதை நான் உன்னிடம் கூறுவேன். அப்படி நீ எனக்கு வாக்குறுதி தர மறுத்தால் நான் உன்னிடம்

எதையும் கூற இயலாது. உனது தந்தையின் கவலையைப் பற்றி நீதான் அவரிடம் கேட்டுத் தெரிந்துக் கொள்ள வேண்டும்". இவ்வாறு நயவஞ்சகமாக கைகேயி பேசினாள். தசரதன் தான் கொடுத்து விட்ட வாக்குறுதிக்கு கட்டுபட்டு தொடர்ந்து மௌனமாகவே இருந்தார்.

மீண்டும் ராமன் கைகேயியிடம் பேசினான். "தாயே என் தந்தையின் கட்டளை எதுவாக இருந்தாலும் அதை நீங்களே கூறுங்கள். அவ்வாறு நீங்கள் இடும் கட்டளையை நான் நிறைவேற்றி வைப்பேன்" இவ்வாறு ராமன் பேசியவுடன் தன்னுடைய வஞ்சக திட்டத்தை ராமனிடம் கூற ஆரம்பித்தாள்.

கைகேயி ராமனிடம், "ராமா ஒரு காலத்தில் தேவர்களுக்கும் அசுரர்களுக்கும் பெரும் போர் உண்டானது. அப்போது உனது தந்தையாகிய தசரத மன்னர் தேவர்களின் சார்பாக இருந்துக் கொண்டு அசுரர்களை வீழ்த்தினார். உன் தந்தை அந்தப் போரில் பெரும் சாகசங்களைப் புரிந்தார். ஒரு கட்டத்தில் அவர் படுகாயம் அடைந்து மயங்கி தேரில் விழுந்தார். நான் அப்போது அவரின் தேரை போர்க்களத்தில் இருந்து விரட்டி வந்து விட்டேன். அதன் பிறகு அவருக்கு தகுந்த சிகிச்சை அளித்து அவரின் உயிரைக் காப்பாற்றினேன். இதனால் என்னைப் பாராட்டிய உனது தந்தை எனக்கு இரண்டு வரம் கொடுத்தார். அதை நான் தேவையான போது வாங்கிக் கொள்வதாக கூறி விட்டேன்".

மேலும் கைகேயி பேசினாள், "ராமா அவர் எனக்கு கொடுக்க வேண்டிய இரண்டு வரத்தை நேற்று இரவு அவரிடம் கேட்டேன். அதற்கு உனது தந்தை நான் என்ன வரம் கேட்டாலும் கொடுப்பதாக எனக்கு வாக்குறுதி அளித்து விட்டார். அதன் பிறகு நான் வரம் கேட்டேன். முதல் வரம் ராமனுக்குப் பதிலாக எனது மகன் பரதனுக்கு பட்டாபிஷேகம் செய்ய வேண்டும். இரண்டாவது வரம் ராமனாகிய நீ பதினாங்கு வருடம் மரவுரி தரித்து ஜடை முடியுடன் வனவாசம்

மேற்கொள்ள வேண்டும் என்று கூறினேன். வாக்குறுதியால் கட்டுண்டு இருக்கும் அவர், உன்னிடம் இதை சொல்ல முடியாமல் தவிக்கிறார். இதுதான் உனது தந்தையின் சோகத்திற்குக் காரணமாகும்".

கைகேயி கூறியதை அருகில் இருந்த லஷ்மணனும் கேட்டறிந்தான். கைகேயியின் இந்தப் பேச்சினால் லஷ்மணன் பெரும் கோபம் அடைந்தான். ஆனால் ராமனுக்குக் கட்டுப்பட்டவனாக லஷ்மணன் தனது கோபத்தை வெளியில் காட்டிக் கொள்ளவில்லை. ஆனால் ராமனோ மிகவும் கொடுமையான மரணத்திற்கு நிகரான கைகேயியின் பேச்சைக் கேட்டு சற்றும் மனக்கவலை அடையவில்லை. எனது சகோதரன் பரதனே இந்த நாட்டை ஆளட்டும். நான் பரதனுக்காக எதையும் விட்டுக் கொடுக்கத் தயாராக இருக்கிறேன். ஆனால் எனது தந்தை தரையையே பார்த்தவராக கண்ணீர் விட்டுக்கொண்டு இருக்கிறாரே. என்னிடம் எதையும் பேசாமல் இருக்கிறாரே அதுதான் எனக்கு மிகவும் மனக் கவலையாக இருக்கிறது. என்னைக் காட்டுக்கு அனுப்ப அவர் ஏன் தயங்க வேண்டும். அவர் உத்திரவிட்டால் நான் தீயிலும் குதிப்பேன். அடுத்தபடியாக மன்னரின் உத்தரவுப்படி பரதனை அழைத்து வருவதற்காக தூதர்கள் செல்லட்டும். நான் எனது தந்தையின் ஆணைப்படி இப்போதே வனவாசம் புறப்படுகிறேன்". இவ்வாறு கூறிய ராமன் அங்கிருந்து வேகமாகப் புறப்பட்டான். ராமன் சென்றவுடன் தசரதன் மனவேதனையை அடக்க முடியாமல் வாய்விட்டு உரத்த குரலில் கதறி அழுதான்.

20. ராமன் வனவாசம்

ராமன் தனது ஆபரணங்களை கழட்டி விட்டு ஒரு முனிவர் போல எளிய ஆடையை அணிந்துக் கொண்டு தனது அன்னையான கௌசல்யா தேவி மாளிகைக்குச் சென்றான். பிறகு தனது அன்னையின் அருகில் தலைகுனிந்து நின்று பேசினான். "அன்னையே நான் உங்களுக்கும், சீதைக்கும், லஷ்மணனுக்கும், வருத்தம் உண்டாகக் கூடிய ஒரு செய்தியுடன் வந்து இருக்கிறேன். எனது தந்தையின் வாக்குறுதியை காப்பாற்ற வேண்டிய நிலையில் இருக்கிறேன். எனது தந்தையின் புகழ் நிலைத்து நிற்க வேண்டும் என்பதற்காக நான் பதினான்கு வருடம் வனவாசம் மேற்கொள்ள வேண்டும். இது காலத்தின் கட்டாயம் இதில் நாம் யாரையும் குறை காணக்கூடாது". இவ்வாறு கூறிய ராமன் தசரதனுக்கும், கைகேயிக்கும் இடையில் நடந்த இரண்டு வரம் தொடர்பான செய்திகளைக் கூறினான்.

ராமர் கூறிய செய்திகளைக் கேட்ட கௌசல்யாதேவி வெட்டுண்ட மரக் கிளையைப் போல தரையில் விழுந்தாள் தரையில் விழுந்த தனது தாயாரை ராமன் ஒரு பூப்போல தூக்கி நிறுத்தினான். கௌசல்யா மயக்கம் தெளிந்து பேசினார். "ராமா எனது அன்பு மகனே நீ பிறக்காமல் இருந்தால் கூட இவ்வளவு பெரிய துன்பத்தை நான் அடைந்து இருக்க மாட்டேன். நீ வனவாசம் சென்று விட்டால் நான் பெரும் துன்பத்திற்கு ஆளாகி விடுவேன். நீ இருக்கும்போதே கைகேயி

என்னை மதிப்பதில்லை நீ இல்லாவிட்டால் கைகேயியின் வேலைக்காரிகள் கூட என்னிடம் மரியாதை குறைவாக நடந்துக் கொள்வார்கள்".

ராமன் தனது தாயாருக்கு மீண்டும் ஆறுதல் கூறினான். "தாயே நீங்கள் யாரைப் பற்றியும் கவலைப்பட வேண்டாம். எனது தந்தையான தசரதர், உமக்கு தகுந்த பாதுகாப்பும் உதவியும் செய்வார், எனது அன்புக்குரிய சகோதரன் பரதன் உம்மை பாதுகாப்பான்." இவ்வாறு ராமன் கூறும்போது லஷ்மணன், "தாயே இப்போது நீங்கள் எனக்கு உத்தரவு இடுங்கள். எனது சகோதரன் ராமனை நான் ஆட்சியில் அமர்த்துகிறேன். நானே முன்னின்று ராமருக்கு பட்டாபிஷேகம் செய்து வைப்பேன். அதை யார் எதிர்த்தாலும் அவர்களை எனது பாணங்களால் கொல்வேன். தசரத மன்னனே எதிர்த்து வந்தாலும் அவரையும் நான் கொல்வேன். அயோத்தி நாடு முழுவதும் என்னை எதிர்த்தாலும் மூவுலகமும் என்னை எதிர்த்து வந்தாலும் அனைவரையும் நான் வென்று ராமனுக்கு நான் பட்டாபிஷேகம் செய்து வைப்பேன் இது உறுதி". இவ்வாறு பெரும் கோபத்துடன் பேசிய லஷ்மணனை ராமன் சமாதானப்படுத்தினான். ஆனால் லஷ்மணன், "நானும் ராமனுடன் வனவாசம் புறப்படுவேன்" என்று உறுதியாக கூறிவிட்டான்.

ராமனும், லஷ்மணனும் கௌசல்யாவிடம் விடை பெற்றுக் கொண்டு சீதையை பார்க்கப் புறப்பட்டனர். ராமருடைய பட்டாபிஷேகம் தடைப்பட்ட செய்தியை சீதையும் அறியவில்லை. தனது புருஷன் ராமனின் வருகைக்காக தனது மாளிகையில் இருந்து ஆவலுடன் பார்த்துக் கொண்டு இருந்தாள். ராமன் நடந்து வந்துக் கொண்டிருப்பதை வியப்புடன் சீதை பார்த்தாள் ராமரின் முகத்தில் ஒருவித மாற்றம் உண்டாகி இருப்பதையும் சீதை கண்டாள். வெண்சாமரங்கள் வீச, அந்தணர்கள் வேதம் ஓத அலங்கரிக்கப்பட்ட யானை முன்னே வர, நான்கு குதிரைகள் பூட்டப்பட்ட சிறப்பானதொரு தேரில் வரக்கூடியவர் இப்படி வாடிய முகத்துடன் வருவது ஏன் என்று

புரியாமல் திகைத்தாள். ராமனுக்கு தன்னைப் பற்றிய துயரம் இல்லை. சீதையிடம் தான் காட்டுக்குப் போகப்போகும் செய்தியை எவ்வாறு கூறுவது என்ற மனக்கவலை மட்டும் தான் இருந்தது.

சீதையை சந்தித்த ராமன் பட்டாபிஷேகம் தடைபட்ட செய்தியும் தான் வனவாசம் போகப்போகும் செய்தியைப் பற்றியும் கூறினான். ராமன், சீதையை காட்டுக்கு அழைத்துச் செல்ல விரும்பவில்லை. காட்டில் ஏற்படும் துன்பங்களை சீதை அனுபவிக்கக் கூடாது என்று ராமன் நினைத்தான். ஆகவே ராமன் சீதைக்கு பலவித அறிவுரைகளையும் யார், யாரிடம் எப்படி நடந்துக் கொள்ள வேண்டும் என்றும் கூறினான். அதற்கு சீதை ராமனிடம், "உங்களுடைய வார்த்தையால் என் மனம் புண்படுகிறது, என்னை அற்பமனம் படைத்தவள் போல நினைக்காதீர்கள், மனிதர்கள் தங்களின் முன்வினை பயனுக்கேற்ப வாழ்ந்து வருகின்றனர். ஆனால் மனைவி என்பவள் தனது கணவனை சார்ந்தே அவனது, இன்ப, துன்பங்களில் பங்கு பெறவேண்டும். ஆகவே நீங்கள் எங்கு சென்றாலும் நான் உங்கள் நிழல் போலவே பின் தொடர்ந்து வருவேன்". சீதை மிகவும் உறுதியாக கூறிவிட்டதால் ராம, லஷ்மணர்களுடன், சீதையும் வனவாசம் புறப்படத் தயாரானாள்.

ராமன், லஷ்மணன், சீதை ஆகிய மூவரும் தசரதனைச் சந்தித்தனர். நாங்கள் இன்று வனவாசம் புறப்பட விடை கொடுத்து அனுப்பும்படி ராமர் தசரதனைக் கேட்டுக் கொண்டார். அதற்கு தசரதன், "ராமா, எனது அன்பு மகனே இன்று ஒரு நாளாவது நீ என்னுடன் இருந்தால் நான் மகிழ்ச்சி அடைவேன்" என்றார், அதற்கு ராமர் மறுத்தார். பிறகு ராமன் தசரதனிடம், "தந்தையே நான் இன்றே வனவாசம் புறப்பட்டால் தான், நீங்கள் கைகேயி அன்னைக்கு கொடுத்த வாக்குறுதி நிறைவேற்றப்பட்டதாக இருக்கும். உங்களின் பெருமை நிலைக்க வேண்டுமானால் நான் இன்றே வனவாசம் புறப்படவேண்டும். எனது சகோதரன் பரதனே நாட்டை ஆளட்டும்.

உங்கள் மனம் நிம்மதி அடையட்டும்". இவ்வாறு பேசிய ராமனை தசரதன் கட்டியணைத்துக் கொண்டார். அப்போது தசரதன் துக்கத்தால் மூர்ச்சையடைந்து விழுந்தார். அப்போது கைகேயியைத் தவிர அங்கிருந்தவர்கள் அனைவரும் கதறி அழுதனர்.

அப்போது தசரதனின் மந்திரி ஸுமந்திரர், கைகேயியின் மீது பெரும் கோபம் கொண்டு தனது பல்லைக் கடித்தார். அவரின் கண்கள் கோபத்தால் சிவந்தது. பிறகு அவர் கைகேயியைப் பார்த்து, "தேவி செய்யத் தகாத காரியம் எதுவும் உங்களுக்கு மகிழ்ச்சித் தரும் போல் இருக்கிறது. இந்த பூமிக்கே அதிபதியான, தர்மமே உருவான உங்கள் கணவரையும் இழந்துவிட துணிந்து விட்டீர்கள். மூத்த மகனே அரசுரிமை பெறுவான் என்ற வழக்கத்தையே மாற்ற முடிவு செய்து விட்டீர்கள். நாங்கள் எல்லோருமே ராமனுடன் காட்டுக்குச் சென்று விடுவோம். இனிமேல் இந்த நாட்டில் ஒரு நல்லவன் கூட இருக்க மாட்டான். மக்களே இல்லாத இந்த நாட்டை உனது மகன் பரதன் ஆளட்டும்". ஸுமந்திரர் மேலும் பல வார்த்தைகளால் கைகேயியை நிந்தித்துப் பேசினார். ஆனால் கைகேயி யாரைப்பற்றியும் கவலைப்படவில்லை.

வனவாசம் செல்லும் ராமனுக்கு சிரமம் ஏற்படக்கூடாது என, தசரதன் விரும்பினார். தேர்ப்படைகள், யானைப் படைகள், குதிரைப் படைகள், காலாட் படைகள் எல்லாம் பெருமளவில் ராமனுடன் செல்லட்டும் என்று தசரதன் உத்திரவிட்டான். அத்துடன் வர்த்தகர்கள், விவசாயிகள், பலவிதமாக பணி ஆட்கள் காட்டின் தன்மையை நன்கு அறிந்த வேடர்கள், நெற்களஞ்சியமும், பலவித செல்வங்களும் ராமனுக்காக அவனைப் பின்தொடர்ந்து செல்லட்டும். இவ்வாறு தசரதன் கட்டளையிட்டான். தசரதனின் இந்த வார்த்தைகளைக் கேட்டு கைகேயி கோபம் அடைந்தாள்.

கைகேயி தசரதனிடம், "நீங்கள் பரதனுக்கு முடிசூட்டுவதாக கூறிவிட்டு இப்போது நாட்டில் உள்ள எல்லா செல்வங்களையும்

ராமனுக்கு அளித்துவிட முயற்சிக்கிறீர்கள். படைகளும், செல்வங்களும் இல்லாத இந்த வறண்ட நாட்டை எனது மகன் பரதன் ஏற்றுக் கொள்ள மாட்டான்". அதற்கு தசரதன், "கைகேயி ராமன் வனவாசம் செல்ல வேண்டும் என்றுதான் நீ கூறினாய். ராமன் எதை எடுத்துச் செல்லலாம் எதை எடுத்துச் செல்லக் கூடாது என்பதைப்பற்றி நீ என்னிடம் கூறவில்லை" என்று பேசினான்.

தசரதனின் பேச்சுக்கு கைகேயி பதில் அளித்தாள். "அரசே உங்கள் முன்னோர்களின் ஒருவரான ஸகர மன்னன் தனது மகனான அசமஞ்சன் என்பவனை நாட்டை விட்டு விலக்கினான். அப்போது அசமஞ்சன் நாட்டில் இருந்த எந்த செல்வங்களையும் எடுத்துச் செல்லவில்லை. வனவாசம் என்றால் எந்த செல்வமும் எடுத்துக் கொண்டு போகக்கூடாது அதுதான் வனவாசம் ஆகும்". இவ்வாறு கைகேயி பேசியதைக் கேட்டு, தசரதனின் அமைச்சர் ஆன சித்தாத்தர் என்பவர் கைகேயியை கடுமையாக நிந்தித்துப் பேசினார். ஆனால் கைகேயி வெட்கத்தைவிட்டவளாக யாரைப்பற்றியும் கவலைப்பட வில்லை. இதையெல்லாம் பார்த்துக் கொண்டிருந்த ராமன், "நான் இந்த நாட்டில் இருந்து எந்த செல்வங்களையும் எடுத்துச் செல்ல விரும்பவில்லை நாங்கள் வனவாசம் செல்வதற்கான பொருட்களை மட்டும் கைகேயி அன்னையின் பணிப் பெண்கள் கொண்டு வரட்டும்" என்று கூறினான். ராமன் இவ்வாறு கூறியவுடன் கைகேயி தானே சென்று ராமன் வனவாசம் செல்வதற்கான பொருள்களை கொண்டு வந்தாள். ராமன், லஷ்மணன், சீதை ஆகிய மூவருக்கும் தேவையான மரவுரி மற்றும் மண்வெட்டி, கூடை ஆகியவற்றைக் கொண்டு வந்தாள்.

குறிப்பு: மரவுரி என்றால் மரப்பட்டைகளால் தயாரிக்கப்பட்ட உடை ஆகும். வனவாசம் மேற்கொள்பவர்கள் இதுபோன்ற மரவுரி அல்லது மான் தோல் அணிந்துச் செல்வது வழக்கமாக இருந்தது. கிழங்குகளை வெட்டுவதற்கு மண்வெட்டியும், உணவுக்காக கிழங்குகள், பழங்கள் முதலியவற்றை வைத்துக் கொள்வதற்காக கூடையும் பயன்படுத்தப்பட்டது.

கைகேயி மரவுரிகளைக் கொண்டு வந்தவுடன் ராமரும், லஷ்மணனும் சற்றும் தாமதிக்காமல் அந்த மரவுரிகளை எடுத்து அணிந்துக் கொண்டனர். ஆனால் சீதை அந்த மரவுரியை எப்படி அணிந்துக் கொள்வது என்று தெரியாமல் விழித்தாள். அப்போது ராமன் ஒரு மரவுரியை எடுத்து சீதை அணிந்து இருக்கும் சேலையின் மீதே மரவுரியைக் கட்டினான். இந்த காட்சியைக் கண்டு வசிஷ்டர் பெரும் கோபம் கொண்டு கைகேயியை வஞ்சித்துப் பேசினார். வசிஷ்டர் கைகேயியிடம், "நீ ராமனை வனவாசம் அனுப்புவதற்கு மட்டும் தான் அரசனிடம் வரம் பெற்றாய். ஆனால் ஒரு பாவமும் அறியாத சீதைக்கு இந்த நிலை ஏற்படுவதை என்னால் ஏற்றுக் கொள்ள முடியாது". மேலும் வசிஷ்டர், "ராமனுக்கு பதிலாக சீதையே இந்த நாட்டை ஆட்சி புரியலாம்" என்று கூறினார். "ராமன் காட்டுக்குச் செல்வதை பரதனும், சத்ருக்கணனும் கூட ஏற்றுக்கொள்ள மாட்டார்கள். கைகேயியின் எண்ணம் நிறைவேறப் போவதில்லை". இவ்வாறு வசிஷ்டர் கோபத்துடன் கூறினார்.

கோபமாக பேசிய வசிஷ்டரை ராமன் வணங்கி அவரை சமாதானப்படுத்தினான். பிறகு ராமன் எனது தந்தையின் வாக்கு பொய் ஆகக்கூடாது என்பதால் நான் உடனே வனவாசம் புறப்பட்டாக வேண்டும் என்று கூறினான். தசரதன் தனது மந்திரி ஆகிய ஸுமந்திரரை அழைத்து ராமன், லஷ்மணன், சீதை ஆகிய மூவரையும் தேரில் ஏற்றிக் கொண்டு வனப்பகுதியில் இறக்கி விட்டு விட்டு வரும்படி கூறினார்.

21. அயோத்தி மக்களின் துயரம்

ராமன், லஷ்மணன் ஆகிய இருவர் மட்டுமே மரவுரி அணிந்துக் கொண்டனர். கைகேயி கேட்ட வரத்திற்கு சீதை கட்டுப்பட்டவள் அல்ல என்பதால் சீதைக்கு வேண்டிய சேலைகளும், இதர ஆடைகளும் ஆபரணங்களும் எடுத்துச் செல்ல வசிஷ்டர் உத்திர விட்டார். ஸுமந்திரர் மூவரையும் தனது தேரில் ஏற்றிக் கொண்டார். ராம, லஷ்மணர்கள் தங்களது அன்னையர்களிடமும் தந்தையிடமும் விடைபெற்றுக் கொண்டு புறப்பட்டனர். தசரதனும் கௌசல்யையும் கதறி அழுதனர். தசரதன் தேரின் பின்னாடியே ஓடினான். அப்போது ராமன் ஸுமந்தரரிடம் தேரை விரைவாக ஓட்டும்படிக் கூறினான். அவ்வாறே ஸுமந்திரரும் தேரை விரைவாக ஓட்டினார். தேரின் பின்னால் ஓடி வந்த தசரதன் மூர்ச்சையடைந்து தரையில் விழுந்தார். கௌசல்யா, சுமித்திரை ஆகியவர்கள் தசரதனின் முகத்தில் தண்ணீர் தெளித்தனர். பிறகு மயக்கம் தெளிந்து எழுந்த தசரதனின் கையை கைகேயி பிடித்தாள். அப்போது தசரதன் கைகேயின் கையை உதறித் தள்ளிவிட்டு "பெண்ணாக வந்த பேயே நீயோ உன்னைச் சார்ந்தவர் களோ என் அருகில் கூட வரக்கூடாது" என்று கூறினார். பிறகு கௌசல்யா தசரதனை அழைத்துச் சென்றாள்.

ஸுமந்திரர் தேரை அயோத்தி நகரத்து தெருக்களின் வழியாக ஓட்டிச் சென்றார். தேரில், ராமனையும், சீதையையும் கண்ட அயோத்தி

மக்கள் அழுது புலம்பினார்கள். "ஸுமந்தரர் அவர்களே நாங்கள் ராமனின் முகத்தை நன்றாக பார்க்க வேண்டும். தேரை மெதுவாக ஓட்டிச் செல்லுங்கள்" என்று கூறியவாறு அயோத்தி மக்கள் ஆண்களும், பெண்களுமாக தேரின் பின்னாடியே ஓடினார்கள். "ராமன் இல்லாத இந்த நகரத்தில் நாம் இருக்க வேண்டாம்" என்று கூறிக் கொண்டு அயோத்தி மக்களும் தேரின் பின்னாடி ஓடிக்கொண்டு இருந்தனர்.

ராமன் சென்ற தேர் காட்டுப் பகுதியை அடைந்தது. பொது மக்கள் தன்னைப் பின் தொடர்ந்து வருவதைக் கண்ட ராமன் அவர்களை தமது அயோத்தி நகரத்துக்கு திரும்பிச் செல்லும்படி கேட்டுக் கொண்டார். ராமன் மிகவும் பணிந்து வற்புறுத்தி கேட்டுக் கொண்ட பிறகும் கூட அயோத்தி மக்கள் ராமனை விட்டுப் பிரிய மறுத்து விட்டனர். பிறகு ராமன் தேரில் இருந்து இறங்கி மக்களுடன் மக்களாக தரையில் நடந்து சென்றார். சிறிது தூரம் சென்ற பிறகு மக்கள் ராமரை தேரில் ஏறிக்கொள்ளுமாறு வற்புறுத்தினார்கள். பிறகு மீண்டும் ராமன் தேரில் ஏறிக் கொண்டான். இவ்வாறு தரையில் நடப்பதும் மக்களுடன் பேசுவதும் மீண்டும் தேரில் ஏறிக்கொள்வதுமாக ராமன் காட்டை நோக்கிப் புறப்பட்டான்.

மக்கள் கூட்டம் பின் தொடர்ந்து வர ராமரின் தேர் தமஸா நதிக் கரையை வந்து அடைந்தது. அன்று இரவு வேளை நெருங்கிக் கொண்டு இருந்தது. அன்றைய இரவு ராமர், லஷ்மணன் சீதை ஸுமந்திரர் ஆகியவர்களுடன் பொது மக்களும் தமஸா நதிக்கரையில் உறங்கினர். சிறிது நேரத்திற்குப் பிறகு ராமர், லஷ்மணன், சீதை, சுமந்திரர் ஆகிய நால்வரும் உறக்கத்தில் இருந்து எழுந்துக் கொண்டனர். "பொது மக்கள் விழித்துக் கொள்ளும் முன்பாக நாம் இங்கிருந்து சென்று விட வேண்டும். காட்டில் நாம் அனுபவிக்கப் போகும் கஷ்டங்களை அவர்கள் அனுபவிக்கக் கூடாது" என்று ராமன் கூறினான். பிறகு ராமன் கூறியவாறே சுமந்திரர் தேரைச் செலுத்தினார்.

மறுநாள் காலை பொழுது விடிந்ததும் ராமர் சென்று விட்டதை நினைத்து மக்கள் பெரிதும் துயரம் அடைந்தனர். பிறகு மக்கள் ராமரின் தேர் சக்கரம் சென்ற திசையை நோக்கி நடந்தனர். அப்போதும் கூட ராமர் சென்ற திசையை மக்களால் கண்டு பிடிக்க முடியவில்லை. பிறகு அயோத்தி மக்கள் மிகவும் சோகத்துடன் தங்களது இருப்பிடம் திரும்பிச் சென்றனர். ராமரின் தேர் தமஸா நதியை ஒட்டிய ஒரு கிராமத்தை கடந்துச் சென்றது. நீண்ட நேர பயணத்திற்குப் பிறகு கங்கை நதிக்கரையில் உள்ள சிருங்கவேர புரம் என்ற இடத்தில் தேரை நிறுத்தினார்கள்.

22. குகனின் நட்பு

சிருங்கவேரபுரத்தில் நிஷாதர்கள் என்ற வகுப்பைச் சேர்ந்தவர்கள் வசித்து வந்தனர். நிஷாதர்களின் தலைவன் குகன் என்பவன் ராமரின் நீண்டநாள் நண்பன் ஆவான். ராமன் மீது மிகுந்த நட்பு கொண்டுள்ள குகன், ராமன் வந்திருப்பதை அறிந்து தனது மந்திரிகளுடன் விரைந்து வந்து ராமரைச் சந்தித்தான். பிறகு குகன் ராமரை ஆதரவோடு கட்டித் தழுவிக் கொண்டான். ராமனனும் குகனும் ஒருவருக்கொருவர் தங்கள் நலன்களை விசாரித்துத் தெரிந்துக் கொண்டனர். ராமரின் நிலையை அறிந்த குகன் மிகவும் துயரம் அடைந்தான்.

ராமன், லஷ்மணன், சீதை, சுமந்திரர் ஆகியவர்களுக்கு தகுந்த பணிவிடைகளைச் செய்வதற்காக குகன் தனது ஆட்களுக்கு உத்தர விட்டான். குகன் ராமனுக்கு சுவையான பல உணவு வகைகளை கொண்டு வந்துக் கொடுத்தான். ராமர், "தாம் வனவாச விரதங்களை மேற்கொண்டு இருப்பதால் எனக்கு குடிப்பதற்கு இப்போது தண்ணீர் மட்டும் போதுமானது" என்று கூறிவிட்டு வெறும் தண்ணீரை மட்டுமே அருந்திவிட்டு ஓய்வெடுத்தான். அன்றைய தினம் ராமன், லஷ்மணன், சீதை, ஸுமந்திரர் ஆகிய நால்வரும் குகனின் இருப்பிடத்தில் உறங்கி ஓய்வெடுத்தனர். குகன் அவர்களுக்கு தகுந்த பாதுகாப்பை அளித்தான்.

மறுநாள் காலைப் பொழுது விடிந்ததும் ராமர் மீண்டும் தனது பயணத்தைத் தொடரத் தயாரானார். அப்போது குகன் ராமனிடம், "நண்பா நீங்கள் பதினான்கு ஆண்டு கால வனவாசத்தை எனது இருப்பிடத்திலேயே கழித்து விடலாம். நானும் எமது ஆட்களும் உங்களுக்குத் தேவையான அனைத்து விதமான பணி விடைகளையும் செய்து கொடுப்போம்" என்று கூறினான். அதற்கு ராமன் குகனிடம், " நண்பா வனவாசம் மேற்கொள்பவர்கள் சுகமான வாழ்க்கையை அனுபவிக்கக் கூடாது. ஆகவே நீ எனக்கு விடை கொடுத்து அனுப்புவாயாக" என்று கூறினான். குகன் பலமுறை வற்புறுத்திக் கேட்டுக் கொண்ட பிறகும் குகனின் இருப்பிடத்தில் தங்கிவிட ராமன் சம்மதிக்கவில்லை. பிறகு சிறிது நேரம் வரையில் குகனிடம் பேசிவிட்டு ராமன் குகனிடம் விடைபெற்றுக் கொண்டு புறப்பட்டான். ராமனின் பிரிவை நினைத்து குகன் கண் கலங்கினான்.

ராமனின் தேர் கங்கை நதிக்கரையை அடைந்தது. ராமன் கங்கையை கடப்பதற்காக குகனின் ஆட்கள் ஒரு படகுடன் தயாராக இருந்தனர். இந்த இடத்தில் இருந்து ராமன், லஷ்மணன், சீதை ஆகிய மூவர் மட்டும் வனவாசம் புறப்படத் தயாரானார்கள். ராமன், ஸுமந்திரரைப் பார்த்து அவரை அயோத்திக்குத் திரும்பிச் செல்லும்படி கேட்டுக் கொண்டார். ஸுமந்திரருக்கு ராமரை விட்டுப் பிரிய மன மில்லாமல் நின்றார். ஸுமந்திரர் ராமரிடம், "ராமா நீ இல்லாமல் இந்த வெறும் தேரை நான் எப்படி அயோத்திக்கு ஓட்டிச் செல்வேன். ஆகவே நானும் உன்னுடன் வனவாசம் மேற்கொள்வேன். பதினான்கு வருடம் சென்ற பிறகு நாம் மீண்டும் இதேத் தேரில் அயோத்திக்குத் திரும்பலாம்". என்று கூறினார்.

ராமன் ஸுமந்திரரிடம், "நீங்கள் திரும்பிச் செல்லாவிட்டால் கைகேயி அன்னைக்கு என் மீது சந்தேகம் வரும். நான் வனவாசம் செல்லாமல் உடனே திரும்பிவிடுவேன் என்று சந்தேகம் அடைவார்கள். ஆகவே நீங்கள் உடனே திரும்பிச் சென்றால் தான் நான் வனவாசம் சென்று விட்டதாக கருதுவார்கள். நான் பதினான்கு வருடம் எனது

வனவாச காலத்தை நல்ல முறையில் முடித்து விட்டு திரும்பி விடுவேன். அப்போது மீண்டும் உங்களையெல்லாம் சந்திப்பேன். ஆகவே நீங்கள் அயோத்திக்கு சென்று நான் வனவாசத்திற்காக கங்கை நதியை கடந்து விட்டதாகக் கூறுங்கள். எனது அன்னையர் கௌசல்யா, சுமித்திரை மற்றும் எனது தந்தையையும் பார்த்து நான் நல்ல முறையில் இருப்பதாகக் கூறுங்கள்".

இவ்வாறு ராமன் ஸுமந்திரரிடம் பலவிதமான செய்திகளை கூறி விடை கொடுத்து அனுப்பினான். ஸுமந்திரர் மிகவும் வருத்தத்துடன் தனது தேரில் அயோத்திக்குத் திரும்பினார். ராமன், லஷ்மணன், சீதை ஆகியவர்கள் தங்கள் உடைமைகளையெல்லாம் படகில் ஏற்றிவிட்டு பிறகு அவர்களும் படகில் அமர்ந்தனர். ராமனும், லஷ்மணனும் தங்கள் ஆயுதங்களான வில் அம்பு முதலிய வற்றையும் மற்றும் மண்வெட்டியும் கூடையும் எடுத்து வைத்துக் கொண்டனர். சீதை தனது துணிமணிகளை எடுத்து வைத்துக் கொண்டாள். இவ்வாறு மூவரும் குகன் அனுப்பிய படகில் கங்கை நதியில் பயணம் செய்தனர். குகனின் ஆட்கள் படகைச் செலுத்தினார்கள். சீதை கங்கையை வணங்கினாள். நாங்கள் மூவரும் நல்லவிதமாக வனவாசத்தை முடித்து விட்டு மீண்டும் நல்ல விதமாக திரும்ப வேண்டும் என்று வேண்டிக் கொண்டாள். சிறிது நேரத்திற்கு பிறகு படகு கங்கையின் மறு கரையை அடைந்தது. பிறகு ராமன், லஷ்மணன், சீதை ஆகிய மூவரும் படகில் இருந்து தங்கள் பொருள்களை எடுத்துக் கொண்டு இறங்கினர். குகனின் ஆட்கள் ராமனிடம் விடைப் பெற்றுக் கொண்டு புறப்பட்டனர்.

கங்கை கரையில் இருந்து ராமன், லஷ்மணன், சீதை ஆகிய மூவரும் சிறிது தூரம் நடந்தனர். பிறகு மூவரும் ஒரு மரத்தடியில் அமர்ந்தனர். அப்போது ராமன் மனக்கவலையுடன் பேசினான். "கைகேயியின் அதிகாரத்தால் தனது தந்தை மற்றும் அன்னையர்கள் கௌசல்யா, சுமித்ரா முதலியவர்கள் என்ன கஷ்டத்தை அனுபவிப்பார்களோ என்பதை நினைத்து எனது மனம் வேதனை

அடைகிறது. ஆகவே லஷ்மணா நீ எப்படியாவது இங்கிருந்து புறப்பட்டு அயோத்திக்கு சென்று நமது தாய் தந்தையர்களுக்கு பாதுகாப்பாக இரு நான் இந்தக் காட்டில் சீதையுடன் பாதுகாப்பாக இருப்பேன்" இவ்வாறு கூறிய ராமனின் கண்கள் கலங்கியது.

அப்போது லஷ்மணன் ராமருக்கு ஆறுதல் கூறினான். "நீங்களே இவ்வாறு துக்கப்படுதல் கூடாது. நீங்கள் எங்கு இருப்பீர்களோ அதுதான் எனக்கு சொர்க்கம். நீங்கள் துக்கப் படுவதால் எனக்கும் சீதைக்கும் துக்கம் உண்டாகும். உங்களை நான் தனியாக விட்டுவிட்டு நமது தாய் தந்தையர்களை பார்க்க விரும்பவில்லை". இவ்வாறு லஷ்மணன் உறுதியாகக் கூறி விட்டான். இந்த காட்டில் என்ன கஷ்டங்கள் எல்லாம் உண்டாகும் நாம் எவ்வாறு பாதுகாப்பாக இருப்பது போன்ற விவரங்களை எல்லாம் ராமன் கூறினான். இவ்வாறு மூவரும் பேசிக் கொண்டு இருக்கும் போது இரவு நேரம் நெருங்கி விட்டதால் அன்றைய இரவை அந்த மரத்தடியிலேயேக் கழித்தனர்.

மறுநாள் பொழுது விடிந்தவுடன் மீண்டும் மூவரும் காட்டில் நடந்தனர். பல மைல் தூரம் நடந்த பிறகு கங்கை நதியை நோக்கி யமுனைநதி பாய்ந்து வரும் இடத்தை அடைந்தனர். மேலும் சிறிது தூரம் நடந்த பிறகு பரத்வாஜ முனிவரின் ஆசிரமத்தை அடைந்தனர். பரத்வாஜ முனிவர் மூவரையும் வரவேற்றார். பிறகு மூவரும் பரத்வாஜ முனிவரை வணங்கி தாங்கள் வந்த விவரத்தை பற்றிக் கூறினர். அதற்கு பரத்வாஜர் உங்கள் வரவை நான் எதிர் பார்த்து இருந்தேன். இந்த இடம் புனிதமானதும், அழகானதும் ஆகும். ஆகவே நீங்கள் உங்களின் பதினான்கு ஆண்டு கால வனவாச வாழ்க்கையை இங்கேயே கழித்து விடலாம் இவ்வாறு ராமனிடம் பரத்வாஜர் கூறினார்.

23. சித்திரக்கூடம்

ராமர் பரத்வாஜரிடம் "மகரிஷி அவர்களே இந்த இடம் அயோத்திக்கு அருகில் இருப்பதால் அயோத்தி மக்கள் எங்களை பார்க்க இங்கு வந்து விடுவார்கள். அவ்வாறு அயோத்தி மக்கள் இங்கு வந்து விட்டால் அது எங்களது வனவாசத்திற்கு இடைஞ்சலாக இருக்கும். ஆகவே நாங்கள் அமைதியாக இருப்பதற்கு ஒரு தனிமையான நல்ல இடத்தை கூறும்படி கேட்டுக் கொள்கிறேன்" இவ்வாறு கூறிய ராமனிடம் பரத்வாஜர், "ராமா இங்கிருந்து சுமார் 60 மைல் தூரம் சென்றால் அங்கு சித்திரக் கூடம் என்ற பகுதி இருக்கிறது. சித்திரக்கூட பகுதியில் அழகான மலைகளும், வனங்களும் உள்ளது. நீங்கள் அந்த இடத்திற்கு செல்வதால் புனிதத் தன்மை அடைந்து அமைதியாக வாழலாம்" இவ்வாறு பரத்வாஜர் கூறினார்.

பரத்வாஜரிடம் நீண்ட நேரம் பேசி கொண்டு இருந்த ராம லஷ்மணர்கள் மற்றும் சீதையும் அன்றைய இரவை பரத்வாஜரின் ஆசிரமத்தில் கழித்தனர். மறுநாள் காலையில் யமுனை நதியை கடப்பதற்காக ராம லஷ்மணர்கள் ஒரு கட்டுமரத்தை தயார் செய்தனர். அதன் பிறகு பரத்வாஜர் ராம லஷ்ணர்களுக்கு சில சடங்குகளை செய்து பலவித அறிவுரைகளையும் கூறி மூவரையும் வழி அனுப்பி வைத்தார். ராமன், லஷ்மணன், சீதை ஆகிய மூவரும் பரத்வாஜரிடம்

விடைபெற்றுக் கொண்டு யமுனை நதியில் பயணமானார்கள். சிறிது நேரத்திற்குப் பிறகு யமுனை நதியைக் கடந்தனர்.

யமுனையின் மறு கரையில் இறங்கிய ராம லஷ்மணர்கள் சித்திரக் கூடத்தை நோக்கி நடந்தனர். சிறிது தூரம் சென்ற பிறகு ஒரு மரத்தடியில் அமர்ந்து ஒய்வு பெற்றனர். பிறகு அன்றைய இரவை அங்கேயே கழித்து விட்டு, மறுநாள் காலை மீண்டும் சித்திரக் கூடத்தை நோக்கி நடந்தனர். நீண்ட தூர பயணத்திற்குப் பிறகு அவர்கள் சித்ரக்கூட பகுதியை அடைந்தனர். சித்ரக்கூடப் பகுதியில் வால்மீகியின் ஆசிரமம் இருந்தது. வால்மீகி முனிவர் மூவரையும் வரவேற்று ஆசீர்வதித்து உபசரித்தார். பிறகு சித்ரக்கூடப் பகுதியில் ஒரு நல்ல இடத்தை தேர்ந்தெடுத்து லஷ்மணன் ஒரு குடிசையை அமைத்தான். சித்ரக் கூடம் மால்யவதி என்ற நதிக் கரையில் அழகான ஒருவனப் பகுதியாக திகழ்ந்தது. ராம லஷ்மணன் சீதை ஆகிய மூவரும் அந்த சித்ரக்கூடப் பகுதியில் நீண்ட காலம் அமைதியாக வாழ்ந்து வந்தனர்.

ராமனை காட்டில் இறக்கி விட்டு விட்டு வந்த சுமந்திரரின் தேர் அயோத்தி நகரத்தில் நுழைந்தது. ராமன் இல்லாமல் வெறுமையாக வரும் தேரைக்கண்டு அயோத்தி மக்கள் அழுது புலம்பினர். அயோத்தி மக்கள் சும்ந்திரரைச் சூழ்ந்துக் கொண்டு ராமனைப் பற்றி விசாரித்தனர். அவர்களுக்கெல்லாம் சுமந்திரர் ஆறுதல் கூறிவிட்டு தனது தேரை அரண்மனையை நோக்கிச் செலுத்தினார். தேர் அர்ண்மனையை அடைந்தது. ராமன் இல்லாததைக் கண்ட அரண்மனைப் பெண்களும், ஆண்களும் மிகவும் துயரம் அடைந்தனர். சுமந்திரர் தசரதனின் இருப்பிடம் சென்று ராமன் கங்கையை கடந்து காட்டுக்குச் சென்று விட்டதாக கூறினார். இந்த செய்தியைக் கேட்டு தசரத மன்னன் மயக்கம் அடைந்து தரையில் சாய்ந்தார்.

சுமந்திரர் வந்து இருப்பதைக் கண்ட கௌசல்யாவும், சுமித்திரையும் ஓடிவந்தனர். பிறகு அவர்கள் மயக்கம் அடைந்து விழுந்து இருந்த தசரதனுக்கு தண்ணீர் தெளித்து மயக்கம் தெளிவித்து தசரதனை தூக்கி விட்டனர். தசரதன் கௌசல்யா, சுமித்திரை ஆகிய மூவரும் ராமனைப் பற்றி ஸுமந்திரரிடம் விசாரித்தனர். ராமன் குகனை சந்தித்தது, பிறகு மூவரும் கங்கையை கடந்து வனப்பகுதிக்கு சென்றது போன்ற செய்திகளைக் கூறினார். ராமன் சொல்லியனுப்பிய செய்திகளை எல்லாம் ஸுமந்திரர் கூறினார்.

ராமன் சார்பில் ஸுமந்திரர், தசரதனையும், கௌசல்யா, சுமித்திரா ஆகியவர்களை வணங்கி விட்டு ராமன் கூறிய செய்தி களைக் கூறினார். "அரண்மனையில் உள்ள ஆண் களுக்கும், பெண் களுக்கும் எனது சார்பில் மரியாதையை தெரிவியுங்கள். அரசர்கள் மரியாதைக்குரியவர்கள் என்பதால் பரதனிடம் அரசனுக்குரிய மரியாதையைக் காட்டுங்கள், கைகேயியிடமும் விரோதம் கொள்ளா தீர்கள். என்னுடைய அன்னையர்களான கௌசல்யாவையும், சுமித்திரை யையும் தனது தாயாக நினைத்து அவர்களை மதித்து நடக்கும்படி பரதனிடம் கூறுங்கள். பரதன் உள்பட அனைவருமே தசரத மன்னனின் கட்டளைக்குக் கீழ் படிந்து நடந்து கொள்ளும்படி கூறுங்கள்." இவ்வாறு ராமன் சொல்லி அனுப்பிய செய்திகளை ஸுமந்திரர் கூறினார். ஸுமந்திரர் இவ்வாறு கூறிய பிறகு கௌசல்யா மிகவும் துயரப்பட்டவளாக கண்ணீர் விட்டு அழுது புலம்பினாள்.

தசரதன் கைகேயிக்கு கொடுத்த வரத்தினால்தான் ராமன் வனவாசம் செல்ல வேண்டிய கட்டாயம் ஏற்பட்டது. ராமன் தன்னை விட்டு பிரிந்து வனவாசம் சென்றதற்கு தமது கணவர் தசரதனே முக்கிய காரணம் என்று கௌசல்யா நினைத்தாள். ஆகவே கௌசல்யா தசரதன் மீது கோபம் கொண்டு அவரை நிந்தித்துப் பேசினாள். கௌசல்யா தசரதனிடம், "மன்னரே ஒரு பெண்ணுக்கு அமையும் கணவன், மகன், உறவினர்கள் ஆகிய மூன்று

ஆதாரங்களும் முக்கியமானவை. அந்த மூன்று ஆதாரங்களையுமே நீங்கள் என்னிடம் இருந்து அழித்து விட்டீர்கள். முக்கியமான ஆதாரமான கணவரின் ஆதரவும் எனக்கில்லை. இரண்டாவதாக மகனின் ஆதரவும் எனக்கு இல்லாமற் செய்து விட்டீர்கள், மூன்றாவதாக உறவினர்கள் என்னை கேவலமாக நடத்தும் அளவிற்கு நடந்து கொண்டீர். மொத்தத்தில் நீங்கள் இந்த நாட்டிற்கே தீமை செய்து விட்டீர்கள்". இவ்வாறு கௌசல்யா தேவி தசரதனை பலவாறு நிந்தித்துப் பேசினாள். கௌசல்யா தேவியின் பேச்சைக் கேட்டு தசரதன் மேலும் துயரம் அடைந்தான்.

24. தசரதனுக்கு ஏற்பட்ட சாபம்

தன்னை நிந்தித்துப் பேசிய கௌசல்யா தேவியிடம் தசரத மன்னன் தனக்கு ஏற்பட்ட ஒரு சாபத்தைப் பற்றிக் கூறினார். நான் இளைஞனாக இருக்கும் போதே வேட்டைக்குச் செல்லும் பழக்கம் உள்ளவன். சிறு வயது முதல் குறி தவறாமல் அம்பு எய்துவதில் சிறந்து விளங்கினேன். நான் இளவரசனாக இருந்த காலத்தில் ஒரு சமயம் வேட்டைக்காக சரயூ நதிக்கரைக்குச் சென்று இருந்தேன். அங்குள்ள அடர்ந்த காட்டுக்குள் நான் சென்றுக் கொண்டு இருக்கும் போது சரயூ நதிக்கரையில் இருந்து ஒருவிதமான சப்தம் கேட்டது. அந்த சப்தத்தை கேட்ட நான் ஒரு யானை நதியில் தண்ணீர் குடிப்பதாக நினைத்தேன். ஆகவே அந்த யானையை வீழ்த்த வேண்டும் என்ற எண்ணத்தில் சப்தம் வந்த திசையை நோக்கி நான் எனது அம்பைச் செலுத்தினேன்.

தசரதன் தொடர்ந்து பேசினான், அவ்வாறு நான் அம்பு செலுத்திய உடன் எனது அம்பு சென்ற திசையில் ஒரு மனிதன் அலறும் சப்தம் கேட்டது. உடனே நான் சப்தம் வந்த இடத்தை நோக்கி ஓடினேன், பிறகு அங்கு நான் கண்ட காட்சியைக் கண்டு அதிர்ச்சி அடைந்தேன். அந்த இடத்தில் ஒரு இளம் துறவியின் மார்பின் மீது எனது அம்பு தைத்து இருந்தது. அவன் கையில் தண்ணீர் குடம் இருந்தது. தண்ணீர் குடத்துடன் அவன் கீழே சாய்ந்து உயிருக்குப் போராடிக் கொண்டு இருந்தான். நான் அவனின் அருகில் சென்று அவன் யார் என்பதை விசாரித்தேன். தசரதன் தவறுதலாக அம்பை விடுத்த விதத்தையும் கூறினான்.

தசரதனின் கூற்றுக்கு அந்த இளம் துறவி பதில் அளித்தான். "நாங்கள் யாருக்கு என்ன தீங்கு செய்தோம் எனக்கு எதனால் இந்த நிலைமை ஏற்பட வேண்டும். நான் எனது உயிரைப் பற்றி கவலைப் படவில்லை. எனது வயதான பெற்றோர்களைப் பற்றித்தான் கவலைப் படுகிறேன். என்னுடைய உதவி இல்லாமல் அவர்களால் உயிர் வாழ முடியாது. இளவரசனே எனது மார்பில் பாய்ந்து இருக்கும் அம்பை எடுத்துவிட்டு எனது தாய் தந்தையருக்கு தண்ணீர் கொண்டு செல்லுங்கள். இங்கிருந்து சிறிது தூரம் சென்றால் ஒரு ஆசிரமம் இருக்கும் அந்த ஆசிரமத்தில் எனது தாய் தந்தையர்கள் இருப்பார்கள். நீ அவர்களிடம் சென்று மன்னிப்பு கேள். அவ்வாறு நீ மன்னிப்பு கேட்டால் நீ உயிர் பிழைத்துக் கொள்ளலாம். எனது மார்பில் பாய்ந்து இருக்கும் அம்பை எடுத்து விடு. நீ இதோ செல்லும் இந்த வழியாக சென்றால் எங்கள் ஆசிரமத்தை அடையலாம்." இவ்வாறு அந்த இளம் துறவி கூறினார்.

தசரதன் தொடர்ந்து கௌசல்யாவிடம் பேசினான். அம்பு மார்பில் இருந்தால் வலி அதிகமாக இருக்கும். நீண்ட நேரம் வலியால் துடித்த பிறகுதான் உயிர் பிரியும். ஆகவே அந்த துறவியின் வலியைப் போக்குவதற்காக நான் அம்பை மெதுவாக எடுத்து விட்டேன். பிறகு சிறிது நேரத்தில் அந்த துறவியின் உயிர் பிரிந்து விட்டது. நான் அவர் கொண்டு வந்த குடத்தில் தண்ணீர் எடுத்துக் கொண்டு சென்றேன். அந்த இளம் துறவி கூறிய வழியில் நடந்துச் சென்றேன். சிறிது தூரம் சென்ற பிறகு அவர்களின் ஆசிரமம் தெரிந்தது. நான் மிகுந்த துயரத்துடன் அந்த ஆசிரமத்திற்குச் சென்றேன். அந்த ஆசிரமத்தில் வயதான தம்பதிகள் துறவிகளாக காட்சி அளித்தனர். அவர்களுக்கு கண் பார்வை சரியாக தெரியாமல் இருந்தது. நான் வரும் சப்தத்தைக் கேட்ட அவர்கள் தன்னுடைய மகன் வருவதாக நினைத்து அவர்கள் என்னிடம் பேசினார்கள்.

நான் அந்த வயதான துறவிகளிடம் என்னைப் பற்றி கூறி விட்டு அவர்களின் மகன் மரணம் அடைந்த செய்தியையும் கூறினேன். நான் கொண்டு சென்ற தண்ணீரை அவர்களிடம் கொடுத்துவிட்டு என்னை மன்னிக்கும் படி கேட்டுக் கொண்டேன். பிறகு அவர்கள் என்னைப்

பார்த்து, "தசரதனே நீ அறியாமல் தவறு செய்து விட்டதால் நாங்கள் உன்னை மன்னிக்கிறோம். நீ செய்த தவறுக்கு உனது தலை சிதறி மரணம் அடையும்படி நான் சபித்து இருப்பேன்." இவ்வாறு அந்தத் துறவி கூறினார். அதன் பிறகு தன்னுடைய மகன் இடத்திற்கு தங்களை அழைத்துச் செல்லும் படி அந்தத் துறவிகள் கூறினர். நானும் அவர்கள் கூறிய படியே அவனின் மகன் இருக்கும் இடத்திற்கு அழைத்துச் சென்றேன்.

அந்த துறவிகள் தங்களின் மகனின் உடலை தடவிப் பார்த்து கதறி அழுதனர். நான் இளம் துறவியின் உடலை தகனம் செய்வதற்கான ஏற்பாடுகளைச் செய்தேன். துறவிகள் தன்னுடைய மகனின் உடலுக்கு தகுந்த சடங்குகளை செய்து முடித்தனர். இளம் துறவியின் உடலுக்கு தீ மூட்டப்பட்டது. அப்போது அந்த வயதான துறவிகள் தசரதனைப் பார்த்து, "தசரதனே எங்களுடைய மகன் இல்லாமல் எங்களால் உயிர் வாழ முடியாது. நீ செய்த குற்றத்தை நாங்கள் மன்னித்தாலும் எங்களுடைய நிலைமை உனக்கும் ஏற்பட வேண்டும். நாங்கள் மகனை இழந்து தவிப்பது போல நீ உன்னுடைய மகனின் பிரிவால் துயரம் அடைந்து உனது மகனின் நினைவாகவே நீ உனது உயிரை இழப்பாய்" என்று எனக்கு சாபம் விட்டனர். அதன் பிறகு அந்த வயோதிக துறவிகள் இருவரும் தனது மகனுக்கு மூட்டப்பட்ட தீயிலேயே விழுந்து மாண்டனர். இவ்வாறு தசரதன் தனக்கு உண்டான அந்த சாபத்தைப் பற்றி கௌசல்யாவிடம் கூறினார்.

ராமனின் பிரிவால் மிகவும் துயரத்தில் இருந்த தசரத மன்னன் தன்னுடைய துயரங்களை கௌசல்யாவிடமும், சுமித்திரையிடமும் கூறிக் கொண்டே இருந்தான். நீண்ட நேரத்திற்குப் பிறகு கௌசல்யாவும், சுமித்திரையும் தூங்கி விட்டனர். ஆனால் தசரதன் மட்டும் ராமா, ராமா எனது அன்பு மகனே என்று புலம்பிக் கொண்டே உறக்கத்தில் சாய்ந்தார். ராமன் வனவாசம் சென்று ஆறு நாள் ஆகிவிட்டது. அந்த ஆறுநாளும் தசரதனுக்கு சரியான உறக்கம் இல்லை. தினமும் பகலிலும் இரவிலும் ராமனையே நினைத்து துயரத்தில் ஆழ்ந்துக் கொண்டு இருந்தார்.

25. தசரதன் மாண்டான்

மறுநாள் காலையில் வழக்கம் போல தசரதனை எழுப்பு வதற்காக மங்கள வாத்தியம் முழங்கப்பட்டது. மங்கள வாத்தியம் இசைக்கப்பட்டவுடன் சிறிது நேரத்தில் தசரதன் உறக்கத்தில் இருந்து எழுந்து விடுவது வழக்கம். அவ்வாறு தசரதன் எழுந்தவுடன் வாத்தியங்கள் நிறுத்தப்படும். அன்றைய தினம் நீண்ட நேரம் மங்கள வாத்தியம் வாசித்த பிறகும் கூட தசரதன் எழுந்திருக்கவில்லை. உறக்கத்தில் இருந்து எழுந்த கௌசல்யாவும், சுமித்திரையும் தசரதனைப் பார்த்தனர். தசரதன் உடல் அசைவற்றுப் படுத்து இருந்தான். பிறகு கௌசல்யாவும், சுமித்திராவும் தசரதனை எழுப்பிப் பார்த்தனர். தசரதனின் மூச்சு நின்று மரணம் எய்தி விட்டார் என்பதை உணர்ந்தனர். பிறகு வாத்தியங்கள் நிறுத்தப் பட்டது.

தங்களது கணவர் தசரத மன்னன் இறந்து விட்டார் என்பதை அறிந்ததும், கௌசல்யாவும், சுமித்திராவும் தசரதனின் உடலை கட்டிப்பிடித்துக் கொண்டு கதறி அழுதனர். தசரத மன்னனின் உயிர் உறக்கத்திலேயே பிரிந்து விட்டது என்ற செய்தி அரண்மனை முழுவதும் பரவியது. கைகேயி உள்பட அரண்மனைவாசிகள் அனைவரும் ஓலமிட்டு அழுதனர். தசரதனின் பிரிவால் கௌசல்யா மிகவும் மனவேதனை அடைந்தாள். தனக்கு மகனும் இல்லை கணவனும் இல்லை நாம் அனாதை போல ஆகி விட்டோமே என்று

நினைத்து கதறி அழுதாள். அப்போது அங்கு வந்த கைகேயியைப் பார்த்து, "கெட்ட எண்ணம் கொண்டவளே எனது மகனை காட்டுக்கு அனுப்பினாய், இப்போது எனது கணவரும் மேல் உலகத்துக்குச் சென்று விட்டார். நீ ரகு குலத்தையே அழித்து விட்டாய். ஒரு நல்ல குலத்தையே அழித்து விட்ட நீ என்ன சுகம் காணப போகிறாய்" இவ்வாறு கௌசல்யா கைகேயியை நிந்தித்துப் பேசினாள். தசரதனின் மறைவால் அயோத்தி நகரமே சோகத்தில் மூழ்கியது.

தசரத மன்னனுக்கு இறுதி சடங்குகள் செய்வது குறித்து வசிஷ்டர், ஸுமந்திரர், கௌதமர், மார்கண்டேயர், காசியபர், வாமத்தேவர், கௌதமர், ஜாபாலி மற்றும் பல பண்டிதர்களும் வசிஷ்டரின் தலைமையில் ஆலோசனை நடத்தினார்கள். ராம லஷ்மணர்கள் காட்டுக்குச் சென்று விட்டதால் அவர்களை அழைக்க முடியாது. பரதனும், சத்ருக்கணனும் கேகய நாட்டுக்குச் சென்று இருந்தனர். தசரதனின் இறுதிச் சடங்குகளை செய்வதற்காக பரதனையும், சத்ருக்கணனையும் வரவழைக்க வேண்டும் என்று அனைவரும் முடிவு செய்தனர்.

வசிஷ்டர் சிறப்பு மிக்க தூதுவர்களை அழைத்து பரதனையும் சத்ருக்கணனையும் அழைத்து வரும்படி கட்டளையிட்டார். அப்போது வசிஷ்டர் தூதுவர்களிடம், "ராமன் காட்டுக்குச் சென்று விட்ட செய்தியையும், தசரதன் மரணம் அடைந்து விட்ட செய்தியையும் பரதனிடம் கூற வேண்டாம். வசிஷ்டர் உள்பட பல மந்திரிகளும் பண்டிதர்களும் உம்மை உடனே பார்க்க வேண்டும் என்று கருதுகின்றனர். அவர்கள் முக்கிய விஷயமாக உங்களிடம் பேச விரும்புகின்றனர். ஆகவே நீங்கள் உடனே எங்களுடன் புறப் பட வேண்டும் என்று கூறுங்கள்". இவ்வாறு வசிஷ்டர் அந்த தூதுவர்களிடம் கூறி அனுப்பினார். தூதுவர்கள் கேகய நாட்டுக்கு விரைந்துச் சென்றனர்.

கேகய நாட்டு அரசனின் மகள் கைகேயி ஆவாள். ஆகவே கேகய நாட்டு மன்னன், பரதனின் பாட்டனார் ஆவான். தூதுவர்கள் பரதனை அழைத்து வர ஏழு நாட்களுக்கு மேல் ஆகி விடும். ஆகவே தசரதனின் உடலை தகுந்த மருந்துகள் கலக்கப்பட்ட ஒரு தொட்டியில் வைத்து பாதுகாத்தனர். தசரதனின் இறுதிச் சடங்குகளுக்கான வேலைகள் வசிஷ்டரின் உத்தரவுப்படி நடந்து வந்தன. அரசன் இல்லாத அயோத்தி நகரை வசிஷ்டரும் தசரதனின் மந்திரிகளும் படைத் தளபதிகளும் பாதுகாத்தனர். அரசன் இல்லாத நாட்டின் மீது எதிரிகள் படையெடுப்பார்கள், கொள்ளையர்களும் அட்டகாசம் செய்வார்கள், மக்களிடையே குழப்பங்கள் அதிகமாகும். ஆகவே தசரதனின் இறுதிச் சடங்கு முடிந்தவுடன் பரதனுக்கு பட்டாபிஷேகம் செய்து விட வேண்டும் என்று வசிஷ்டர் முடிவு செய்தார்.

வசிஷ்டர் அனுப்பிய அயோத்தியின் தூதுவர்கள் கேகய நாட்டு மன்னனை சந்தித்தனர். வசிஷ்டர் கூறியபடியே தசரதனின் மரணத்தையும், ராமன் வனவாசம் சென்று இருப்பதையும் அந்த தூதுவர்கள் அரசனிடமும், பரதனிடமும் கூறவில்லை. தூதுவர்கள் வசிஷ்டர் உள்ளிட்ட பல மந்திரிகளும் கைகேயியும் உடனடியாக பரதனையும், சத்ருக்கணனையும் பார்க்க விரும்புகின்றனர். ஆகவே பரதனையும், சத்ருக்கணனையும் உடனே எங்களுடன் அனுப்பும் படி கூறினார்கள். தூதுவர்கள் கூறிய இந்த செய்தியைக் கேட்டு கேகய மன்னன் பரதனையும், சத்ருக்கணனையும் அயோத்திக்கு அனுப்ப விருப்பம் தெரிவித்தார். அதன் பிறகு பரதனையும், சத்ருக்கண னையும் அனுப்பினான்.

26. பரதனின் துயரம்

பரதனும் சத்ருக்கணனும் தூதுவர்களும் அயோத்திக்கு விரைந்தனர். பலவிதமான காடுகள், மலைகள், நதிகள், கிராமங்கள் முதலியவற்றைக் கடந்துச் சென்றனர். இவ்வாறு அயோத்தியை நோக்கி வந்தவர்கள் ஏழாவது நாள் அயோத்தி நகரத்தை அடைந்தனர். அயோத்தி நகர மக்கள் ஒருவிதமான சோகத்துடன் இருப்பதை பரதன் கண்டு வியப்படைந்தான். அயோத்தி நகரமே களையிழந்து காணப்பட்டது. இதைக் கண்ட பரதன் மிகவும் குழப்பம் அடைந்தவனாக தமது அரண்மனையை நோக்கி விரைந்துச் சென்றான். முதலில் தனது தந்தையை காண வேண்டும் என்பதற்காக தனது தாயாரான கைகேயியின் மாளிகைக்கு பரதன் சென்றான்.

பரதன் அயோத்தி நகரம் வருவதற்கு முன்பாக பல கெட்ட கனவுகளைக் கண்டான். தசரதன் தலைவிரிகோலமாக அழுக்கடைந்த உடைகளுடன் ஒரு மலைஉச்சியில் இருந்து விழுவது போலவும், கடல் வறண்டு போவது போலவும், பூமி முழுவதும் தீப்பற்றி எரிவது போலவும் பட்டத்து யானைகளின் தந்தங்கள் உடைந்து விழுவதைப் போலவும் கழுதைகள் பூட்டிய ரதத்தில் ஒரு ராக்ஷஸி தசரதனைப் பிடித்துக் கொண்டு போவதைப் போலவும் உலகம் முழுவதும் இருள் சூழ்ந்து விட்டதைப் போலவும் பரதன் கனவுகளைக் கண்டான். இது போன்ற கனவுகளால் மிகவும் பயம்

கொண்ட பரதன் தனது தந்தையின் இருப்பிடம் தெரிந்து கொள்வதற்காக முதலில் கைகேயியின் மாளிகைக்குச் சென்றான்.

தனது தாயான கைகேயியின் மாளிகைக்குச் சென்ற பரதன் கைகேயியின் கால்களில் விழுந்து வணங்கினான். பிறகு பரதன் கைகேயியிடம் தனது தந்தையை காண விரும்புவதாக கூறினான். பரதனின் இந்த கேள்விக்கு என்ன பதில் கூறுவதென்று சிறிது நேரம் கைகேயி யோசித்தாள். பிறகு கைகேயி பரதனிடம், "மகனே இந்திரனுக்கு நிகரான வீரனும், நல்லவர்களையெல்லாம் காப்பாற்றியவரும், பல யாகங்களை செய்தவரும் ஆன உனது தந்தை தசரத மன்னன் நம்மை விட்டு பிரிந்து தேவலோகம் சென்று விட்டார்". இவ்வாறு கைகேயி கூறியதைக் கேட்டு பரதன் அதிர்ச்சி அடைந்தான்.

ஒன்றும் விளங்காமல் திகைத்த பரதன் மீண்டும் கைகேயியிடம் கேட்டான், "தாயே எனது தந்தை எப்போது மரணம் அடைந்தார். அவர் ஏதும் நோய்வாய்ப் பட்டு இருந்தாரா, அவருக்கு செய்ய வேண்டிய இறுதி சடங்குகளை எனது அன்பு சகோதரன் ராமன் செய்து முடித்தானா, இப்போது ராமன், சீதை, லஷ்மணன் முதலியவர்கள் எங்கே இருக்கின்றார்கள். அவர்களை நான் உடனே பார்க்க வேண்டும்" இவ்வாறு யாதும் அறியாத பரதன் தனது தாயான கைகேயியிடம் கேட்டான்.

கைகேயி சிறிதும் வெட்கம் இல்லாமல் பரதனிடம் பேசினாள். "எனது அன்புக்குரிய பரதனே, உனது தந்தை எனக்கு இரண்டு வரம் கொடுப்பதாக வாக்களித்து இருந்தார். அதன்படி நான் அவரிடம் இரண்டு வரம் வாங்கினேன். முதல் வரம் இந்த நாட்டின் அரசனாக எனது மகன் பரதனுக்கே பட்டாபிஷேகம் செய்து வைக்க வேண்டும். இரண்டாவது வரம் ராமன் மரவுரி தரித்து பதினான்கு வருடம் வனவாசம் மேற்கொள்ள வேண்டும். அவ்வாறு நான்

கேட்டுக் கொண்ட படி உனது தந்தை ராமனை காட்டுக்கு அனுப்பி விட்டார். ராமனை பிரிந்த துக்கத்தால் உனது தந்தை மரணம் அடைந்து விட்டார்". இவ்வாறு கூறிய கைகேயி பரதனிடம், "எனது அன்புக்குரிய மகனே, ராமனுடன் லஷ்மணனும், சீதையும் கூட காட்டுக்குச் சென்று விட்டார்கள். இன்று முதல் நீயே இந்த நாட்டின் அரசன் ஆவாய். ஆகவே முதலில் உனது தந்தைக்கு செய்ய வேண்டிய இறுதிச் சடங்குகளை செய்து முடித்து விட்டு அதன் பிறகு நீ இந்த நாட்டின் அரசனாக பட்டாபிஷேகம் செய்துக் கொள்வாயாக". இவ்வாறு பேராசையினால் மதியிழந்த கைகேயி பரதனிடம் கூறினாள்.

27. கைகேயி மீது பரதனுக்கு ஏற்பட்ட கோபம்

கைகேயியின் பேச்சைக் கேட்ட பரதன் மிகுந்த அதிர்ச்சியும் துயரமும் அடைந்தான். பிறகு பரதன் மிகுந்த கோபம் கொண்டு கைகேயியைப் பார்த்துப் பேசலானான். "உன்னை எனது தாய் என்று சொல்வதற்கே வெட்கப்படுகின்றேன். நீங்கள் என்ன காரியம் செய்யத் துணிந்து விட்டீர்கள். ராமன் உன் மீது அளவு கடந்த அன்பு கொண்டு இருந்தானே. அந்த ராமனை காட்டுக்கு அனுப்ப உனக்கு எப்படி மனம் வந்தது. கணவனைக் கொன்ற உன்னுடைய வயிற்றில் பிறந்ததற்காக நான் மிகவும் வெட்கப்படுகிறேன். கெட்டவளே உனக்கு நான் என்ன தீமை செய்தேன் என்னை எதற்காக ராமனிடம் இருந்து பிரித்தாய். தந்தையையும் இழந்து தந்தைப் போன்ற எனது அண்ணனையும் இழந்து விட்ட எனக்கு இந்த ராஜ்ஜியத்தால் என்ன நன்மை கிடைக்கும். இஷ்வாகு குலத்தின் மேன்மையை அழிக்க வந்த கெடுமதி கொண்ட பாவியே. ராமனை காட்டுக்கு அனுப்பச் சொல்லி எனது தந்தையை என்ன கொடுமை செய்தாயோ பாவியே."

பரதன் தொடர்ந்து கைகேயியைப் பார்த்துப் பேசினான். "இஷ்வாகு குலத்தின் மேன்மையை அழிக்க வந்த கெடுமதியாளே கௌசல்யா தேவியாரும், சுமித்திரை தேவியாரும் உன் கொடுமையைப் பொறுத்துக் கொண்டு உயிர் வாழ்கிறார்கள் என்றால் அது ஒரு

பெரிய அதிசயமே. கௌசல்யா அன்னையார் உன்னை உடன் பிறந்த சகோதரி போல அல்லவா நடத்தினார்கள். அப்படிப்பட்டவரின் மகனை காட்டுக்கு அனுப்ப உனக்கு எப்படி மனம் வந்தது. ஈவு இரக்கமற்ற பேயே, எங்கள் குலத்தைக் கெடுக்க வந்த உன்னை எனது தந்தை மணந்ததால் இன்று கௌசல்யா அன்னையும், சுமித்திரா அன்னையும் துன்பத்தை அனுபவிக்கின்றனர். நல்ல குலத்தில் வந்த கேகய மன்னனுக்கு நீ எப்படியோ மகளாக பிறந்து வந்து விட்டாய். தீய ஒழுக்கம் உடையவளே நீ இந்த நாட்டை விட்டு ஓடிவிடு அல்லது விஷத்தை அருந்தியோ, தீயில் விழுந்தோ தற்கொலை செய்துக் கொள். நீ நரகத்தையே அடைவாய்".

பரதன் தொடர்ந்து பேசினான், "பாவியே எனது சகோதரர்கள், ராமனும், லஷ்மணனும் அவர்களுடன் சீதையும் கொடிய வனத்தில் என்ன கஷ்டங்களை எல்லாம் அனுபவிக்கிறார்களோ, நான் பட்டாபிஷேகம் செய்து கொள்ளப் போவதில்லை. உனது கொடிய எண்ணம் நிறைவேறப் போவதில்லை. நானும் சத்ருக்கணனும் ராமன் சென்ற காட்டுக்கேச் செல்வோம். ராமனை எப்படியாவது மீண்டும் நமது நாட்டுக்கு அழைத்து வருவேன். நான் ராமனுக்கே பட்டாபிஷேகம் செய்து வைப்பேன்". இவ்வாறு கோபமாக பேசிக் கொண்டு இருந்த பரதன் ஒரு நிலையில் கீழே விழுந்தான். மீண்டும் எழுந்த பரதன் அங்கே சில மந்திரிகளும், அரண்மனை வாசிகளும் இருப்பதைப் பார்த்தான். பரதன் அவர்களிடம் தனது தாய் கைகேயி செய்த சதி திட்டத்தைப் பற்றி எனக்கு எதுவும் தெரியாது. ராமன், லஷ்மணன், சீதை காட்டுக்கு சென்ற செய்தியும் நான் இங்கு வந்த பிறகுதான் தெரிந்துக் கொண்டேன். எனக்கு பட்டாபிஷேகம் வேண்டாம். ராமனை நான் மீண்டும் இங்கு அழைத்து வருவேன் நீங்கள் ராமனுக்கே பட்டாபிஷேகம் செய்து வைக்க வேண்டும்". இவ்வாறு பரதன் தசரதனின் மந்திரிகளை கேட்டுக் கொண்டான்.

பரதன் வந்து இருக்கும் செய்தி அறிந்து கௌசல்யா தேவி பரதனை சந்திப்பதற்காக வந்தாள். ராமனின், பிரிவால் மன

வேதனையில் இருந்த கௌசல்யா தேவி பரதனிடம் கடுமையான வார்த்தைகளில் பேசினாள். கௌசல்யா பரதனிடம், "உனது தாயான கைகேயி உனக்கு பட்டாபிஷேகம் செய்து வைப்பதற்காக, ராமனை வனவாசம் அனுப்பி விட்டாள், ஆகவே நீ பட்டாபிஷேகம் செய்துக் கொண்டு மகிழ்ச்சியாக வாழ்வாயாக. அத்துடன் நீ எனக்கு ஒரு உதவி மட்டும் செய்ய வேண்டும் என்று கேட்டுக் கொள்கின்றேன். ராமன் இல்லாமல் என்னால் உயிர் வாழ முடியாது. ஆகவே என்னையும் சுமித்திரையையும் ராமன் இருக்கும் இடத்திற்கே அனுப்பிவிடு. அல்லது நீயே எங்களை அங்கே கொண்டு போய் விட்டுவிடு. நீயும், கைகேயியும் எந்த இடையூறுகளுமின்றி சுகமாக வாழுங்கள்". என்று கூறினாள்.

ஏற்கனவே துயரத்தில் இருந்த பரதன், கௌசல்யாவின் பேச்சைக் கேட்டு மேலும் துயரம் அடைந்தான். பரதன் கௌசல்யா விடம் தாயே என்ன வார்த்தை கூறி விட்டீர்கள். உங்கள் வார்த்தை கேட்டு என் மனம் பெரிதும் துன்பம் அடைகிறது. தாயே நீங்கள் என்னை தவறாகப் புரிந்துக் கொண்டு இருக்கிறீர்கள். ராமன் இல்லாமல் நானும் உயிர் வாழ விரும்பவில்லை. ராமன் காட்டுக்குச் சென்ற செய்தியும், எனக்கு பட்டாபிஷேகம் என்ற செய்தியையும் நான் அயோத்திக்கு வந்த பிறகு தான் தெரிந்துக் கொண்டேன். எனது அன்பு சகோதரன் ராமன் இருக்க நான் பட்டாபிஷேகம் செய்துக் கொள்ள விரும்பவில்லை. நான் உடனே ராமனை தேடி காட்டுக்குச் செல்வேன். ராமனை அழைத்து வந்து அவருக்கு பட்டாபிஷேகம் செய்து முடிப்பேன். காட்டுக்குச் செல்லப் போகும் நான் ராமன் இல்லாமல் அயோத்திக்கு திரும்பி வர மாட்டேன். ராமன் வர மறுத்தால் நானும் ராமனுடனே காட்டில் இருந்து விடுவேன்". இவ்வாறு பரதன் கௌசல்யாவிடம் கூறி அழுது புலம்பினான்.

மேலும் பரதன் கௌசல்யாவிடம், 'தாயே ராமன் வனவாசம் சென்றதை எவன் விரும்புகின்றானோ அவன் பெரும் பாவத்தை செய்தவன் ஆவான். பிறர் உடைமைகளுக்கு தீ வைப்பவன், நியாயம்

அறிந்தும் தகுந்த நேரத்தில் நியாயம் கூறாதவன், பசுவைக் காலால் உதைப்பவன், கன்றுக்கு பால் இல்லாமல் மொத்தப் பாலையும் கறந்து விடுகின்றவன், பெரியோர்களைப் பற்றி அவதூறு பேசுபவன், நம்பிக்கை துரோகம் செய்கின்றவன், மனைவி மக்களுக்கு உணவில்லாமல் தாம் மட்டும் உண்பவன், பணியாட்களுக்கு துரோகம் செய்கின்றவன், பிறர் மனைவியை நாடுகின்றவன், நல்ல அரசனுக்கு தீங்கு செய்பவன், நண்பனுக்கு துரோகம் செய்பவன், செய்நன்றியை மறந்தவன், பெண்கள், வயோதிகர்கள், தன்னைச் சேர்ந்தவர்கள், குழந்தைகள் முதலியவர்களுக்கு தீங்கு இழைப்பவன், போன்றவை பெரும் பாவமாகும். ராமன் காட்டுக்குச் சென்றதை விரும்பியவன் இது போன்ற பெரும் பாவங்களைச் செய்தவன் ஆவான்'. என்று கூறி வருந்தினான்.

பரதனின் தூய்மையான பேச்சைக்கேட்ட கௌசல்யா தேவி பரதனை ஆதரவாக கட்டித் தழுவி பேசினாள். "மகனே உனது தூய்மையான உள்ளத்தைக் கண்டு என் உள்ளம் மகிழ்ச்சி அடைகிறது. உனது குற்றமற்ற தன்மையை நீ நிலைநாட்டி விட்டாய். பரதா உனக்கு சகலவிதமான நன்மைகளும் கிடைக்க உன்னை நான் ஆசீர்வதிக்கிறேன். ராமனின் பிரிவால் மனம் வாடியிருந்த கௌசல்யா தேவி பரதனின் தூய உள்ளத்தைக் கண்டு மன ஆறுதல் அடைந்தாள்.

பரதன் வந்த மறுதினம் வசிஷ்டர் மற்றும் ஸுமந்திரர் முதலியவர்கள் ஒன்று கூடி பரதனையும் சத்ருக்கணனையும் அழைத்து தசரதனுக்கு செய்ய வேண்டிய இறுதி சடங்குகளைப் பற்றிக் கூறினர். அதன் பிறகு வசிஷ்டரின் உத்தரவுப்படி பரதனும், சத்ருக்கணனும் தசரதனின் உடலுக்குத் தேவையான சடங்குகளை செய்து முடித்தனர். இறுதியில் தசரதனின் உடலுக்கு தீ மூட்டப் பட்டது. அப்போது, பரதன், சத்ருக்கணன் உள்பட அரண்மனை வாசிகளும் பொது மக்களும் ஓவென்று கதறி அழுதனர்.

தசரதனின் உடலுக்கு வேண்டிய இறுதிச் சடங்குகள் எல்லாம் முடிந்து விட்டன. இந்த நிலையில் மந்தரை என்ற கூனிக் கிழவி புத்தாடை உடுத்திக் கொண்டு தங்க நகை ஆபரணங்களுடன் ஓரிடத்தில் நின்றுக் கொண்டு இருந்தாள். அப்போது அரண்மனை பணி ஆள் ஒருவன் மந்தரை செய்த கலகத்தைப் பற்றி சத்ருக்கணனிடம் கூறினான். அதனால் கோபம் கொண்ட சத்ருக்கனன் மந்தரையைக் கீழே தள்ளி அடித்தும் இழுத்தும் சித்திரவதை செய்தான். சத்ருக்கணனிடம் சிக்கிய மந்தரை பெரும் துன்பத்தை அடைந்து கதறினாள். இதை அறிந்த பரதன் ஓடி வந்து சத்ருக்கணனைத் தடுத்தான். 'சத்ருக்கணா பெண்களை துன்புறுத்துவது பாவம் ஆகும். இது போன்ற செயல்களை நமது சகோதரன் ராமன் விரும்ப மாட்டார். ஆகவே அவளை விட்டுவிடு' என்றான். இவ்வாறு பரதன் கூறிய பிறகு சத்ருக்கணன் மந்தரையை விடுவித்தான்.

தசரதன் மறைந்த பதினாங்காவது நாள் தசரதனின் மந்திரிகள், ஆலோசகர்கள் மற்றும் வசிஷ்டர் முதலியவர்கள் ஒன்று கூடினர். அவர்கள் பரதனுக்கு பட்டாபிஷேகம் செய்வதற்கான் பொருள்களை எல்லாம் தயார் நிலையில் வைத்தனர். அதன் பிறகு மந்திரிகள் பரதனை அழைத்துப் பேசினார்கள். "அரச குமாரனே அரசன் இல்லாத நாட்டிற்கு தீமைகள் உண்டாகும். ராம லஷ்மணர்களும் இப்போது இங்கு இல்லை. ஆகவே அயோத்தியின் அரசனாக நீ பட்டாபிஷேகம் செய்துக் கொள்ள வேண்டும்" இவ்வாறு மந்திரிகள் பரதனிடம் கூறினார்கள்.

மந்திரிகளின் பேச்சை ஏற்க பரதன் மறுத்து விட்டு அவர்களிடம் பேசினான். 'பெரியோர்களே எனது மூத்த சகோதரன் ராமன் இருக்கும் போது நான் பட்டாபிஷேகம் செய்துக் கொள்ள விரும்பவில்லை. பட்டாபிஷேகத்திற்காக நீங்கள் வைத்திருக்கும் இதே பொருள்களைக் கொண்டு நான் ராமனுக்கு பட்டாபிஷேகம் செய்வேன். இந்த

பொருள்களுடன் ராமன் இருக்கும் இடத்தை அடைவேன். பிறகு ராமன் வசிக்கும் அதே இடத்தில் ராமனுக்கு பட்டாபிஷேகம் செய்து ராமனை அயோத்திக்கு அழைத்து வருவேன். ராமன் வர மறுத்தால் நானும் ராமனுடனேயே வனவாசம் மேற்கொள்வேன்'. இவ்வாறு பரதன் கூறினான். பரதனின் இந்த பேச்சைக் கேட்டு அனைவரும் பரதனைப் பாராட்டி மகிழ்ச்சி ஆரவாரம் செய்தனர். பெரியோர்கள் பரதனைப் பார்த்து, "ராமன் மீது தூய்மையான அன்பு கொண்டுள்ள உனக்கு எப்போதும் நன்மைகளே உண்டாகும்" என்று வாழ்த்தினார்கள்.

28. ராமனைச் சந்திக்க பரதன் புறப்பட்டான்

ராமனைச் சந்திக்க பரதன் தயாரானான். ராமன் இருக்கும் இருப்பிடம் தேடிச் செல்வதற்காக தகுந்த ஏற்பாடுகளை செய்யும் படி பரதன் பல வல்லுனர்களிடம் பொறுப்பை ஒப்படைத்தான். காட்டைப் பற்றி நன்கு அறிந்தவர்கள், காட்டில் செல்வதற்காக தகுந்த சாலைகளை அமைக்கக் கூடியவர்கள், மரங்களை வேகமாக வெட்டக் கூடியவர்கள், காட்டுப்பாதையை வேகமாக கடந்து செல்பவர்கள், படகுகளை தயார் செய்யக் கூடியவர்கள், மற்றும் பலவிதமான பணி ஆட்கள் தயார் செய்யப்பட்டனர். அதன் பிறகு பரதன் தனது பெரும்படைகளை திரட்டிக் கொண்டு வல்லுனர்களையும் பணி ஆட்களையும் திரட்டிக் கொண்டு ராமனைத் தேடிப் புறப்பட்டான். அவர்களுடன் பொது மக்களும் சென்றனர். சுமந்திரரின் ஆலோசனைப்படி கங்கையை நோக்கி பரதனின் பரிவாரங்கள் புறப்பட்டன.

பரதன் அழைத்துச் சென்ற படை பரிவாரங்கள் முதலில் சிருங்கவேரபுரம் என்ற இடத்தை அடைந்தது. அந்த இடம் கங்கை நதிக்கு அருகில் இருந்தது. பரதனின் ஆயிரக்கணக்கான படை பரிவாரங்கள் அந்த இடத்தில் தங்கி ஓய்வெடுத்தனர். இவ்வாறு பெரும்

படையும் மக்கள் கூட்டமும் கங்கை நதிக்கரையில் வந்து தங்கியிருப்பதை நிஷாதர்களின் மன்னன் ஆன குகன் பார்த்தான். அந்த இடம் குகனின் ஆளுகைக்கு உட்பட்ட இடமாகும். இவ்வளவு பெரிய மாபெரும் படைகள் எங்கிருந்து வந்து இருக்கிறது என்று குகன் குழப்பம் அடைந்து தூரத்தில் தெரியும் ஒரு தேரைப் பார்த்தான். அந்தத் தேரில் திருவாத்தி மரக்கொடி பறந்துக் கொண்டு இருப்பதை குகன் பார்த்தான்.

29. குகனின் சந்தேகம்

தேரின் கொடியையும் மற்றும் சில அடையாளங்களைக் கொண்டு இங்கே வந்திருப்பது அயோத்தி தசரதனின் படைகள் என்பதை குகன் அறிந்தான். அதன் பிறகு குகனின் மனதில் பல வகையான சந்தேகங்கள் தோன்றியது. தசரத மன்னன் சொர்க்கம் சென்று விட்டார். ராமனோ வனவாசம் சென்று விட்டார். அந்த நிலையில் இப்போது அயோத்தியின் அரசனாக பரதனே இருப்பான். இப்போது கங்கையை கடப்பதற்கு தயாராக பரதன் தன்னுடைய படைகளுடன் வந்து இருக்கிறான். பரதனின் தாயான கைகேயி ராமனை காட்டுக்கு அனுப்பிவிட்டு பரதனுக்கு பட்டாபிஷேகம் செய்து வைத்து இருக்கிறாள். காட்டில் உள்ள ராமனை கொன்று விட வேண்டும் என்ற எண்ணத்தில் பரதன் பெரும் படையுடன் வந்திருப்பானோ என்ற சந்தேகம் குகனின் மனதில் தோன்றியது.

ராமனின் நெருங்கிய நண்பன் குகன் ஆவான். ஆகவே ராமனுக்கு பரதனால் ஆபத்து வந்து விடக்கூடாது என்பதில் குகன் எச்சரிக்கையாக இருந்தான். குகன் தமது படைவீரர்களையும், அப்பகுதியில் உள்ள குகனின் ஆட்களையும் கங்கை நதிக்கரை அருகில் ஆயுதங்களுடன் தயார் நிலையில் நிறுத்தினான். பரதனின் படைகள் ராமனுக்கு தீங்கு விளைவிக்கும் எண்ணத்தில் கங்கையைக் கடந்தால் அப்போது பரதனின் படைகளை விரட்டி அடிக்க வேண்டும் என்று குகன் முடிவு செய்தான்.

குகன் தன்னுடைய சந்தேகத்தை தீர்த்துக் கொள்வதற் காகவும், பரதனுக்கு முறைப்படி மரியாதை செலுத்தும் நோக்கத் துடனும் பல பரிசுப் பொருள்களை எடுத்துக் கொண்டு தன்னுடைய ஆட்களுடன் பரதனைச் சந்திக்கப் புறப்பட்டான். அப்போது பரதனுடன் இருந்த ஸுமந்திரர் குகன் தன்னுடைய ஆட்களுடனும், பரிசுப் பொருள்களுடனும் வருவதைக் கண்டார். ஸுமந்திரர் பரதனிடம் ராமனின் நெருங்கிய நண்பனான நிஷாதர்களின் மன்னன் குகன் நம்மைச் சந்திக்க பரிசுப் பொருள்களுடன் வந்துக் கொண்டு இருப்பதை தெரிவித்தார். அதன் பிறகு பரதன் குகனை வரவேற்று உபசரித்தான்.

குகனும், பரதனும் ஒருவருக்கொருவர் நலன் விசாரித்து சிறிது நேரம் மகிழ்ச்சியாக பேசிக் கொண்டனர். அப்போது பரதன் குகனிடம், "நாங்கள் ராமன் இருக்கும் இடம் செல்ல வேண்டும் அதற்காக நீயும் உனது ஆட்களும் எங்களுக்கு உதவி புரிய வேண்டும்" என்று கேட்டுக் கொண்டான். அதற்கு குகன் பரதனிடம், "அரசே நீங்கள் ராமனை சந்திப்பதற்கு நான் உங்களுக்கு உதவி புரிவேன், ஆனால் என் மனதில் ஓர் சந்தேகம் ஏற்படுகிறது. நீங்கள் ராமனைச் சந்திப்ப தற்காக இவ்வளவு பெரும் படையுடன் எதற்காக புறப்படுகிறீர்கள் என்பதைத் தெரிந்துக் கொள்ள விரும்புகின்றேன்". குகன் இவ்வாறு பேசியவுடன் பரதன் மிகவும் துயரம் அடைந்து பேசினான் "அய்யோ எனக்கு இதைவிட என்ன அவமானம் ஏற்பட வேண்டும், மக்கள் என்னை கொடியவனாக கருதத் தொடங்கி விட்டார்களே, ராமன் விஷயத்தில் என்னை மக்கள் தவறாக நினைத்து பேசும் காலம் வந்து விட்டதே" என்று பரதன் பலவாறு பேசிப் புலம்பினான்.

குகனின் கேள்வியால் துயரம் அடைந்த பரதன், சற்று மனம் தெளிவடைந்து குகனிடம் பேசினான், "குகனே நீ என்மீது சந்தேகப் பட வேண்டாம். ராமன் எனக்கு தந்தையைப் போன்றவன். ராமன் இல்லாமல் நான் உயிர் வாழ விரும்பவில்லை. எனது அன்பு சகோதரன்

ராமன் வசிக்கும் அதே இடத்தில் ராமனுக்கு பட்டாபிஷேகம் செய்து வைத்து அதன் பிறகு ராமனை நான் அயோத்திக்கு அழைத்துச் செல்வேன். ராமனின் பட்டாபிஷேகம் சிறப்பாக இருக்க வேண்டும் என்பதற்காகவே நான் பெரும் படையுடன் செல்கின்றேன். ராமன் இல்லாமல் நான் அயோத்திக்குத் திரும்ப மாட்டேன்". இவ்வாறு பரதன் குகனுக்கு பலவாறு விளக்கம் அளித்தான். பரதனின் தூய உள்ளத்தைக் கண்ட குகன் மிகவும் மகிழ்ச்சி அடைந்து பரதனைப் பாராட்டினான்.

பரதன் நீண்ட நேரம் குகனிடம் பேசிக் கொண்டு இருந்தான். ராமன் என்ன சாப்பிட்டான், எங்கெல்லாம் அமர்ந்து இருந்தான். தன்னுடைய வனவாச அனுபவத்தைப் பற்றி ராமன் என்ன பேசினான் போன்ற செய்திகளை எல்லாம் பரதன் குகனிடம் கேட்டறிந்தான். பிறகு சீதை மற்றும் லஷ்மணர்கள் எவ்வாறு இருந்தனர் என்பதையும் பரதன் கேட்டான். அதற்கு குகன் `ராமனும், சீதையும், வெறும் புல் தரையில் படுத்து உறங்கிக் கொண்டு இருப்பதைப் பார்த்து லஷ்மணன் துயரம் அடைந்தான். அன்றைய இரவு நானும் லஷ்மணனும் உறக்க மில்லாயல் பேசிக் கொண்டு இருந்தோம்`. இவ்வாறு குகன் கூறினான். அன்றைய இரவை பரதனும் அவனது படை பரிவாரங்களும் சிருங்கவேர புரத்திலேயே கழித்தனர்.

மறுநாள் காலையில் பரதன், சத்ருக்கணன் மற்றும் அவர்களின் படை பரிவாரங்கள் எல்லாம் கங்கையைக் கடந்து செல்லத் தயாரானார்கள். எல்லோரும் கங்கையை கடப்பதற்காக தேவையான படகுகளை குகன் ஏற்பாடு செய்து கொடுத்தான். ராமன் சென்றுள்ள இடத்தைப் பற்றி குகன் பரதனுக்கு விவரித்தான். அதன் பிறகு பரதனும் அவனது படை பரிவாரங்களும் கங்கையைக் கடந்துச் சென்றனர். பரதனின் படையைச் சேர்ந்த யானைகளும், குதிரைகளும் அத்துடன் பல மக்களும் கூட கங்கையை நீந்திச் சென்றனர். இவ்வாறு கங்கையைக் கடந்த பரதன் ராமனைப் போலவே தானும் மரவுரி

தரித்து ஜடைமுடி பின்னிக் கொண்டு தனது பயணத்தைத் தொடர்ந்தான். அதன் பிறகு பரதன் பரத்வாஜ முனிவரின் ஆசிரமத்தை அடைந்தான். பிறகு பரதன் பரத்வாஜரை வணங்கி நின்றான்.

பரத்வாஜர் பரதனை வரவேற்று உபசரித்தார். "ராமனுக்கு ஏற்பட்ட துன்பங்களுக்கு தான் காரணம் அல்ல அரண்மனையில் நடந்த நிகழ்ச்சிகள் எதுவும் தமக்கு தெரியாது என்றும் இப்போதும் நான் ராமனுக்கு பட்டாபிஷேகம் செய்து அயோத்திக்கு அழைத்துச் செல்வதற்காகவே வந்திருக்கின்றேன்" என்றும் பரதன் பரத்வாஜ முனிவரிடம் விவரித்தான். பரதனின் இந்தப் பேச்சைக் கேட்டு பரத்வாஜ முனிவர் மிகவும் மகிழ்ச்சி அடைந்தார். அதன் பிறகு பரதன் ராமன் இருக்கும் இடம் பற்றி பரத்வாஜரிடம் கேட்டான். அதற்கு பரத்வாஜர் ராமன் இருக்கும் இடமாகிய சித்திரக் கூடத்தைப் பற்றிக் கூறினார். சித்திரக் கூடத்திற்குச் செல்லும் வழிகளைப் பற்றியும் பரத்வாஜர் பரதனிடம் கூறினார்.

பரதன் பரத்வாஜ முனிவரை சந்தித்த போது வசிஷ்டர், கௌசல்யா, சுமித்திரை, கைகேயி முதலியவர்களும் உடன் இருந்தனர். பரத்வாஜர் வசிஷ்டருக்கு தகுந்த மரியாதைகளை செய்து கௌரவப் படுத்தினார். பிறகு பரதன் கௌசல்யா, சுமித்திரை, கைகேயி முதலியவர்களை அறிமுகப்படுத்தினார். அப்போது பரதன் கைகேயியைப் பற்றிக் கேவலமாக கூறினான். அதற்கு பரத்வாஜர், "பரதனே கைகேயி ராமனை காட்டுக்கு அனுப்பிய செயல் எல்லாம் நன்மைக்காகவே, கைகேயியின் செயல்கள் யாவும் தேவர்களின் நன்மைக்காக நடத்தப்பட்டது. தேவர்கள் கைகேயியின் மூலமாக அவர்களின் விருப்பத்தை நிறைவேற்றிக் கொண்டு இருக்கின்றனர். ஆகவே நீ கைகேயியின் செயல்களில் குற்றம் காண வேண்டாம்". இவ்வாறு பரத்வாஜர் கூறிய பிறகு பரதன் சற்று மனநிம்மதி அடைந்தான்.

தமது படைகளுடன் பரத்வாஜரை சந்தித்தால் அவருக்கு அவமரியாதையாக இருக்கும் என்று பரதன் கருதினான். ஆகவே பரதன் தனது படைகளை தொலைவில் நிறுத்திவிட்டு வந்திருந்தான். இவ்வாறு தம்முடன் சேனைகள் வந்திருக்கும் செய்தியை பரதன் பரத்வாஜருக்குக் கூறினான். அதைக் கேட்டறிந்த பரத்வாஜர் பரதனுக்கும் அவனது படைப் பரிவாரங்களுக்கும் விருந்தளிக்க விரும்பினார். அதன் பிறகு பரத்வாஜர் தேவர்களின் தச்சனாகிய விஸ்வகர்மாவை நான் இங்கு அழைக்கிறேன். விருந்துக்குண்டான ஏற்பாடுகளை விஸ்வகர்மா செய்வானாக. எமன், வருணன், குபேரன் முதலியோர் பரதனையும் அவனது சேனைகளையும் ஆசிர்வதிக்கட்டும். கந்தர்வர்களும் இங்கே வரட்டும், அப்சர கன்னிகைகள் இங்கே வந்து நடனமாடட்டும். இவ்வாறு பரத்வாஜர் கூறியவுடன் அங்கே பல மாளிகைகளும், நந்தவனங்களும் நீர் ஓடைகளும் உண்டாயின. கந்தர்வ கானம் இசைக்க அப்ஸரர்கள் நடனமாடினர். இவ்வாறு பரத்வாஜ முனிவர் பரதனை கௌரவித்து பரதனுக்கும் அவனது சேனைகளுக்கும் விருந்தளித்தார். அன்றிரவு அனைவரும் அந்த இடத்திலேயே உறங்கி ஓய்வு பெற்றனர்.

மறுநாள் காலையில் பரதன் ராமனைத் தேடி புறப்படத் தயாரானான். அப்போது பரத்வாஜர் ராமன் வசிக்கும் சித்திரக் கூட மலைப்பகுதிக்கு செல்லும் வழியை பரதனுக்குக் கூறினார். அதன் பிறகு பரதன் பரத்வாஜரிடம் விடைபெற்றுக் கொண்டு ராமன் இருப்பிடத்தைத் தேடிப் புறப்பட்டான். பரத்வாஜரின் ஆசிரமத்தில் இருந்து இரண்டரை யோஜனை தூரத்தில் சித்திரக் கூட மலை இருந்தது. அந்த இடத்தில் உள்ள ஒரு அழகிய வனப் பகுதியில் இரண்டு குடிசைகளை அமைத்துக் கொண்டு ராமன், சீதை, லஷ்மணன் ஆகியோர் வசித்து வந்தனர். அந்த வனத்தில் அழகிய மரங்களும், பறவைகளும், மான் கூட்டங்களும், நீர் வீழ்ச்சிகளும் இருந்தன. அவற்றை எல்லாம் ராமன் சீதைக்கு காண்பித்து சீதையை மகிழ வைத்துக் கொண்டு இருந்தான்.

பரதனும் அவனது பரிவாரங்களும் மிகுந்த ஆர்பாட்டத்துடன் பெரும் மகிழ்ச்சியுடனும் சித்ரக்கூட பகுதியை நோக்கி சென்றுக் கொண்டு இருந்தனர். அப்போது புழுதி மண் கிளம்பி வானத்தை எட்டியது. நீண்ட தூர பயணத்திற்குப் பிறகு பரதனும் அவனது படைகளும் சித்திரக் கூடப் பகுதியை நெருங்கினர். தனது இருப்பிடத்தில் இருந்த ராமன் ஒரு பெரும் படைகள் தமது இருப்பிடத்தை நோக்கி வருவதை உணர்ந்தான். காட்டு யானைகளும் பல மிருகங்களும் நாலா பக்கமும் சிதறி ஓடியது. அப்போது ராமன் இதைப்பற்றி லஷ்மணனிடத்தில் கூறினான் "லஷ்மணா நாம் இருக்கும் இந்த வனப்பகுதியில் ஒரு பெரும் படைகள் வந்துக் கொண்டு இருப்பது போல தெரிகிறது. அவ்வாறு யார் இங்கு வருகிறார்கள் என்பதைப் பார்த்து எனக்குக் கூறுவாயாக". இவ்வாறு ராமன் லஷ்மணனிடத்தில் கூறினான்.

30. லக்ஷ்மணனுக்கு ஏற்பட்ட சந்தேகம்

ராமன் கூறிய பிறகு லக்ஷ்மணன் ஒரு மரத்தின் மீது ஏறிக் கொண்டு பரதனின் படைகள் வரும் திசையை நோக்கிப் பார்த்தான். தேர்களில் உள்ள கொடிகளின் அடையாளத்தைப் பார்த்த லக்ஷ்மணன் இங்கே வந்துக் கொண்டு இருப்பது அயோத்தியின் படைகள் என்பதை உணர்ந்தான். ராமனைக் கொல்வதற்காகவே பரதன் பெரும் படையுடன் வந்துக் கொண்டு இருப்பதாக லக்ஷ்மணன் நினைத்தான். அதன் பிறகு லக்ஷ்மணன் ராமனிடம் சென்று, "பரதன் நம்மைக் கொல்வதற்காகவே பெரும் படையுடன் வந்துக் கொண்டு இருக்கிறான். ஆகவே அந்தப் படைகள் நம்மை நெருங்குவதற்குள்ளாக அவர்களை நான் அழித்து விடுவேன்". இவ்வாறு கூறிய லக்ஷ்மணன் தன் வில் அம்புகளை எடுத்துக் கொண்டு போருக்குத் தயாரானான்.

லக்ஷ்மணனின் ஆவேசத்தைக் கண்ட ராமன் லக்ஷ்மணனைச் சமாதானப்படுத்தினான். லக்ஷ்மணா, "நான் பரதனைப் பற்றி நன்கு அறிவேன். பரதன் நம்மீது விரோதம் கொண்டு இருக்க மாட்டான். பரதன் ஏதோ ஒரு நல்ல நோக்கத்துடன் இங்கு வருவதாக நான் கருதுகிறேன். ஆகவே நீ அவசரப்பட்டு பரதனின் மீது கோபம் அடைய வேண்டாம்". இவ்வாறு ராமன் லக்ஷ்மணனை சமாதானப் படுத்தினான்.

தனது படைகளுடன் வந்துக் கொண்டு இருந்த பரதன் பரத்வாஜர் குறிப்பிட்ட இடத்தில் இரண்டு குடிசைகள் இருப்பதைக்

கண்டான். அதன் பிறகு பரதன் தனது பணி ஆட்களை அனுப்பி அந்த இடத்தில் உள்ள குடிசைகளைப் பற்றி அறிந்து வரும்படி கூறினான். பரதன் அனுப்பிய ஆட்கள் ராமன் இருக்கும் இடத்தை பார்த்துத் தெரிந்துக் கொண்டனர். அதன் பிறகு அவர்கள் ராம லஷ்மணர்கள் அந்த இடத்தில் இருப்பதைப் பற்றி பரதனிடம் கூறினார்கள். பரதன் தனது படைகளுடன் சென்று ராமனை சந்திக்க விரும்பவில்லை. ஆகவே தமது படைகளை தூரத்திலேயே நிறுத்தினார். பிறகு பரதன் வசிஷ்டரிடம் தனது மூன்று அன்னைகளையும் அழைத்து வரும்படி கூறிவிட்டு ஸுமந்திரர், சத்ருக்கணன் பின் தொடர ராமனை நோக்கி ஓடினான்.

ராமனைக் கண்ட பரதன் கதறி அழுதுக்கொண்டே ஓடி வந்து ராமனின் கால்களில் விழுந்து கதறி அழுதான். அத்துடன் சத்ருக்கணனும் ராமரின் காலடியில் விழுந்து வணங்கினான். இவ்வாறு கதறி அழுத பரதனையும் சத்ருக்கணனையும் ராமன் கட்டித்தழுவி கண்ணீர் சிந்தினான். அவ்வாறே லஷ்மணனும் பரதன் சத்ருக்கணர்களை கட்டித்தழுவி கண்ணீர் சிந்தினான். ராமன் ஸுமந்திரரையும் குகனையும் கட்டித்தழுவினான். பரதன் நீண்ட நேரம் அழுது புலம்பியபடி இருந்தான். பிறகு ராமன் பரதனுக்கு ஆறுதல் கூறி நலம் விசாரித்தான்.

31. ராமன் பரதன் சந்திப்பு

தசரதன் மரணம் எய்தியதும், பரதன் பட்டாபிஷேகம் செய்துக் கொள்ள மறுத்து விட்டதையும் ராமன் அறியவில்லை. இப்போது அயோத்தியின் அரசனாக பரதன் இருக்கின்றான் என்று ராமன் நினைத்து விட்டான். ஆகவே ராமன் பரதனிடம் நாட்டு நலன்களைப் பற்றியும், தனது தந்தை தசரதனின் நலன்களைப் பற்றியும் விசாரித்தான். அதற்கு பரதன் 'அண்ணா அவர்களே நீங்கள் வனவாசம் மேற்கொண்ட நாளில் இருந்து நமது தந்தை உமது பிரிவைத் தாங்க முடியாமல் சொர்க்கம் சென்று விட்டார்' என்று கூறினார். தமது தந்தை மாண்டார் என்ற செய்தியைக் கேட்டவுடன் ராமன் அதிர்ச்சி அடைந்து வெட்டுண்ட மரக்கிளையைப் போல தரையில் சாய்ந்தான். சிறிது நேரத்திற்குப் பிறகு ஸுமந்திரர் ராமனுக்கு ஆறுதல் கூறி எழுப்பி விட்டார். அதன்பிறகு தசரதனின் நான்கு குமாரர்களையும் சீதையையும் அழைத்துக் கொண்டு ஸுமந்திரர் ஆற்றுக்குச் சென்றார். பிறகு அனைவரும் தசரதனுக்கு செய்ய வேண்டிய சடங்குகளை ஆற்றில் செய்து முடித்தனர்.

தசரதனுக்கு செய்ய வேண்டிய சடங்குகளை செய்து முடித்த பிறகு அரச குமாரர்கள் ஒருவருக்கொருவர் கட்டிப் பிடித்துக் கொண்டு அழுதனர். அப்போது சற்று தூரத்தில் கூடியிருந்த படைகளும் பொதுமக்களும் இந்த அழுகைக் குரலைக் கேட்டனர். ராஜகுமாரர்கள் ஒன்று கூடி விட்டனர். அதனால் தான் அவர்களின் அழுகை குரல்

கேட்கின்றது. இவ்வாறு நினைத்த படைவீர்களும் பொதுமக்களும் ராமனை காணும் ஆவலில் ஓடி வந்தனர். பிறகு அவர்கள் ராமன், லஷ்மணன், சீதை ஆகியவர்களைக் கண்டு பெரும் மகிழ்ச்சி அடைந்தனர். அத்துடன் ராஜ குமாரர்களின் அன்னையர்களும் ராமன், லஷ்மணன், சீதை ஆகியவர்களை கட்டித் தழுவி ஆனந்தக் கண்ணீர் வடித்தனர்.

இவ்வாறு ஒருவருக்கொருவர் தங்களது பாச உணர்வுகளை பகிர்ந்துக் கொண்ட பிறகு ராமன் பரதனைப் பார்த்து பேச ஆரம்பித்தான். "பரதனே அயோத்தியின் அரசனான நீ எதற்காக மரவுரி தரித்துக் கொண்டு வந்து இருக்கிறாய். நீ அயோத்திக்கு திரும்பிச் சென்று நமது நாட்டை சிறப்பான முறையில் ஆட்சி புரிவாயாக". இவ்வாறு கூறிய ராமனிடம் பரதன் 'அண்ணா அவர்களே நான் நாட்டில் இல்லாத சமயத்தில் எனது அன்னை கைகேயி தங்களுக்கு பெரும் தீங்கு செய்து விட்டாள். உங்களுக்கு வனவாசம் எனக்கு பட்டாபிஷேகம் என்ற கருத்தை நான் ஏற்றுக் கொள்ள மாட்டேன். எங்களுக்கெல்லாம் மூத்தவரான நீங்கள் பட்டாபிஷேகம் செய்து கொண்டு அயோத்தியை ஆட்சி புரிய வேண்டும். உங்களுக்கு பட்டாபிஷேகம் செய்வதற்கான அனைத்துப் பொருள்களையும் இங்கு கொண்டு வந்து இருக்கிறேன். ஆகவே நீங்கள் எமது வேண்டுகோளை ஏற்றுக் கொண்டு பட்டாபிஷேகம் செய்துக் கொள்ள வேண்டும்'. இவ்வாறு பரதன் ராமனிடம் கூறினான்.

அதன்பிறகு ராமன் பரதனிடத்தில் 'எனது அன்பு சகோதரனே நாம் நால்வரும் நல்ல குலத்தில் பிறந்தோம். நல்ல முறையில் வளர்க்கப்பட்டோம். நாம் எப்போதும் தந்தையின் சொல்லுக்கு கட்டுப் பட்டு இருந்தோம். நமது தந்தையின் வார்த்தை எப்போதும் பொய் ஆகக்கூடாது. ஆகவே நான் நமது தந்தையின் உத்தரவுப்படி வனவாசம் மேற்கொள்ள வேண்டும். நீயும் தந்தையின் வார்த்தைப்படியே அயோத்தியின் அரசனாக பட்டாபிஷேகம் செய்துக் கொண்டு நாட்டை ஆட்சி புரிய வேண்டும். உனக்கு சத்ருக்கணன்

நல்ல துணையாக இருப்பான். எனக்கு லஷ்மணன் துணையாக இருப்பான். ஆகவே நீ என்னைப் பற்றி கவலைப்படாமல் பட்டாபிஷேகம் செய்துக் கொள்வாயாக'. இவ்வாறு ராமன் கூறினான்.

ராமன் கூறிய அறிவுரையை ஏற்க மறுத்து பரதன் பேசினான். 'அண்ணா அவர்களே நீங்கள் இல்லாமல் நான் அயோத்திக்குத் திரும்ப மாட்டேன். நானும் உங்களுடன் இந்த காட்டிலேயே வாழ்ந்து வருவேன். உங்களை விட்டுப் பிரிவது என்னால் முடியாத காரியம் ஆகும்'. என்று கூறினான். அதற்கு ராமன், 'பரதனே அரசன் இல்லாத நாட்டை கள்வர்களும், எதிரிகளும் துன்புறுத்துவார்கள். ஆகவே நமது நாட்டின் நன்மைக்காக நீ அயோத்திக்குச் சென்று ஆட்சி புரிய வேண்டும்' என்று கூறினான்.

ராமன் கூறியதை மீண்டும் பரதன் மறுத்து ராமனிடம் பேசினான். 'அண்ணா அவர்களே உங்கள் கூற்றுப்படி அயோத்திக்கு அரசன் வேண்டும் என்றால் அதற்கு நீங்கள் தான் பட்டாபிஷேகம் செய்துக் கொள்ள வேண்டும். உங்களுக்குப் பதிலாக நானே பதினான்கு வருடம் வனவாசம் மேற்கொள்வேன். அவ்வாறு செய்வதால் நமது தந்தையின் வார்த்தையை நாம் காப்பாற்றியவர்கள் ஆவோம்'. இவ்வாறு பரதன் கூறியதைக் கேட்டு ராமன் சிரித்தான். பிறகு ராமன் பரதனிடம், 'எனது பாசத்திற்குரிய பரதனே நீ என்மேல் இருக்கும் அன்பினால் இவ்வாறு பேசுகிறாய், நான் வனவாசம் மேற்கொள்ள வேண்டும் என்பதும், அப்போது நீ அயோத்தியை ஆட்சிப் புரிய வேண்டும் என்பதும், எல்லாம் விதியின் பயன் ஆகவே நான் பதினான்கு வருடம் வனவாசம் இருக்கும் வரையில் நீயே அயோத்தியை ஆட்சி புரிய வேண்டும். எனது வனவாச காலம் முடிந்தவுடன் அயோத்திக்குச் திரும்பி வந்து பட்டாபிஷேகம் செய்துக் கொண்டு நான் அயோத்தியை ஆட்சி புரிவேன்'.

ராமன் பலவாறு கூறிய பிறகும் கூட பரதன் அயோத்திக்குத் திரும்பிச் செல்ல மறுத்து விட்டான். பிறகு மீண்டும் பரதன் ராமனிடம்

‘அண்ணா அவர்களே நீங்கள் இல்லாத அந்த அயோத்திக்கு நான் செல்ல விரும்பவில்லை. ஆகவே உங்களுடன் நானும் இந்த காட்டில் வசிப்பேன்.” இவ்வாறு கூறிய பரதன் தான் அமருவதற்காக தர்ப்பை புல்களை எடுத்து வரும்படி சுமந்திரரிடம் கூறினான். அப்போது சுமந்திரர் செய்வதவறியாமல் அமைதியாக இருந்து விட்டார். அதன் பிறகு பரதன் எடுத்து வந்த தர்ப்பையை தரையில் பரப்பி விட்டு அமர்ந்து விட்டான். வனவாசம் மேற்கொள்ள பரதனும் தயாராகி விட்டதை நினைத்து ராமன் செய்வதறியாமல் திகைத்தான்.

ராமனும், பரதனும் நடந்துக்கொண்ட விதத்தைப் பார்த்து பொதுமக்கள் கவலை அடைந்துப் பேசினார்கள். இவர்கள் இருவரும் காட்டில் இருந்து விட்டால் நாட்டை யார் ஆட்சி புரிவது. ராமன் தான் கொண்ட விரதத்தில் இருந்து தவறமாட்டான். ஆகவே பரதன் ராமனை வற்புறுத்துவதில் எந்தப் பயனும் இல்லை என்று பொதுமக்கள் பேசிக் கொண்டனர். அப்போது வசிஷ்டர் பரதனைப் பார்த்து, “அரச குமாரனே நீ பிடிவாதம் பிடிப்பது நல்லதல்ல ராமன் தான் கொண்ட விரதத்தை மீறமாட்டான். ஆகவே ராமனின் ஆசிர்வாதத்துடன் நீயே ராஜ்ய பரிபாலனம் செய்வாயாக. அவ்வாறு செய்வதால் சத்தியம் பாதுகாக்கப்படும்”. இவ்வாறு வசிஷ்டர் கூறினார்.

வசிஷ்டர் கூறிய பிறகு பரதன் ஓரளவு மன ஆறுதல் அடைந்தான். அதன் பிறகு பரதன் ராமனை அணுகி “அண்ணா அவர்களே எனக்கு உங்கள் மீது இருந்த பாசத்தினால் உங்கள் வார்த்தையை நான் மறுத்துப் பேசிவிட்டேன். அதற்காக நீங்கள் என்னை மன்னிக்க வேண்டும். நீங்களே எனது தந்தை ஆவீர். நீங்களே எனது தெய்வம் ஆவீர், நீங்களே எனது உடலும் உயிரும் ஆவீர் ஆகவே உங்கள் கட்டளையை நிறைவேற்றுவது எனது கடமை ஆகும். நீங்கள் உங்களது மிதியடியை எனக்குக் கொடுத்து உதவ வேண்டும். உங்களுக்கு பதிலாக உங்களது மிதியடியை அரியணையில் வைத்துக் கொண்டு நான் நகரத்துக்கு வெளியில் இருந்துக் கொண்டே

அயோத்தி நகரை ஆட்சி புரிவேன். இவ்வாறு கூறிய பரதனிடம், "அப்படியே ஆகட்டும்" என்று கூறிய ராமன் தனது மிதியடிகளை பரதனிடம் சமர்ப்பித்தான்.

மிதியடி என்பது காலணி என்றும், ராமரின் பாதுகை என்றும் அழைக்கப்படும். ராமரின் மிதியடிகளை பரதன் தன் தலைமேல் வைத்துக் கொண்டான். அதன் பிறகு ராமன், லஷ்மணன், சீதை ஆகியோர்களிடம் விடைபெற்றுக் கொண்டு பரதன் அயோத்தியை நோக்கிப் புறப்பட்டான். அவ்வாறு செல்லும் போது பரதன் நடந்த செய்திகளைக் கூறி இப்போதே நான் ராமனின் கட்டளைப்படியே பரத்வாஜரிடம் அயோத்திக்குத் திரும்புவதாகக் கூறினார். பரதன் கூறியதைக் கேட்டு மகிழ்ச்சி அடைந்த பரத்வாஜர் பரதனை ஆசீர்வதித்து அனுப்பினார்.

மேலும் பல மைல் தூரம் சென்ற பரதன் தனது படை பரிவாரங்களுடன் குகனுடைய இருப்பிடத்தை அடைந்தான். பிறகு அங்கிருந்து கங்கையைத் தாண்டி பரதனும் அவனது பரிவாரங்களும் புறப்பட்டனர். பலமைல் தூரம் சென்ற பிறகு பரதன் அயோத்தி நகரத்தை அடைந்தான். அயோத்தி நகரம் ஒருவிதமான சோகத்துடன் இருந்தது. பரதன் ராமன் சந்திப்பைப் பற்றி அறிந்த பிறகு மக்கள் சற்று நிம்மதி அடைந்தனர்.

அரண்மனைக்குச் சென்ற பரதன் தனது அன்னையர்களை இறக்கிவிட்டு, ராமனின் மிதியடிகளை தலையில் சுமந்தபடி பரதன் நந்திக் கிராமத்திற்குச் சென்றான். அந்த கிராமத்தில் ஒரு தற்காலிகமான ராஜ்ய சபையை உருவாக்கினான். அங்கு ஓர் ஆசனத்தில் ராமரின் மிதியடிகளை வைத்து பூஜித்தான். பிறகு தனது மந்திரிகளிடம் பலவித பொறுப்புகளையும் ஒப்படைத்து விட்டு பரதன் ஒரு சாதாரண மனிதனைப் போல நந்தி கிராமத்தில் வாழ்ந்து வந்தான். பதினான்கு வருடம் கழித்து ராமன் வருவான் என்ற ஆவலோடு பரதன் காத்திருந்தான்.

32. தண்டகாரண்யம்

பரதன் மற்றும் தங்களது அன்னையர்கள் வந்து போனதில் இருந்து ராமன் மிகவும் மன வருத்தத்துடன் அவர்களின் நினைவாகவே இருந்தான். ராமன் வசித்து வந்த சித்திரக்கூட பகுதியில் கரன் என்ற அரக்கனும், அவனைச் சேர்ந்த பல அரக்கர் களும் அந்த வனத்தில் இருக்கும் முனிவர்களை கொடுமைப்படுத்தி வந்தனர். அவ்வாறு துன்பம் அடைந்த முனிவர்களுக்கு ராமன் பாதுகாப்பு அளிப்பதாகக் கூறினான். ஆனால் ராமன் கூறியதையும் பொருட்படுத்தாமல் அங்கிருந்த முனிவர்கள் வேறு வனப்பகுதி களுக்குச் சென்று விட்டனர். இதனால் மேலும் கவலை அடைந்த ராமன் சித்திரக் கூடப் பகுதியில் இருந்து தண்டகாரண்யம் என்றப் பகுதிக்குச் சென்று விட தீர்மானித்தான்.

ராமன் லஷ்மணன், சீதை ஆகிய மூவரும் தண்டகாரண்யம் என்ற வனப்பகுதியை நோக்கி நடந்தனர். பிறகு அத்ரி என்ற முனிவரின் ஆசிரமத்தை அடைந்தனர். அத்ரி முனிவரின் மனைவி அனஸூயா ஆவாள். அனஸூயா புனிதமான விரதங்களை மேற் கொண்டு பெரும் தவங்களைப் புரிந்தவள். அனஸூயாவும், அத்ரி முனிவரும் ராமன், லஷ்மணன், சீதை ஆகிய மூவரையும் வரவேற்று உபசரித்தனர். அத்ரி முனிவர் தன் மனைவியான அனஸூயாவிடம் நல் உபதேசங்களைப் பெற்றுக் கொள்ளும் படி சீதையிடம் கூறினார்.

அதன் பிறகு அனஸுயா சீதையிடம் 'மிதிலை அரசனின் மகளே நீ நன்மை தீமைகளைப் பற்றி நன்றாக அறிந்து நடப்பதால் உனக்கு மேன்மையே உண்டாகும், நீ கணவனுக்கு பணிவிடை செய்வதையே பெரிதாகக் கொண்டு எல்லா தர்மங்களையும் அனுசரித்து நடப்பாயாக'. இவ்வாறு அனஸுயா சீதைக்கு பல நல் உபதேசங்களைக் கூறி சீதையை வாழ்த்தினாள். அதன்பிறகு ராமன், லக்ஷ்மணன், சீதை ஆகிய மூவர்களும் அவர்களிடம் விடைபெற்றுக் கொண்டு புறப்பட்டனர்.

ராமன், சீதை, லக்ஷ்மணன் ஆகிய மூவரும் தண்டகாரண்யம் என்ற காட்டை நோக்கிச் சென்றனர். அவர்கள் அடர்ந்த காட்டுப் பகுதியை அடைந்தனர். அந்த இடத்தில் முனிவர்கள் பயன் படுத்தும் மரவுரிகள் மான்தோல்கள் முதலியவை இறைந்து கிடந்தன. மேலும் சிறிது தூரம் சென்றப் பிறகு அங்குப் பல முனிவர்கள் தவம் செய்துக் கொண்டு இருப்பதைக் கண்டனர். அந்த ரிஷிகளில் சிலர் ராமனை அடையாளம் கண்டுக் கொண்டு வரவேற்று உபசரித்தனர். அன்றைய இரவு மூவரும் அந்த ரிஷிகளின் இருப்பிடத்திலேயே தங்கி விட்டனர்.

மறுநாள் காலையில் ராமன் முதலியோர் மீண்டும் புறப்படத் தயாரானார்கள். அப்போது ரிஷிகள் ராமனிடம் அந்த காட்டைப் பற்றியும், அவர்கள் செல்ல வேண்டிய வழிகளைப் பற்றியும் கூறினார்கள். ராமன், லக்ஷ்மணன், சீதை ஆகிய மூவரும் ரிஷிகளிடம் விடை பெற்றுக் கொண்டு புறப்பட்டனர். சில மைல் தூரம் சென்றவுடன் ஒரு பயங்கரமான காட்டை அடைந்தனர். அந்தக் காட்டில் கொடிய மிருகங்கள் எல்லாம் சுற்றித் திரிந்துக் கொண்டு இருந்தது.

33. விராதன் மாண்டான்

அந்த பயங்கர காட்டில் ராமன், லஷ்மணன், சீதை ஆகிய மூவரும் கவனமாக நடந்துச் சென்றனர். அப்போது விராதன் என்ற ஒரு பயங்கர அரக்கன் பெரும் கர்ஜனை செய்துக் கொண்டு மூவரையும் வழி மறித்தான். இந்த அரக்கனின் கையில் ஒரு சூலாயுதம் இருந்தது. ஒரு யானையையும் இரண்டு சிங்கங்களின் தலையையும் அவனின் சூலாயுதத்தில் குத்தி வைத்துக் கொண்டு இருந்தான். அந்த அரக்கன் ராம லஷ்மணர்களைப் பார்த்துப் பேசினான். 'நீங்கள் யார் எதற்காக துறவி போல வேடம் அணிந்துக் கொண்டு ஒரு பெண்ணையும் உங்களுடன் வைத்துக் கொண்டு இருக்கிறீர்கள். நீங்கள் துறவிகளாக இருக்க முடியாது. உங்கள் செயல் துறவிகளுக்கே இழிவை உண்டாக்கும்'.

இவ்வாறு பேசிக் கொண்டிருந்த அரக்கன் திடீர் என்று பாய்ந்து சீதையை ஒரு கையால் தூக்கிக் கொண்டு காட்டுக்குள் ஓடினான். சீதை கதறி அழுதுக் கொண்டே ராமனை அழைத்தாள். ராம, லஷ்மணர்கள் இருவரும் அரக்கனைத் துரத்திக் கொண்டு ஓடினார்கள். அதன் பிறகு அரக்கனை வழிமறித்து ராம லஷ்மணர்கள் அரக்கனின் மீது சரமாரியான அம்புகளை எய்தனர். தன் மீது குத்தி நின்ற அம்புகளை எல்லாம் அரக்கன் உதறித் தள்ளினான். பிறகு ராம லஷ்மணர்களின் மீது அரக்கன் தனது சூலாயுதத்தை வீசினான். ராமன் அந்த சூலாயுதத்தை தனது அம்பை விட்டு உடைத்தான்.

அம்புகளை விட்டு அரக்கனை கொல்ல முடியாததால் ராம லஷ்மணர்கள் தங்கள் வாளை உருவிக் கொண்டு அரக்கன் மீது பாய்ந்தனர். அப்போது அந்த அரக்கன் ராம லஷ்மணர்களை தூக்கிக் கொண்டு காட்டுப் பாதையில் ஓடினான். அதைக் கண்ட சீதை கதறினாள். "அரக்கனே அவர்களை விட்டுவிடு அவர்களுக்குப் பதிலாக என்னை கொன்றுவிடு" என்று கூறி சீதை கதறி அழுதாள். அப்போது சீதையின் கதறலைக் கேட்ட ராம லஷ்மணர்கள் மிகுந்த கோபம் அடைந்து அந்த அரக்கனின் இரண்டு கைகளையும் வெட்டித் தள்ளினார்கள்.

கைகளை இழந்த அரக்கன் தரையில் விழுந்து துடித்தான். ராமன் விராதனின் கழுத்தில் காலை வைத்து மிதித்தான். அப்போது விராதன் என்ற அரக்கன் ராமனிடம், 'வீரனே நீ தசரதனின் மகன் ராமன் என்பதை அறிந்துக் கொண்டேன். நான் தும்புரு என்ற கந்தர்வனாவேன். குபேரனின் சாபத்திற்கு நான் ஆளானதால் இந்த அரக்கத் தன்மையை அடைந்தேன். என்மீது ராமனாகிய உங்களின் பாதங்கள் பட்டால் எனக்கு சாப விமோஷனம் கிடைக்கும் என்று குபேரன் கூறினான். எனக்கு ஆயுதங்களினால் மரணம் உண்டாகாது. ஆகவே என்னை ஒரு குழியில் தள்ளி மூடி விடுங்கள்'. இவ்வாறு விராதன் கூறிய பிறகு லஷ்மணன் ஒரு பெரிய குழியை வெட்டினான். பிறகு அவனை ராமன் குழியில் தள்ளி மூடினான். அதன் பிறகு விராதன் என்ற அந்த அரக்கன் கந்தவர்களுக்குரிய மேல் உலகத்தை அடைந்தான். பிறகு ராமன் தனியாக இருந்த சீதையை சந்தித்து விராதனைப் பற்றியும் அவன் மாண்ட செய்தியையும் கூறினான்.

விராதன் மாண்ட பிறகு மூவரும் மேலும் சிறிது தூரம் நடந்துச் சென்று சரபங்கர் என்னும் முனிவரின் ஆசிரமத்தை அடைந்தனர். அப்போது அங்கு இந்திரன் சரபங்க முனிவருடன் பேசிக் கொண்டு இருந்தான். ராமன், ராவணனை அழிப்பதற்கு முன்பாக இந்திரன் ராமனைச் சந்திக்க விரும்பவில்லை. ஆகவே ராமன் அந்த

ஆசிரமத்திற்கு வருவதை அறிந்து இந்திரன் அங்கிருந்து புறப்பட்டுச் சென்று விட்டான். சரபங்க முனிவரின் ஆசிரமத்தை அடைந்த ராமன், சீதை, லஷ்மணன் ஆகிய மூவரும் சரபங்க முனிவரின் கால்களைத் தொட்டு வணங்கினர். அவர்களுக்கு சரபங்க முனிவர் ஆசீர்வாதம் அளித்து பல நல்ல உபதேசங்களை அளித்தார்.

34. சரபங்க முனிவர்

சரபங்க முனிவர் ராமனிடம், "ராமா இந்தக் காட்டில் சுதீஷ்ணர் என்ற மகரிஷி வாழ்ந்து வருகிறார். நீங்கள் அவரைச் சந்தித்தால் நன்மைகள் உண்டாகும். நான் இப்போது எனது சரீரத்தை விட்டு விட்டு மேல் உலகம் செல்லப் போகிறேன். ஆகவே நீங்கள் நான் மேல் உலகம் செல்லும் வரை இங்கிருந்து விட்டுப் புறப்பட வேண்டும்" என்று கேட்டுக் கொள்கிறேன். இவ்வாறு கூறிய சரபங்க முனிவர் ஒரு பெரும் தீயை மூட்டிப் பிறகு அந்த தீயினுள் புகுந்தார். இவ்வாறு தீயில் புகுந்த சரபங்க முனிவர் அந்தத் தீயில் இருந்து ஒரு இளைஞனைப் போல பிரகாசித்துக் கொண்டு மேல் உலகம் சென்றார்.

சரபங்க முனிவர் சொர்க்கம் அடைந்த பிறகு அங்கிருந்த சில ரிஷிகள் ராமரைச் சந்தித்துப் பேசினர். ரிஷிகள் ராமனிடம் "அரசகுமாரனே இந்த காட்டில் சில கொடிய அரக்கர்கள் வசித்து வருகின்றனர். அந்த அரக்கர்களால் எங்களைப் போன்ற பல ரிஷிகள் கொல்லப்பட்டனர். அந்த அரக்கர்களால் எங்கள் தவம் கெடுகிறது. மேலும் நாங்கள் மிகுந்த துன்பம் அடைகிறோம். அந்த அரக்கர்களிடம் இருந்து நீங்கள் எங்களை காப்பாற்றும்படி கேட்டுக் கொள்கின்றோம்". இவ்வாறு கூறிய ரிஷிகளிடம் "மரியாதைக் குரியவர்களே அந்த அரக்கர்களிடம் இருந்து உங்களை காப்பாற்றுவது எனது கடமை, நீங்கள் கேட்டுக் கொண்டபடியே நான் அரக்கர்களை அழிப்பேன்.

ஆகவே இது குறித்து நீங்கள் அச்சம் அடைய வேண்டாம்". இவ்வாறு அங்கிருந்த ரிஷிகளுக்கு ராமன் வாக்குறுதி அளித்தான். ஆனால் ராமனின் இந்த செயலை சீதை ஏற்றுக் கொள்ளவில்லை.

சீதை ராமனிடம், 'எனது அன்புக்குரியவரே நமக்குத் தீங்கு செய்யாதவர்களை கொல்வது பாவ செயல் ஆகும். மேலும் நாம் இங்கே துறவற வாழ்க்கையை மேற்கொண்டு இருக்கிறோம். ரிஷிகளை காப்பது அரசனுடைய கடமையாகும். வனவாசம் மேற்கொண்டு இருக்கும் நீங்கள் அகிம்சை வழியில் செல்வதே சிறந்ததாகும். நான் உங்களுக்கு போதனை செய்ய முயற்சிக்க வில்லை. உங்கள் மீது இருக்கும் அன்பின் காரணமாக நீங்கள் அறிந்த விஷயத்தை உங்களுக்கு நினைவுப்படுத்துகிறேன்'. இவ்வாறு சீதை கூறினாள். பிறகு சீதையிடம் ராமன் 'என் அன்புக்குரியவளே நாம் ஷத்திரிய வம்சத்தைச் சேர்ந்தவர்கள். நம்மை நாடி உதவி கேட்பவர்களுக்கு தகுந்த பாதுகாப்பு அளிப்பது நமது கடமை. அரக்கர்களிடம் இருந்து ரிஷிகளை காப்பாற்றுவதாக நான் வாக்குறுதி கொடுத்து விட்டேன். ஆகவே நான் கொடுத்த வாக்குறுதியை காப்பாற்ற வேண்டும்' இவ்வாறு ராமன் கூறிய பிறகு சீதை சமாதானம் அடைந்தாள். பிறகு மூவரும் புறப்படத் தயாரானார்கள்.

ரிஷிகளிடம் விடைபெற்றுக் கொண்டு ராமன், லஷ்மணன், சீதை ஆகிய மூவரும் புறப்பட்டனர். மூவரும் சுதீக்ஷ்ணரின் ஆசிரமத்திற்குச் செல்வதற்காக சரபங்க முனிவர் கூறியபடி மந்தாகினி நதியின் நீரோட்டத்திற்கு எதிர் திசையில் நடந்து சென்றனர். சிறிது நேரம் நடந்த பிறகு சுதீக்ஷ்ணரின் ஆசிரமத்தை அடைந்தனர். பிறகு மூவரும் சுதிக்ஷ்ணரை வணங்கி நின்றனர். ராமன், லஷ்மணன், சீதை ஆகிய மூவரையும் சுதீக்ஷ்ணர் ஆசீர்வதித்து நல் உபதேசங்களைக் கூறினார். சுதீக்ஷ்ணர் ராமனிடம் 'ராமா நான் உனது வரவை எதிர்பார்த்துக் கொண்டு இருந்தேன். நீ வந்ததால் இந்த ஆசிரமம் எனது எஜமானனைக் காணும் பாக்கியம் பெற்றது. ராமா நான் அடைந்த

நல் உலகங்களை நீயும் அடைய வேண்டும் என்று உன்னை ஆசீர்வதிக்கின்றேன்'. இவ்வாறு சுதீக்ஷ்ணர் கூறினார். ராமன், லஷ்மணன், சீதை ஆகிய மூவரும் அன்றைய இரவு சுதீக்ஷ்ணரின் ஆசிரமத்திலேயே தங்கி விட்டனர். அன்றைய இரவு கழிந்ததும் மறுநாள் காலையில் சுதீக்ஷ்ணரிடம் விடைபெற்றுக் கொண்டு மூவரும் புறப்படத் தயாரானார்கள். அப்போது சுதீக்ஷ்ணர் ராமனிடம் 'ராமா நீங்கள் எப்போது வேண்டுமானாலும் எனது ஆசிரமத்திற்கு வரலாம். நீங்கள் மீண்டும் இங்கு வரவேண்டும் என்று நான் விரும்புகின்றேன்' என்று கூறினார். பிறகு மூவரும் சுதீக்ஷ்ணரிடம் விடைபெற்றுக் கொண்டு புறப்பட்டனர்.

ராமன் லஷ்மணன், சீதை மூவரும் மீண்டும் தங்கள் பயணத்தைத் தொடர்ந்தனர். அதன் பிறகு தண்டகாரண்யப் பகுதியில் குடிசை அமைத்துக் கொண்டு வாழ்ந்து வந்தனர். அப்போது ராமன் பல ரிஷிகளையும் சந்தித்து நல் உபதேசங்களைப் பெற்றான். தண்டகாரண்ய பகுதியில் இங்கும் அங்குமாக பல இடங்களில் மாறி மாறி குடிசை அமைத்துக் கொண்டு வாழ்ந்து வந்தனர். ராமரின் வருகையால் அந்த பகுதியில் உள்ள ரிஷிகள் அரக்கர்களின் பயம் இன்றி மகிழ்ச்சியாக இருந்தனர். இவ்வாறு மூவரும் பத்து ஆண்டுகள் தண்டகாரண்யத்தில் மகிழ்ச்சியாக வாழ்ந்து வந்தனர்.

ராமன், லஷ்மணன், சீதை ஆகிய மூவரும் மீண்டும் சுதீஷ்ண முனிவரை சென்று சந்தித்தனர். அப்போது சுதீக்ஷ்ணர் ராமனிடம் 'ராமா நீங்கள் மூவரும் அகத்திய முனிவரை சந்தித்தால் அவர் மூலம் உங்களுக்கு பல மேன்மைகள் கிட்டும். ஆகவே நீங்கள் அகத்தியரின் ஆசிரமத்திற்குச் சென்று அவர்களை சந்திப்பீர்களாக' இவ்வாறு கூறிய சுதீக்ஷ்ணர் அகத்தியரின் இருப்பிடத்தைப் பற்றிக் கூறி அங்கு செல்வதற்கான வழிகளையும் கூறினார். அதன் பிறகு மூவரும் சுதீஷ்ணரிடம் விடைபெற்றுக் கொண்டு புறப்பட்டனர். மூவரும் அகத்தியரின் இருப்பிடம் நோக்கி நடந்தனர்.

35. அகத்தியர்

மூவரும் அகத்தியரின் இடத்தை நெருங்கிக் கொண்டு இருந்த போது வாதாபி, இல்வலன் என்ற இரண்டு கொடிய அரக்கர்களைப் பற்றி ராமன் கூறினான். இந்த இரண்டு அரக்கர்களும் அந்த வழியாகச் செல்லும் அந்தணர்களை தந்திரமாக கொன்று வந்தனர். இல்வலன் தான் செய்யும் சடங்கிற்கு வந்து விருந்து உண்டு விட்டுச் செல்ல வேண்டும் என்று அந்தணர்களை அழைப்பான். இல்வலனின் பேச்சை நம்பி அந்தணர்களும் விருந்து உண்பதற்குச் செல்வார்கள்.

இல்வலன் வாதாபியை கண்ட துண்டமாக வெட்டி அந்த மாமிச துண்டுகளை உணவுடன் கலந்து சமைப்பான். அவ்வாறு தயாரிக்கப்பட்ட உணவை இல்வலன் பிராமணர்களுக்கு பரிமாறுவான். பிராமணர்கள் உணவு உண்டு முடிந்தவுடன் இல்வலன் வாதாபியை அழைப்பான். "வாதாபியே வெளியே வா" என்று உரத்த குரலில் அழைப்பான். அவ்வாறு இல்வலன் அழைத்த உடன் மாமிசமாக மாறிய வாதாபி பிராமணர்களின் வயிற்றைக் கிழித்துக் கொண்டு வெளியே வருவான். பின் உடனே வாதாபி தன்னுடைய முழு உருவத்தை அடைவான். அப்போது வயிறு கிழிந்து விட்ட பிராமணர்கள் மரணம் அடைந்து விடுவார்கள். இவ்வாறு வாதாபியும் இல்வலனும் அந்த வழியாக செல்லும் பிராமணர்களை அழித்து வந்தனர்.

ஒரு சமயம் வாதாபியும், இல்வலனும் வசித்து வரும் காட்டுப் பகுதியின் வழியாக அகத்தியர் சென்றுக் கொண்டு இருந்தார். அப்போது இல்வலன் அகத்தியரை விருந்துக்கு அழைத்தான். இல்வலன் வழக்கம் போல வாதாபியின் மாமிசம் கலந்த உணவை அகத்தியருக்கும் பரிமாறினான். அகஸ்தியர் உண்வு உண்டு முடிந்தவுடன் இல்வலன் "வாதாபியே வெளியே வா" என்று அழைத்தான். இல்வலன் பலமுறை அழைத்தும் வாதாபி வெளியில் வரவில்லை. அப்போது அகத்தியர் புன்னகையுடன் இல்வலனிடம் 'கொடூர புத்தி உள்ள அரக்கனே வாதாபி என் வயிற்றில் ஜீரணம் அடைந்து மாண்டு விட்டான். ஆகவே இனிமேல் வாதாபி வரமாட்டான்'. இவ்வாறு அகத்தியர் கூறினார்.

அகத்தியரின் மீது கோபம் கொண்ட இல்வலன் அவரைக் கொல்வதற்காகத் தயாரானான். அப்போது அகத்தியர் தனது அனல் வீசும் பார்வையால் இல்வலனை எரித்துக் கொன்றார். இவ்வாறு வாதாபியையும், இல்வலனையும் அகத்தியர் கொன்று விட்ட கதையை ராமன் சீதைக்கும், லஷ்மணனுக்கும் கூறினான். இவ்வளவு தவ வலிமை படைத்த அகத்தியர் வாழும் இந்தப் பகுதியில் அரக்கர்களாலும் கொடிய மிருகங்களாலும் எந்த இடையூறுகளும் ஏற்படுவது இல்லை.

ராமன், சீதை, லஷ்மணன் ஆகிய மூவரும் சிறிது தூரம் நடந்து அகத்தியரின் சகோதரர் வசிக்கும் ஆசிரமத்தை அடைந்தனர். அகத்தியரின் சகோதரர் மூவரையும் வரவேற்று அவர்களை உபசரித்தார். மூவரும் அன்று இரவை அங்கேயே கழித்தனர். மறுநாள் காலையில் எழுந்து மூவரும் அகத்தியரின் இருப்பிடம் நோக்கி நடந்தனர்.

ராமனின் வரவை அகத்தியர் எதிர்பார்த்துக் கொண்டு இருந்தார். ராமன், லஷ்மணன், சீதை ஆகிய மூவரும் அகத்தியரின் ஆசிரமத்தை

அடைந்தனர். அகத்தியர் அவர்களை அன்புடன் வரவேற்று தக்க ஆசனத்தில் அமரச் செய்தார். அகத்தியரின் ஆசிரமம் புகழ் பெற்றதாக இருந்தது. சிவன், விஷ்ணு, பிரம்மா, இந்திரன், சூரியன், சந்திரன், குபேரன், வருணன், வாயு, தர்ம தேவதை போன்ற தேவர்களுக்காக அகத்தியரின் ஆசிரமத்தில் தனித்தனி இருக்கைகள் அமைக்கப் பட்டு இருந்தன. பல தேவர்கள் அகத்தியரின் ஆசிரமத்திற்கு வந்து செல்வதை வழக்கமாகக் கொண்டு இருந்தனர்.

கொடுமை செய்பவர்கள், கள்வர்கள், பொய் பேசுபவர்கள், தீய எண்ணம் படைத்தவர்கள், பாவம் செய்பவர்கள் போன்றவர்கள் இங்கே வாழ முடியாதபடி அகத்தியரின் சக்தி அவர்களை தடுத்து வந்தது. ஆகவே தவம் புரிபவர்களும், முக்தி அடைகிற முனிவர்களும் அங்கே வாசம் செய்து வந்தனர். இவ்வளவு சக்தி மிகுந்த அகத்தியர் ராம லஷ்மணர்களையும், சீதையையும் அன்புடன் உபசரித்து அவர்களுக்கு பல நல்ல உபதேசங்களைச் செய்து கௌரவித்தார்.

அகத்தியர் ராமனுக்கு பல சக்தி மிகுந்த ஆயுதங்களையும் வழங்கினார். விஸ்வகர்மாவினால் செய்யப்பட்ட விஷ்ணுவின் வில் அம்புகள், நெருப்பை உண்டாக்கக் கூடியதும், எடுக்க எடுக்க வந்துக் கொண்டே இருக்கக் கூடியதுமான பாணங்கள், மேலும் தெய்வத் தன்மைக் கொண்ட பலவித வாள்களையும் அகத்தியர் ராமனுக்கு வழங்கினார். இவற்றை எல்லாம் பெற்றுக் கொண்ட ராமர் அடுத்தப்படியாக தாங்கள் செல்ல வேண்டிய இடத்தைப் பற்றிக் கூறும்படி அகத்தியரிடம் கேட்டுக் கொண்டான். அதற்கு அகத்தியர் 'ராமா இங்கிருந்து இரண்டு யோஜனை தூரத்தில் பஞ்சவடி என்ற இடம் இருக்கிறது. நீங்கள் அந்த இடத்திற்குச் சென்று ஆசிரமம் அமைத்துக் கொண்டு வாழலாம். அந்த இடமே உங்களுக்கு ஏற்றதாக இருக்கும்'. இவ்வாறு அகத்தியர் கூறிய பிறகு ராமன், லஷ்மணன், சீதை ஆகிய மூவரும் அகத்தியரிடம் விடைபெற்றுக் கொண்டு பஞ்சவடி என்ற இடத்தை நோக்கி நடந்தனர்.

ராமன், லஷ்மணன், சீதை ஆகிய மூவரும் பஞ்சவடியை நோக்கி சில மைல் தூரம் நடந்து சென்றனர். அப்போது மிகப் பெரிய உருவம் கொண்ட ஒரு கழுகைக் கண்டனர். அந்த கழுகு ராமனிடம் பேசியது. 'ராமா நான் உனது தந்தையாகிய தசரதனின் நண்பன் ஆவேன். ஆகவே நீ என்னைப் பற்றி சந்தேகம் கொள்ளத் தேவையில்லை. நான் உங்களுக்கு உதவி புரிய காத்திருக் கின்றேன்' என்று கூறியது . அதன் பிறகு அந்தக்கழுகு தன்னுடைய வரலாற்றைப் பற்றி கூறியது. ஜடாயு என்ற அந்தக் கழுகு தன்னைப் பற்றி கூறிய பிறகு ராமன் ஜடாயுவின் மீது அன்பு கொண்டான்.

ஜடாயு ராமனிடம், 'ராமா இப்போது நீங்கள் சென்றுக் கொண்டு இருக்கும் காட்டில் கொடிய மிருகங்களும், கொடிய அரக்கர்களும் இருக்கின்றனர். ஆகவே நான் உங்களின் பாதுகாப்பிற்காக உங்களுடன் வர விரும்புகின்றேன்' என்று கூறியது. அதற்கு ராமனும் "கழுகு அரசனே இன்று முதல் நீ எங்களின் நண்பன் ஆனாய் ஆகவே நீயும் எங்களுடனே வரலாம்" என்று கூறினான். ஜடாயு ராமன் மீது மிகுந்த பக்தி கொண்டவன் ஆவான். ஜடாயுவும் ராமனுடன் பஞ்சவடிக்குச் சென்றான்.

மேலும் பல மைல் தூரம் சென்ற பிறகு ராமன், லஷ்மணன், சீதை மற்றும் ஜடாயுவும் பஞ்சவடி பகுதியை அடைந்தனர். அங்கு அவர்கள் தங்குவதற்காக ஒரு நல்ல இடத்தைத் தேர்ந்தெடுத்தனர். அதன் பிறகு லஷ்மணன் ஆசிரமம் கட்டத் தொடங்கினான். மண் சுவரை எழுப்பி அதன் மீது மூங்கில்களைப் பரப்பினான். பிறகு மூங்கில்களின் மீது நாணல்கள், வைக்கோல்கள் முதலியவற்றை கொண்டு மேற்கூரையும் கட்டி முடித்தான். அதன் பிறகு அந்த ஆசிரமத்திற்கு முறைப்படி சடங்குகளை செய்து முடித்தனர். மூவரும் அந்த ஆசிரமத்தில் மகிழ்ச்சியுடன் வாழ்ந்து வந்தனர்.

36. சூர்ப்பனகை

ஒரு சமயம் ராமன், லக்ஷ்மணன், சீதை ஆகிய மூவரும் தங்களது ஆசிரமத்தின் அருகில் உரையாடிக் கொண்டு இருந்தனர். அப்போது ராவணனின் தங்கையாகிய சூர்ப்பனகை என்ற அரக்கி அங்கு வந்தாள். ராமனின் அழகையும், அவனின் கம்பீரத் தோற்றத்தையும் கண்ட சூர்ப்பனகை ராமன் மீது மோகம் கொண்டாள். கோரமான உருவத்தை உடைய அந்த சூர்ப்பனகை காமவெறி பிடித்தவளாக இருந்தாள்.

சூர்ப்பனகை ராம, லக்ஷ்மணர்களைப் பார்த்து பேச ஆரம்பித்தாள். "தவம் செய்பவர்களைப் போல வேடம் அணிந்து கையில் வில்லும், அம்புமாக ஒரு பெண்ணையும் உடன் வைத்துக் கொண்டு இருக்கும் நீங்கள் யார்" என்று கேட்டாள். சூர்ப்பனகையின் கேள்விக்கு ராமன் பதில் அளித்தான். நாங்கள் அயோத்தி நாட்டு அரசனான தசரதனின் குமாரர்கள் என்றும், தங்கள் தந்தையின் கட்டளையை நிறைவேற்றுவதற்காக வனவாசம் வந்திருப்பதையும், என்னுடன் இருக்கும் பெண் எனது மனைவி சீதை என்றும் ராமன் தங்களைப் பற்றிய விவரங்களை சூர்ப்பனகையிடம் கூறினான்.

தங்களைப் பற்றி கூறிய ராமன், சூர்ப்பனகையைப் பார்த்து அவளைப் பற்றி விசாரித்தான். அதற்கு சூர்ப்பனகை நான் ராக்ஷசர்களின் அரசனான மாவீரன் ராவணனின் தங்கை

சூர்ப்பனகை ஆவேன். மற்றும் கும்பகர்ணன், விபீஷணன் முதலிய பலவான்களும், இந்தக்காட்டில் அரசு புரியும் கரனும், தூஷனனும் எனது சகோதரர்கள் ஆவர். நான் செய்யும் எந்த காரியத்திலும் எனது சகோதரர்கள் எனக்கு ஆதரவாகவே இருப்பார்கள். ஆகவே இந்தக் காட்டில் என்னைக் கண்டு அனைவரும் பயம் கொள்வார்கள். இவ்வாறு கூறிய சூர்ப்பனகை ராமனைப் பார்த்து "ராமனே சிறுபூச்சியைப் போன்ற இந்தப் பெண் உனக்கு ஏற்றவள் இல்லை. உனக்கு தகுந்த பெண் நான்தான். ஆகவே நீ என்னுடன் சேர்ந்துக் கொண்டு இந்த காட்டில் உல்லாசமாக வாழ்வாயாக" இவ்வாறு காமவெறி பிடித்தவளாக சூர்ப்பனகை ராமனிடம் பேசினாள்.

சூர்ப்பனகையின் பேச்சுக்கு ராமன் பதில் அளித்தான். ராமன் சூர்ப்பனகையிடம் 'அரக்கியே நான் சீதையை மணந்துக் கொண்டு வாழ்ந்து வருகின்றேன். ஒரு ஆண் இரண்டு பெண்களிடம் சேருவது பாவகாரியம் ஆகும். ஆகவே நீ எனது தம்பியாகிய அந்த லஷ்மணனை அணுகி உன்னுடைய ஆசையை நிறை வேற்றிக்கொள், லஷ்மணன் அழகிலும் வீரத்திலும் எனக்கு நிகரானவன்'. இவ்வாறு அந்த அரக்கியிடம் ராமன் கூறினான். லஷ்மணன் எப்படியும் அந்த அரக்கியை விரட்டி விடுவான் என்ற நம்பிக்கையில் ராமன் இவ்வாறு கூறினான்.

ராமனைப் போலவே அழகும் கம்பீரத் தோற்றமும் கொண்ட லஷ்மணனிடம் அணுகி சூர்ப்பனகை பேசினாள். 'வீரனே நீ எதற்காக இங்கு தவக்கோலம் பூண்டு இருக்கிறாய் நீ என்னுடன் வந்து விட்டால் நாம் இருவரும் இந்தக் காட்டில் உல்லாசமாக வாழலாம்' என்றாள். 'அரக்கியே நீ என்னிடம் பேசுவதில் எந்தப் பயனும் இல்லை. நான் இப்போது என் அண்ணனுக்கு அடிமையாக இருக்கின்றேன். ஆகவே நீ மீண்டும் எனது அண்ணனிடம் சென்று அவருக்கு இரண்டாவது மனைவியாக இரு' என்று கூறினான். மீண்டும் சூர்ப்பனகை ராமனிடம் சென்றாள். அப்போது ராமன் அவளை விரட்டினான்.

இருவரிடமும் ஏமாற்றம் அடைந்த சூர்ப்பனகை சீதையின் மீது கோபம் கொண்டாள். இந்தப் பெண் இருப்பதால்தான் இருவரும் தன்னை ஏற்றுக் கொள்ள மறுக்கின்றனர் என்று சூர்ப்பனகை கருதினாள். ஆகவே சூர்ப்பனகை கோபம் கொண்டு சீதையைக் கொல்வதற்காக சீதையை நோக்கிப் பாய்ந்தாள். சீதை சூர்ப்பனகையிடம் இருந்து விலகி ஓடினாள். அப்போது ராமன் லஷ்மணனைப் பார்த்து 'லஷ்மணா கொடிய எண்ணமும், காம வெறியும் பிடித்த இந்த அரக்கியை அங்கஹீனம் செய்து அனுப்பு வாயாக' என்றான்.

ராமன் உத்தரவு இட்டதும் லஷ்மணன் தனது வாளை உருவிக் கொண்டு அந்த அரக்கியின் மீது பாய்ந்தான். அதன் பிறகு லஷ்மணன் சூர்ப்பனகை என்ற அந்த அரக்கியின் காது மூக்கு ஆகியவற்றை தனது வாளால் அறுத்துத் தள்ளினான். காதும், மூக்கும் அறுபட்ட அந்த அரக்கி பயங்கரமாக கதறிக் கொண்டு காட்டிற்குள் ஓடினாள்.

காதும், மூக்கும் அறுபட்டு அங்கஹீனம் அடைந்த சூர்ப்பனகை தனது சகோதரனான கரன் என்பவனை சந்தித்து தான் அவமானம் அடைந்த செய்தியைக் கூறி அழுதாள். சூர்ப்பனகையின் நிலையைக் கண்ட கரன் மிகுந்த கோபம் கொண்டான். பிறகு கரன் சூர்ப்பனகையிடம் மாபெரும் பலம் பொருந்தியவளும் நினைத்த உருவத்தை அடையக்கூடிய வளுமான உன்னை இந்த நிலைக்கு ஆளாக்கியவன் எவன். அதற்கு சூர்ப்பனகை, கரனிடம் 'பேரழகு மிக்க இரண்டு வீர இளைஞர்களும், அவர்களுடன் ஒரு பேரழகியும் இருக்கின்றாள். தசரத மன்னனின் மகன்களான அவர்கள் இந்தக் காட்டில் வனவாசம் மேற்கொண்டு இருக்கின்றனர்' என்று கூறினாள்.

கரன் சூர்ப்பனகையிடம் 'சகோதரியே நீ கவலைப் பட வேண்டாம். அவர்கள் மூவரையும் நான் கொன்று தீர்ப்பேன். அவர்களின் ரத்தத்தை நீ குடிப்பாய், அவர்கள் இருக்கும் இடத்தை நமது வீரர்களுக்கு அடையாளம் காட்டுவாயாக'. இவ்வாறு கூறிய

கரன் ராமன், லஷ்மணன், சீதை ஆகியோர்களைக் கொல்வதற்காக பெரும் பலம் மிக்க பதினான்கு அரக்கர்களை அனுப்பினான். அந்த அரக்கர்களுடன் சூர்ப்பனகையும் சென்றாள். ராமனின் இருப்பிடத்தை சூர்ப்பனகை அரக்கர்களுக்குக் காட்டினாள்.

தம்மால் அவமானம் அடைந்துச் சென்ற சூர்ப்பனகை பல அரக்கர்களுடன் போருக்கு வருவதை ராம லஷ்மணர்கள் கண்டனர். அப்போது ராமன் லஷ்மணனிடம், "லஷ்மணா நீ சீதைக்கு பாதுகாப்பாக இங்கேயே இரு, நான் அந்த அரக்கர்களை வீழ்த்திவிட்டு வருகிறேன்" என்று கூறினான். அதன் பிறகு ராமன் அரக்கர்களை எதிர் கொண்டு பேசினான். "அரக்கர்களே நீங்கள் உங்களின் உயிரை காப்பாற்றிக் கொள்ள விரும்பினால் இங்கிருந்து ஓடிவிடுங்கள்" என்று கூறினான்.

37. கரன் மாண்டான்

அரக்கர்கள் ராமன் எச்சரித்ததை பொருட்படுத்தாமல் ராமனைக் கொல்வதற்காக பாய்ந்து வந்தனர். அப்போது ராமன் தனது அம்புகளை எய்து பதினான்கு அரக்கர்களையும் வீழ்த்திக் கொன்றான். அதைக் கண்ட சூர்ப்பனகை பயம் கொண்டவளாக அலறி அடித்துக் கொண்டு மீண்டும் கரனிடம் சென்று நடந்ததைக் கூறினாள். அதைக் கேட்டு மேலும் கோபம் அடைந்த கரன் சூர்ப்பனகையிடம் "சகோதரியே கவலைப்படாதே நான் பெரும் படையுடன் சென்று அந்த மூவரையும் கொல்வேன். நீ அவர்களின் ரத்தத்தைக் குடித்து மன அமைதி பெறுவாய்" என்று கூறினாள்.

ராமனைக் கொல்வதற்காக பதினான்காயிரம் அரக்கர்களைக் கொண்ட ஒரு பெரும் படையுடன் கரன், துவேஷன், திரிசிரஸ் முதலானோர் புறப்பட்டனர். அவ்வாறு கரன் செல்லும் போது பல அபசகுனங்களைக் கண்டான். ஆனால் கரன் அதைப் பற்றிக் கவலைப்படாமல் பேசினான், 'நான் எமனுக்கே மரணத்தை அளிக்கும் திறமை கொண்டவன், வானத்து நட்சத்திரங்களையும் எனது பாணத்தினால் வீழ்த்துவேன். ஆகவே நான் எந்த அபசகுனங்களைப் பற்றியும் கவலைப்படமாட்டேன். நான் நினைத்தால் தேவேந்திரனையும் கொல்வேன். அப்படிப்பட்ட நான் ராமன் போன்ற அற்ப மனிதர்களை எளிதாக கொன்று வீழ்த்துவேன். நான் இன்று அந்த மூவரையும் கொல்லாமல் திரும்பப் போவதில்லை'. இவ்வாறு கரன் மிகுந்த ஆணவத்துடன் பேசிக் கொண்டு தனது படைகளை அழைத்துச்

சென்றான். கரனுடன் பதினாங்காயிரம் அரக்கர் படைகளும் உற்சாகமாக சென்றனர்.

ஒரு பெரும் அரக்கர் படைகள் தங்களை நோக்கி வருவதை ராம லஷ்மணர்கள் கண்டனர். அவர்களை எதிர்கொள்ள ராமன் தயாரானான். அப்போது ராமன் லஷ்மணனிடத்தில் "லஷ்மணா இந்த அரக்கர் படைகளை நீ ஒருவனாவே வீழ்த்தி விடுவாய் என்பதில் எனக்கு சந்தேகம் இல்லை. ஆனால் இப்போது நாம் சீதையை பாதுகாப்பது முக்கியம். ஆகவே நீ சீதையை அழைத்துக் கொண்டு குகைக்குள் சென்று விடு. நான் ஒருவனாகவே போர் செய்து இந்த அரக்கர்களைக் கொல்வேன்". இவ்வாறு ராமன் கூறிய பிறகு லஷ்மணன் சீதையை அழைத்துக் கொண்டு ஒரு பாதுகாப்பான குகைக்குள் சென்று விட்டான். அதன் பிறகு ராமன் தனது ஆயுதங் களை எடுத்துக் கொண்டு போருக்குத் தயாராக நின்றான். நடக்கப் போகும் யுத்தத்தைக் காண தேவர்களும், கந்தர்வர்களும் சித்தர்களும் ரிஷிகளும் ஒன்று கூடி நின்றனர்.

ராமனைக் கொல்வதற்காக கரனின் அரக்கர் படைகள் பாய்ந்து வந்தனர். ராமர் அந்த அரக்கர்களின் மீது அம்புமாரி பொழிந்தார். அப்போது மேலும் மேலும் ஆயிரக்கணக்கான அரக்கர்கள் பலவிதமான ஆயுதங்களை ராமன் மீது ஏவிவிட்டனர். அரக்கர்களின் அந்த ஆயுதங்கள் எல்லாம் ராமரின் பாணங்களால் வீழ்த்தப்பட்டன. அதன் பிறகு ராமர் அரக்கர்களின் மீது அம்பு மாரி பொழிந்தார். ராமனின் பாணங்களால் அரக்கர்கள் கூட்டம் கூட்டமாக செத்து மடிந்தனர். அந்தப் பகுதி முழுவதும் அரக்கர்கள் பிணக்குவியல்களாக வீழ்ந்து கிடந்தனர்.

ஆயிரக்கணக்கான அரக்கர் படைகள் மாண்டதைக் கண்ட தூஷணன் பெரும் கோபம் கொண்டான். பிறகு தூஷணன் ராமனின் மீது சக்தி வாய்ந்த ஆயுதங்களை பிரயோகித்தான். அந்த ஆயுதங்களையெல்லாம் முறியடித்த ராமன், தூஷணனின் தேரை இழுத்துச் சென்ற குதிரைகளையும் அவனின் தேரோட்டியையும் தனது பாணங்களால் வீழ்த்திக் கொன்றார். மீண்டும் ராமர் மற்றொரு

பாணத்தை எய்து தூஷணனின் வில்லை உடைத்துத் தள்ளினார். அதன் பிறகு தூஷணன் தனது கதாயுதத்தை எடுத்துக் கொண்டு ராமன் மீது பாய்ந்தான். அப்போது ராமன் தனது சக்தி வாய்ந்த ஆயுதங்களை பிரயோகித்து தூஷணனை வீழ்த்திக் கொன்றான்.

தூஷணனை ராமன் கொன்று விட்டதால் கரன் ராமன் மீது பெரும் கோபம் கொண்டான். பிறகு கரன் ராமனைக் கொல்வதற்கு ஆயுத்தமானான். அப்போது திரிசிரஸ் என்ற அரக்கன் கரனைத் தடுத்து நிறுத்திவிட்டு, ராமன் மீது போர்த்தொடுத்தான். திரிசிரஸ் பயங்கர ஆயுதங்களை ராமன் மீது ஏவினான். ராமன் திரிசிரஸின் ஆயுதங்களை தனது பாணங்களால் உடைத்தெறிந்தார். மூன்று தலைகளை உடைய அந்த திரிசிரஸை ராமன் கடுமையாகத் தாக்கி கடைசியில் திரிசிரஸின் மூன்று தலைகளையும் ராமன் வெட்டித் தள்ளினான். அதன் பிறகு திரிசிரஸ் மாண்டான்.

தூஷணன், திரிசிரஸ் உள்பட ஆயிரக்கணக்கான அரக்கர் களையும் கொன்று விட்ட ராமனைப் பார்த்து கரன், பயம் கொண்ட வனாக இருந்தான். அதேநேரம் அந்த ராமனை எப்படியாவது கொன்று விட வேண்டும் என்று கரன் முடிவு செய்தான். அதன் பிறகு கரன் ஆயிரக்கணக்கான அம்புகளை ராமன் மீது ஏவினான். கரனின் ஆயுதங்களை எல்லாம் ராமர் தனது பாணங்களால் உடைத்துத் தள்ளினார். அப்போது ராமன் கரனிடம், "கரனே இந்தக் காட்டில் வாழும் பல ரிஷிகளை நீ கொன்றாய் அதனுடைய பலனை இப்போது நீ அடையப் போகிறாய்". இவ்வாறு கூறிய ராமர் ஒரு சக்தி மிகுந்த பாணத்தை கரனின் மார்பில் ஏவினார். மார்பில் அம்பு பாய்ந்து விட்ட பிறகு கரன் வீழ்ந்து மாண்டான்.

கரன், தூஷணன், திரிசிரஸ் மற்றும் அவர்களின் பதினான்காயிரம் அரக்கர்களையும் ராமன் ஒருவனே வீழ்த்திக் கொன்றான். ராமனின் இந்த அரிய செயலைக் கண்ட தேவர்களும், ரிஷிகளும் ராமனைப் பாராட்டினார்கள். தேவர்கள் வாத்தியங்களை முழங்கி ராமனின் மீது பூமாரி பொழிந்தனர். அதே நேரம் லஷ்மணன் சீதையை அழைத்துக் கொண்டு வந்தான். ராமனின் பராமக்கிரத்தைக் கண்டு லஷ்மணனும் சீதையும் மகிழ்ச்சி அடைந்தனர்.

38. அகம்பனன் ராவணனைச் சந்தித்தான்

கரன், தூஷணன், திரிசரஸ் மற்றும் அவர்களின் பதினாங்காயிரம் அரக்கர் படைகளையும் ராமன் அழித்த போது அந்தப் போர்க்களத்தில் இருந்து அகம்பனன் என்ற அரக்கன் தப்பியோடி விட்டான். அவ்வாறு தப்பி ஓடியவன் ராவணனிடம் சென்று கரனும் அவனது படைகளையும் ராமன் கொன்று விட்ட செய்தியைக் கூறினான். அதைக் கேட்ட ராவணன் மிகுந்த கோபம் அடைந்து பேசினான்.

ராவணன் அகம்பனனிடம், "தன் உயிரை விட்டு விட துணிந்து விட்ட அவன் யார், பார்ப்பவர்கள் உள்ளத்தில் பயத்தை எற்படுத்தக் கூடிய அந்த ஜனஸ்தானத்தை அழித்தவன் எவன், என்னை விரோதம் கொண்டால் இந்திரனாலும் நிம்மதியாக இருக்க முடியாது, என்னை எதிர்க்க இந்திரனாலும் முடியாது, குபேரனாலும் முடியாது, விஷ்ணுவினாலும் முடியாது, காலத்திற்கு நானே காலன், நான் கோபம் கொண்டால் காற்றையும் நிறுத்துவேன். சூரியனையும் எரிப்பேன் அப்படிப்பட்ட என்னை விரோதம் கொள்ள துணிந்து விட்டவன் யார். அகம்பனனே நீ கூறும் அந்த மானிடனுடன் இந்திரன், தேவர்கள் போன்றவர்கள் சேர்ந்துக் கொண்டு போர் புரிந்தார்களா" என்று கேட்டான்.

ராமனின் போரைக் கண்டு பயம் தணியாமல் இருந்த அகம்பனன் ராவணனின் கேள்விக்கு பயந்தவாறே பதில் கூறினான். "அரசே அயோத்தியின் மன்னனான தசரதனின் குமாரன் ராமன். கம்பீர நடை, பரந்த தோள்கள், மிகுந்த பலம், அஞ்சா நெஞ்சம் கொண்ட வீரம் போன்ற பல அம்சங்களைக் கொண்டவனாக அந்த ராமன் விளங்கு கின்றான். அவனின் வில்லில் இருந்து மின்னல் போல பாணங்கள் பாய்ந்து வந்தன. அந்த ராமனின் வேகத்திற்கு ஈடு கொடுக்க முடியாமல் கரனும் அவரது பதினாங்காயிரம் அரக்கர் படைகளும் ரத்த வெள்ளத்தில் மாண்டு விட்டனர்". அகம்பனனின் அந்த பேச்சைக் கேட்டு ராவணன் மேலும் கோபம் அடைந்தான். அதன் பிறகு ராவணன் "நான் இப்போதே ஜனஸ்தானத்திற்குச் சென்று அந்த ராமனின் உயிரை மாய்ப்பேன்" என்று கூறிவிட்டு ராமனைத் தேடி ஜனஸ்தானம் செல்ல ராவணன் தயாரானான்.

ராவணன் கோபத்தைக் கண்ட அகம்பனன் மீண்டும் ராவண னிடம் பேசினான். 'அரசே என் மீது கோபப்படாமல் நான் கூறுவதைச் சற்றுக் கேட்க வேண்டும். ராமனை எதிர்த்துப் போர் புரிவது அவ்வளவு சுலபமான விஷயம் இல்லை. அந்த ராமனுடன் அவனின் தம்பி லஷ்மணன் என்பவனும் இருக்கின்றான். அந்த லஷ்மணனும் ராமனுக்கு நிகரான வீரம் பொருந்தியவன் மேலும் அவர்களுடன் ராமனின் மனைவியாகிய சீதை என்பவளும் இருக்கின்றாள். அந்த சீதை மிகவும் அழகு மிகுந்த பெண் ஆவாள். சீதையின் மீது ராமன் மிகுந்த அன்பு கொண்டவனாக இருக்கின்றான். ஆகவே நீங்கள் சீதையை தூக்கி வந்து விட்டால் சீதையின் பிரிவை தாங்க முடியாமல் ராமன் தனது உயிரை விட்டு விடுவான்'. இவ்வாறு அகம்பனன் ராவணனிடம் கூறினான்.

அகம்பனன் சொன்னதைக் கேட்ட ராவணன் சீதையின் மீது மோகம் கொண்டான். ஆகவே சீதையை தந்திரமாக தூக்கிக் கொண்டு வந்துவிட வேண்டும் என்று ராவணன் கருதினான். சீதையை அபகரித்து வருவதற்காக மாரீசன் என்பவனை பயன் படுத்திக் கொள்ள நினைத்தான். ஆகவே ராவணன் தனது தேரை

எடுத்துக் கொண்டு மாரீசனை சந்திப்பதற்காகப் புறப்பட்டான்.

ராவணனின் தேர் மாரீசனின் இருப்பிடத்தை அடைந்தது. தன்னுடைய இருப்பிடத்தைத் தேடி வந்த ராவணனை, தாடகையின் மகனான மாரீசன் வரவேற்று உபசரித்தான். அதன் பிறகு ராவணன் தான் வந்த காரணத்தை மாரீசனிடம் கூற ஆரம்பித்தான். தன்னுடைய சகோதரியான சூர்ப்பனகையை லஷ்மணன் அங்கஹீனம் செய்து அனுப்பியது, அதன் பிறகு ராமனுடன் போர் புரிந்த கரன், தூஷணன், திரிசிரஸ் மற்றும் பதினாங்காயிரம் அரக்கர் படைகளை ராமன் கொன்று ஜனஸ்தானத்தை அழித்தது போன்ற விவரங்களை எல்லாம் ராவணன் மாரீசனிடம் கூறினான். இவ்வாறு பல செய்திகளையும் கூறிய ராவணன் சீதையை தூக்கி வரவேண்டிய அவசியத்தையும் அதற்கு நீயே உதவி புரிய வேண்டும் என்றும் கூறினான்.

சீதையை அபகரிக்க நினைக்கும் ராவணனின் பேச்சைக் கேட்டு மாரீசன் அதிர்ச்சி அடைந்தான். பிறகு மாரீசன் ராவணனிடம் "அரசே சீதையை அபகரிக்க நினைத்தால் அது நமக்கு அழிவைத் தான் உண்டாக்கும். உங்களை அழிக்க நினைக்கும் ஒரு விரோதி தான் இதுபோன்ற யோசனையை உங்களுக்குக் கூறியிருப்பான். உங்களுக்கு நல்ல யோசனை கூறுவது போல உன்னுடைய அழிவுக்கு திட்டம் போடுகிறவன் யார். உங்கள் நலனில் அக்கறை கொண்டவர்கள் யாரும் சீதையை அபகரித்து வரும் திட்டத்தைப் பற்றி உங்களுக்குக் கூறி இருக்க மாட்டார்கள். ராமனுக்கு கோபம் உண்டானால் அதைத் தடுக்கும் சக்தி மூன்று உலகிலும் யாருக்கும் இல்லை. ராமன் தனது தந்தையின் வாக்குறுதியை காப்பாற்றுவதற்காகவே வனவாசம் மேற்கொண்டு இருக்கின்றான். பல நல்ல குணங்களை உடைய ராமனுக்கு நாம் இடையூறு செய்யாமல் இருந்தால் நமக்கு நன்மையே உண்டாகும். ஒரு சமயம் ராமன் தன் பாணங்களால் என்னை கடலில் எறிந்தான். அப்போது ராமன் என்னைக் கொல்லாமல் விட்டு விட்டான்". இவ்வாறு ராமனைப் பற்றி பலவிதமான செய்திகளை மாரீசன் கூறினான். அதன் பிறகு ராவணன் மனமாற்றம் அடைந்து தனது அரண்மனைக்குத் திரும்பி வந்து விட்டான்.

ராவணன் தனது அரியணையில் அமர்ந்து இருந்த போது, காது மூக்கு அறுபட்ட நிலையில் சூர்ப்பனகை அங்கு வந்தாள். அவள் ராவணனைப் பார்த்து “மூடனே உனது வீரம் எங்கே, ஜனஸ்தானத்தை ராமன் அழித்ததை நீ அறிந்த பிறகும், நீ கோழைத்தனமாக அமர்ந்துக் கொண்டு இருக்கிறாய். உனது தங்கையான என்னை அந்த மனித பூச்சிகள் அவமானப்படுத்தி அனுப்பி விட்டனரே அதை கண்டும் உனக்கு கோபம் வரவில்லையா, செல்வ செருக்கிலும் அற்ப சுகங்களிலும் மனதை பறி கொடுத்து இருக்கும் அரசனை குடிமக்கள் மதிக்க மாட்டார்கள். நம்மைச் சேர்ந்தவர்கள் ஜனஸ்தானத்தில் எதிரிகள் நடுங்கும் படி ஆட்சி புரிந்து வந்தனர். அவர்கள் எல்லாம் ராமனிடம் போர் செய்து வீரமரணம் அடைந்து விட்டார்கள். தண்ட காரண்யத்தில் உன்னைப் பற்றி இருந்த பயம் முற்றிலும் தீர்ந்துப் போய் விட்டது. இது உனக்கு அவமானமாகப்படவில்லையா எனக்கு ஏற்பட்ட அவமானம் அது உனக்கு ஏற்பட்ட அவமானம். ஆகவே எப்படியேனும் அந்த சீதையை தூக்கி வந்துவிடு. அவ்வாறு நீ சீதையை அபகரித்து வந்து விட்டால், நமது எதிரியான ராமன் உயிர் துறப்பான். நீ இதை செய்ய மறுத்தால் இனி குடிமக்கள் உன்னை மதிக்க மாட்டார்கள்”. இவ்வாறு சூர்ப்பனகை ராவணனிடம் பலவாறு கலகம் செய்து தூண்டி விட்டாள்.

சூர்ப்பனகையின் கலகத்தால் ராவணன் மதி இழந்தான். மேலும் சீதையின் அழகைப் பற்றி அறிந்த ராவணன் சீதையை தூக்கி வந்து விட வேண்டும் என்பதில் உறுதியாக இருந்தான். ஆகவே ராவணன் தனது தேரோட்டியிடம் தனது தேரை தயார் செய்யும்படிக் கூறினான். அதன் பிறகு பிசாசு முகங்களைக் கொண்ட கோவேறு கழுதைகள் பூட்டிய ரதம் தயாராக நின்றது. ராவணன் அந்த ரதத்தில் ஏறிக்கொண்டு மாரீசனை சந்திப்பதற்காக ஆகாய மார்க்கமாக புறப்பட்டுச் சென்றான்.

39. ராவணன் மாரீசன் சந்திப்பு

மாரீசனை சந்தித்த ராவணன் மீண்டும் தனது திட்டத்தைப் பற்றிக் கூறினான். அப்போது மாரீசன் மீண்டும் ராவணனுக்கு பலவிதமான அறிவுரை கூறி சீதையை கடத்தும் திட்டத்தை கைவிடும் படிக் கூறினான். ஆனால் ராவணன் மாரீசனின் பேச்சை மறுத்தான். பிறகு மாரீசனிடம் ராவணன் தனது கட்டளையை நிறைவேற்ற வேண்டும் என்று கண்டிப்புடன் கூறினான். மாரீசன் வேறு வழியில்லாமல் ராவணனின் திட்டத்திற்கு ஒப்புக் கொண்டான். ராவணனின் கட்டளையை நிறைவேற்றாவிட்டால் ராவணன் தம்மைக் கொன்று விடுவான். ராவணனின் திட்டத்திற்கு ஒப்புக் கொண்டால் ராமன் தம்மைக் கொன்று விடுவான். இந்த கொடிய புத்தியுள்ள ராவணனின் கையால் மரணம் அடைவதை விட ராமனின் பாணங்களால் மரணம் அடைவதே மேன்மையைத் தரும். இவ்வாறு நினைத்த மாரீசன் ராவணனின் திட்டத்திற்கு ஒப்புக் கொண்டான்.

சீதையைத் தூக்கி வரும் திட்டத்திற்கு மாரீசன் ஒப்புக் கொண்ட பிறகு ராவணன் தனது திட்டத்தைப் பற்றி மாரீசனிடம் கூறினான். "மாரீசா நீ மாய தந்திரங்களை நன்கு அறிந்தவன். ஆகவே நான் உன்னுடைய உதவியை நாடி வந்து இருக்கின்றேன். நாம் இருவரும் ராமன், சீதை, லஷ்மணன் ஆகியவர்கள் தங்கி இருக்கும் ஆசிரமத்திற்கு அருகில் சற்று தொலைவில் நின்று இருப்போம்.

அப்போது நீ வெள்ளிப் புள்ளிகளுடன் கூடிய அழகிய தங்க மானாக உருவம் தரித்துக் கொண்டு, ராமனின் ஆசிரமத்திற்கு அருகில் செல்ல வேண்டும். அழகிய மான்களின் மீது சீதை விருப்பம் உடையவள். ஆகவே அழகிய மான் உருவத்தில் இருக்கும் உன்னை பிடித்துத் தரும்படி சீதை ராமனை வற்புறுத்துவாள். அப்போது மான் உருவில் இருக்கும் உன்னைப் பிடிப்பதற்காக ராமன் ஓடி வருவான்."

40. மாரீசன் மான்

மேலும் ராவணன் தொடர்ந்து கூறினான். "மாரீசா மான் உருவில் இருக்கும் உன்னைப் பிடிப்பதற்கு ராமன் வரும் போது நீ ராமனின் கையில் அகப்படக் கூடாது. ராமன் உன்னை துரத்தி வரும் போது நீ வெகு தூரத்திற்குச் சென்று விட வேண்டும். அவ்வாறு நீ சென்ற உடன் லஷ்மணனும் ராமனைத் தேடி வருவான் அப்போதே தனியாக இருக்கும் சீதையை நான் தூக்கிக் கொண்டு வந்து விடுவேன்". இவ்வாறு ராவணன் மாரீசனிடம் கூறினான்.

அதன் பிறகு ராவணனும் மாரீசனும் ராமனின் இருப்பிடத்தின் அருகில் சென்றனர். அழகிய பல வெள்ளி நிற புள்ளிகளுடன் தங்கநிறமான மானாக மாரீசன் உருமாறினான். அந்த நேரம் சீதை தனது ஆசிரமத்தின் அருகில் மலர்களைப் பறித்துக் கொண்டு இருந்தாள். அப்போது அழகிய மாரீச மான் சீதையின் அருகில் நடமாடிக் கொண்டு இருந்தது. அந்த மானின் அழகைக் கண்டு சீதை மிகவும் வியப்படைந்தாள். பிறகு ராமனையும், லஷ்மணனையும் பார்த்து 'இங்கே ஓடி வாருங்கள், இங்கே ஓடி வாருங்கள்' என்று அவர்களை அழைத்தாள். ராமனும், லஷ்மணனும் சீதையின் அருகில் வந்ததும் சீதை அந்த அழகிய மானைக் காட்டி அதைப் பிடித்துத் தரும்படி ராமனை வற்புறுத்தினாள். ராமனும் லஷ்மணனும் பொன்னிறமான அந்த மானைக் கண்டு வியப்படைந்தனர்.

மானைக் கண்ட லக்ஷ்மணன் அந்த மானின் மீது சந்தேகம் அடைந்து ராமனிடம் பேசினான். "அண்ணா அவர்களே இது போன்ற மான் இந்தக் காட்டில் இல்லாதது. மாரீசன் என்ற அரக்கன் மான் உருவத்தில் இங்கு வந்து இருக்கின்றான். இந்த மாரீசன் மான் உருவத்தில் வந்து, வேட்டையாட காட்டுக்கு வருபவர்களை ஏமாற்றியும் துன்புறுத்தியும் வந்து இருக்கின்றான். மாரீசன் ஏதோ ஒரு சதித் திட்டத்தோடு இங்கு வந்திருப்பதாக நான் அறிகிறேன்". இவ்வாறு லக்ஷ்மணன் கூறியதை ராமனும் ஏற்றுக் கொண்டான்.

மானின் அழகை கண்ட சீதை அதை எப்படியாவது எனக்கு பிடித்துத் தாருங்கள் என்று வற்புறுத்தினாள். அதற்கு ராமன் 'எனது அன்பு சீதையே இந்த மான் உனக்கு வேண்டாம். இதில் ஏதோ அரக்கர்களின் சூழ்ச்சி இருக்கிறது. ஆகவே இதை மறந்து விடு' என்றான். ராமனின் பேச்சை சீதை ஏற்றுக் கொள்ளவில்லை. இந்த அழகிய மான் எனக்கு வேண்டும். நாம் அயோத்தி செல்லும் நாள் நெருங்கி விட்டது. ஆகவே இந்த மானை அயோத்திக்கு கொண்டுச் சென்று அதை பரதனுக்கு பரிசாகக் கொடுப்பேன். இது போல பலவாறு பேசிய சீதை மானை பிடித்துக் கொடுக்கும் படி ராமனை வற்புறுத் தினாள். சீதையின் வற்புறுத்தலால் ராமன் மானை பிடிப்பதற்காக புறப்படத் தயாரானான். அப்போது ராமன் லக்ஷ்மணனிடம், சீதைக்கு பாதுகாப்பாக இருக்கும்படிக் கூறினான். அதன் பிறகு சீதையை லக்ஷ்மணனின் பாதுகாப்பில் விட்டு விட்டு மானைப் பிடிப்பதற்காக ராமன் புறப்பட்டான்.

41. மாரீசன் மாண்டான்

ராமன் மானின் அருகில் செல்லும் போது அந்த மான் சற்று விலகி ஓடி ஓர் இடத்தில் நின்றது. மீண்டும் ராமன் மானின் அருகில் சென்று அதைத் தாவிப் பிடிக்க முயற்சித்தான். அந்த மான் மீண்டும் ராமனின் பிடியில் இருந்து நழுவி ஓடியது. இவ்வாறு ராமன் பலமுறை மானின் அருகில் சென்றும் அந்த மானைப் பிடிக்க முடியவில்லை. மானின் உருவத்தில் இருந்த மாரீசன் ராமனை ஏமாற்றி வெகு தூரத்திற்குச் சென்று விட்டான். இவ்வாறு மான் ராமனை ஏமாற்றி அழைத்துச் சென்றதால் இது மாரீசன்தான் என்பதை ராமன் நினைத்தான். ஆகவே ராமன் தனது வில்லில் அம்பைப் பூட்டி மானின் மீது எய்தான்.

ராமனின் அம்பு பாய்ந்தவுடன் மாரீசன் தனது சுயவுருவத்தை அடைந்தான். அவனின் மார்பில் அம்பு பாய்ந்து தரையில் விழுந்து கத்தினான். "அய்யோ சீதா, ஐயோ சீதா, ஐயோ லஷ்மணா, அய்யோ லஷ்மணா" என்று ராமனின் குரலில் மாரீசன் உரக்கக் கத்திவிட்டு மாண்டான். ராமனின் குரலில் மாரீசன் கத்தியதை சீதையும், லஷ்மணனும் கேட்டனர். இந்த அபயக்குரலைக் கேட்டு சீதை அதிர்ச்சி அடைந்தாள். சீதை லஷ்மணனிடம் 'லஷ்மணா ராமனிடம் உடனே ஓடு எனது நாயகனுக்கு ஏதோ ஆபத்து போலத் தெரிகிறது. சீக்கிரமாக போய்ப் பார்' என்று கதறினாள்.

ராமனின் குரலில் அபயக் குரல் கொடுத்தது மாரீசன் தான் என்பதை லஷ்மணன் அறிந்தான். ராமனுக்கு எந்த விதத்திலும் ஆபத்து உண்டாகாது என்று கருதிய லஷ்மணன் சீதைக்கு பாதுகாப்பாக நின்றான். இந்த செய்தியை லஷ்மணன் சீதையிடம் தெரிவித்து விட்டு சீதையை அமைதியாக இருக்கும் படிக் கூறினான். ஆனால் லஷ்மணன் கூறியதை சீதை ஏற்றுக் கொள்ள வில்லை. சீதை மீண்டும் லஷ்மணனிடம் வற்புறுத்தினாள். 'லஷ்மணா உனது அண்ணனுக்கு ஏதோ ஆபத்து ஏற்பட்டு இருக்கிறது. நீ உடனே ஒடி அவரைக் காப்பாற்று' என்று வற்புறுத்தினாள்.

42. சீதையின் கோபம்

சீதை பலமுறை கதறியும் கூட லஷ்மணன் சீதையை தனியே விட்டுச் செல்ல மனமில்லாமல் ராமன் இட்ட ஆணையை நினைவில் கொண்டு அசையாமல் நின்றான். லஷ்மணன் இவ்வாறு அசையாமல் நிற்பதைக் கண்டு சீதை மிகுந்த கோபம் அடைந்து லஷ்மணனைப் பார்த்துப் பேசினாள். 'சுமித்திரையின் மகனே இவ்வளவு நாளும் ராமன் மீது பாசம் கொண்டுள்ளதைப் போல நடித்துக் கொண்டு இருந்தாயோ, ராமனின் மரணத்திற்காக இவ்வளவு நாளாக காத்திருந்தாயோ, ராமன் மரணம் அடைந்து விட்டால் நீ என்னை அடைந்து விடலாம் என்று நினைத்து விட்டாயா, துஷ்டனே துன்மார்கனே சூழ்ச்சிக்காரனே, நீ என்னை அடைந்து விடலாம் என்று வீண் கனவு காண வேண்டாம். நீ எந்த காலத்திலும் என்னை அடைய முடியாது'. இவ்வாறு லஷ்மணனைப் பார்த்து சீதை கடுமையாகப் பேசினாள்.

சீதை பேசிய கடும் சொற்களைக் கேட்டு லஷ்மணன் தனது காதுகளை மூடிக்கொண்டு பேசினான். "வைதேகி, எனது தாயைப் போன்றவளே, நீயும் ஒரு சாதாரணப் பெண்ணைப்போலவே பேசுகிறாயே? உங்களின் பேச்சைக் கேட்டு எனது மனம் மிகவும் வேதனை அடைகிறது. தேவர்களாலும், அசுரர்களாலும், கந்தர்வர்களாலும், ராக்ஷதர்களாலும், கொடிய மிருகங்களாலும்,

அரக்கர்களாலும் மற்றும் பேய், பிசாசுகளாலும் யாராலும் ராமனை கொல்ல முடியாது. இப்போது நீ கேட்ட குரல் ராமனுடையது அல்ல. இது அரக்கர்களின் மாயக் குரல் அரக்கர்கள் நம்மை பழி வாங்குவதற்காகவே இதைப் போன்ற நாடகம் ஆடுகின்றனர். உன்னை பாதுகாக்கும்படி எனது அண்ணன் எனக்கு ஆணை இட்டு இருக் கின்றார். ஆகவே உங்களின் பாதுகாப்புக்காகவே நான் இங்கு நிற்கின்றேன்". இவ்வாறு லஷ்மணன் கூறினான்.

லஷ்மணனின் சமாதானத்தை சீதை ஏற்றுக்கொள்ளவில்லை. சீதை மீண்டும் லஷ்மணனைத் திட்டினாள். 'அண்ணனின் ஆணை என்று கூறிக்கொண்டு ராமனை சாகவிடுகிறாயே. ராமனுக்கு ஆபத்து வந்துவிட்டது என்று நினைத்து மகிழ்ச்சி அடைகிறாயே. உன்னை நம்பி நாங்கள் மோசம் போனோம். நீ ராமனுடன் காட்டுக்கு வந்த நோக்கம் இப்போது எனக்குப் புரிந்து விட்டது. ராமனை இழந்த பிறகு உன்னை நான் கண்ணெடுத்தும் பார்க்க மாட்டேன். ராமனை இழந்த பிறகு நான் உயிருடன் இருக்க மாட்டேன்' இவ்வாறு சீதை லஷ்மணனை நிந்தித்துப் பேசினாள்.

தன்னை நிந்தித்துப் பேசிய சீதையைப் பார்த்து தன் இரு கரங்களையும் கூப்பிப் பேசினான். 'நெறிமுறைகளை எறிந்து விட்டு மன தடுமாற்றத்துடன் கொடுமை குணத்துடன் உறவுகளில் பிரிவினை காண்பவர்கள் பெண்கள். ஆகவே நீ கடுஞ் சொற்களால் என்னைப் பற்றி கேவலமாக பேசியதில் வியப்பில்லை. பழுக்கக் காய்ச்சிய இரும்பு என் காதுகளில் செலுத்தப்பட்டதைப் போல நான் துன்புறுகின்றேன். எனது மூத்த சகோதரனின் வார்த்தைக்கு கட்டுப்பட்டு நான் உனக்கு பாதுகாப்பாக நின்றேன். நீங்கள் அழிவுப் பாதையில் செல்கிறீர்கள். ஏதோ ஒரு நாசம் விளையத்தான் போகிறது. இனியும் நான் இங்கு இருப்பதில் அர்த்தம் இல்லை. ஆகவே நான் ராமனைத் தேடிப் புறப்படுகிறேன். நான் பல கெட்ட சகுனங்களைப் பார்க்கின்றேன். வனதேவதைகள் உங்களை பாதுகாக்கட்டும். நான் மீண்டும் திரும்பி

வரும் போது உங்களை பார்ப்பேனா என்று எனக்கு சந்தேகமாக இருக்கிறது." இவ்வாறு பேசிய லஷ்மணன் சீதையை விட்டுப் பிரிந்து ராமனைத் தேடிச் சென்றான்.

லஷ்மணன் சீதையை விட்டுப் பிரிந்து செல்லும் நேரத்திற்காகவே ராவணன் ஓர் இடத்தில் காத்திருந்தான். ராவணன் ஒரு சந்தியாசியைப் போல வேடம் அணிந்து சீதையிடம் சென்றான். அவ்வாறு சந்நியாசி வேடத்தில் வந்த ராவணனை சீதை வரவேற்று அவனின் கால்களை கழுவி பூஜித்தாள். பிறகு ராவணன் சீதையை பற்றி விசாரித்தான். சீதை ராவணனுக்கு பதில் கூறினாள். "நான் ஜனகராஜனின் மகள் சீதை ஆவேன். தசரத மன்னனின் மகனான ராமனின் மனைவியானேன். தசரதனின் வார்த்தையை மெய்ப்பிக்க வேண்டும் என்பதற்காகவே எனது கணவர் பதினாங்கு ஆண்டு காலம் வனவாசம் மேற்கொண்டு இருக்கின்றார். எனது கணவருடன் நானும், அவரது சகோதரன் லஷ்மணனும் இந்தக் காட்டில் வசித்து வருகின்றோம்" இவ்வாறு சீதை கூறினாள்.

சீதை சந்நியாசி உருவத்தில் இருக்கும் ராவணனைப் பற்றி விசாரித்தாள். அதற்கு ராவணன், 'தேவர்களும், அரக்கர்களும் என்னைக் கண்டு அஞ்சுவார்கள். ராக்ஷஸர்களின் தலைவானாகிய என் பெயர் ராவணன். சீதையே நான் உனது அழகைக் கண்டு வியப்படைகின்றேன். உனது அழகினால் கவரப்பட்டு நான் இங்கு வந்தேன். நீ என்னுடன் வந்து எனது மனைவியாகி விட்டால் நீ சகலவிதமான செல்வங்களையும் பெறலாம். நீ என்னுடனே உல்லாசமாக இருக்கலாம். ஆயிரக்கணக்கான பணிப்பெண்கள் உனக்கு சேவை செய்ய காத்திருப்பார்கள்' என்று சீதையிடம் கூறினான்.

43. ராவணன் சீதையைக் கடத்தினான்

ராவணன் பேசியதைக் கேட்ட சீதை கடும் சினம் கொண்டவளாக ராவணனைப் பார்த்துப் பேசினாள். 'ராவணனே நீ என்னை அபகரிக்க முயன்றால் நீயும், உனது குலமும் அழிந்து போவீர்கள். நீ இறவாத் தன்மையைப் பெற்றவனாக இருந்தாலும் கூட ராமனின் பாணங்களால் உயிர் துறப்பாய். ராமனை பகைத்துக் கொண்டு நீ உயிர் வாழ மாட்டாய். ஆகவே உடனே நீ இங்கிருந்து ஓடி விடு' என்று கூறினாள்.

சீதை இவ்வாறு பேசிய உடன் ராவணன் பத்து தலைகள் கொண்ட தன்னுடைய முழு உருவத்தை அடைந்தான். "சீதையே நீ அறியாமையால் இவ்வாறு பேசுகின்றாய், என்னுடைய திறமையையும் வீரத்தையும் நீ சரியாக உணரவில்லை. நான் நினைத்தால் இந்த பூமியையும் தூக்கி விடுவேன். கடலையும் அப்படியே குடித்து விடுவேன். என்னுடைய அம்புகளால் சூரியனையே துன்புறுத்துவேன். நான் நினைத்த உருவத்தை எடுக்கக் கூடியவன்". பத்துதலைகள் நெருப்பு போன்று ஜொலிக்கின்ற கண்கள், இருபது கைகள் ஆகியவை கொண்டு மலை போல நின்றுக் கொண்டு சீதையைப் பார்த்துப் பேசினான். இவ்வாறு பேசிக் கொண்டிருந்த ராவணன் சீதையை அப்படியே தூக்கி தனது புஷ்பக விமானத்தில் வைத்துக் கொண்டு ஆகாய மார்க்கமாக பறந்தான்.

ராவணனின் பிடியில் சிக்கிய சீதை செய்வதறியாமல் கதறி அழுதாள். தூய உள்ளம் கொண்ட லஷ்மணனை கடுஞ்சொற்களால் பேசி அனுப்பியதால் அல்லவா இந்த நிலை ஏற்பட்டது. சீதை தொடர்ந்து அழுதுப் புலம்பிக் கொண்டே இருந்தாள். 'லஷ்மணா ராமனின் மனதை மகிழ்விப்பவனே. உனது சுகங்களை எல்லாம் ராமனுக்காகவே துறந்து விட்டவனே என்னை கொடிய ராவணன் கடத்திச் செல்வதை நீ காணவில்லையா, எதிரிகளை வீழ்த்துபவனே இன்னும் ஏன் இந்த ராவணனை கொல்லாமல் இருக்கிறாய்'. இவ்வாறு லஷ்மணனை நினைத்து கதறிய சீதை பிறகு ராவணனைப் பார்த்துப் பேசினாள். ' ராவணனே நீ செய்யக் கூடாத காரியத்தைச் செய்யத் துணிந்து விட்டாய். எனது கணவர் ராமன் உன்னைக் கொன்று என்னை மீட்டுச் செல்வார். ராமனின் பாணங்களால் நீ மரணத்தை தழுவப் போகிறாய்'. இவ்வாறு சீதை ராவணனை எச்சரித்தாள். ஆனால் ராவணன் எதைப் பற்றியும் கவலைப்படாமல் சீதையை கடத்திச் சென்றான். சீதை தொடர்ந்து கதறி அழுதவாறே புஷ்பக விமானத்தில் சென்றுக் கொண்டிருந்தாள்.

44. ஜடாயு

ராவணனின் புஷ்பக விமானத்தில் ஆகாய மார்க்கமாக செல்லும் போது அந்த வழியில் கழுகு அரசனான ஜடாயு உறங்கிக் கொண்டு இருந்தான். அப்போது சீதையின் கதறலைக் கேட்டு ஜடாயு கண் விழித்துப் பார்த்தான். சீதையை ராவணன் கடத்திச் செல்வதைக் கண்ட ஜடாயு ஆகாயத்தில் பறந்துச் சென்று ராவணனிடத்தில் பேசினான். "அரசனே நீ என்ன காரியம் செய்யத் துணிந்து விட்டீர்கள். எல்லா உயிர்களிடந்திலும் ராமன் நண்பனாக இருக்கின்றான். அப்படிப்பட்ட ராமனின் மனைவியான சீதையை நீ கடத்திச் செல்வதால் உமக்கு அழிவுதான் ஏற்படும். ஆகவே சீதையை விட்டு விடு". இவ்வாறு ஜடாயு பலவாறு ராவணனை வேண்டிக் கேட்டுக் கொண்டான்.

ஜடாயுவின் சொல்லை அலட்சியம் செய்து விட்டு ராவணன் தொடர்ந்து சென்றுக் கொண்டு இருந்தான். அப்போது மீண்டும் ஜடாயு ராவணனிடம் "அரசனே என் சொல்லையும் மீறி நீ சீதையை கடத்திச் செல்வதை நான் விரும்பவில்லை. நீ கோழைத்தனமாக ராமன் இல்லாத நேரத்தில் சீதையை கடத்துகிறாயே. இந்தச் செயல் உனக்கு அவமானமாகப்படவில்லையா. உனக்கு வீரம் இருந்தால் இவ்வாறு கோழைத்தனமாக ஒரு பெண்ணை கடத்திச் செல்ல மாட்டாய்". ஜடாயுவின் பேச்சினால் கோபம் அடைந்த ராவணன் ஜடாயுவை

நோக்கிப் பாய்ந்து வந்தான். அதன் பிறகு ஜடாயுவிற்கும் ராவணனுக்கும் கடுமையான யுத்தம் நடந்தது.

ஜடாயு தனது அலகினால் ராவணனை கொத்திக் காயப் படுத்தியது. பிறகு ராவணனும் ஜடாயுவை கடுமையாகத் தாக்கினான். ராவணனுக்கு இருபது கைகள் இருந்தது. அந்த கைகளினால் அவன் சீதையை இறுக்கமாக பிடித்துக் கொண்டு போர் புரிந்தான். ஜடாயு ராவணனின் கைகளை தனது அலகினால் பிடுங்கி எறிந்தது. அவ்வாறு ராவணனின் பத்து கைகளை ஜடாயு தனது அலகினால் கொத்திப் பிடுங்கி எறிந்தது. அவ்வாறு பிடுங்கப் பட்ட ராவணனின் கைகள் மீண்டும் முளைத்து விட்டன. பிறகு ராவணனின் தேரோட்டியை ஜடாயு தாக்கிக் கொன்றது.

ஜடாயுவின் தாக்குதலால் ராவணனின் உடல் முழுவதும் ரத்த காயங்கள் உண்டானது. ஆகவே ராவணன் மிகுந்த கோபம் கொண்டு தனது வாளை எடுத்து ஜடாயுவின் இறக்கைகளை வெட்டித் தள்ளினான். தனது இறக்கைகளை இழந்த ஜடாயு ரத்த வெள்ளத்தில் தரையில் சாய்ந்தது. அதைக் கண்ட சீதை ஓடி வந்து ஜடாயுவை கட்டிப் பிடித்துக் கொண்டு அழுதாள். அப்போது ராவணன் வந்து சீதையின் தலைமுடியை பிடித்து இழுத்து பிறகு சீதையைத் தூக்கி புஷ்பக விமானத்தில் வைத்துக் கொண்டு ஆகாய மார்க்கமாக பறந்துச் சென்றான். சீதை வாடிய மலரைப் போல புஷ்பக விமானத்தில் துவண்டு இருந்தாள். சீதையின் காலில் இருந்த நகையும் கழுத்தில் அணிந்து இருந்த நகையில் இருந்த முத்துக்களும் நவரத்தினங்களும் மிகுந்த ஒளிவீசிக் கொண்டு தரையில் வீழ்ந்தன. சீதைக்கு ஏற்பட்ட நிலையைக் கண்ட ரிஷிகள் மிகுந்த மனவருத்தம் அடைந்தனர். சீதையை கடத்திய ராவணனும் அவனது அரக்கர்களின் கூட்டமும் நிச்சயமாக அழிந்தது என்று நினைத்து ரிஷிகள் மன நிம்மதி அடைந்தனர்.

சீதையுடன் சென்ற ராவணனின் புஷ்பக விமானம் சில மலைப் பகுதிகளின் மீது பறந்து சென்றது. அப்போது ஒரு மலையில் ஐந்து வானரங்கள் அமர்ந்திருப்பதை சீதைக் கண்டாள். சீதையிடம் இருந்து தரையில் விழுந்து விட்ட நகைகள் போக மீதமிருந்த நகைகளை சீதை தனது மேல் அஸ்திரத்தில் வைத்துக் கட்டி வானரங்கள் அமர்ந்திருந்த மலையின் மீது வீசி எறிந்தாள். தனது கணவராகிய ராமன் இந்த வானரங்களை சந்திக்க நேர்ந்தால் அப்போது வானரங்கள் தம்முடைய நகைகளை ராமனிடம் காட்டுவார்கள். அப்போது நாம் கடத்தப்பட்ட திசையை வானரர்கள் கூறுவார்கள். இவ்வாறு சீதை நினைத்து, நகைகளை வானரங்களின் அருகில் வீசியெறிந்தாள்.

சீதை சென்ற புஷ்பக விமானம் காடு, மலைகளை எல்லாம் கடந்து பிறகு கடலைத் தாண்டி இலங்கையை அடைந்தது. ராவணன் சீதையை தனது அரண்மனையில் உள்ள அசோகவனத்தில் சிறை வைத்தான். அங்கே சீதைக்கு பாதுகாப்பாக சில அரக்கிகளையும் நிறுத்தினான். பிறகு ராவணன் அந்த அரக்கிகளிடம் "என்னுடைய அனுமதி பெறாத எந்த ஆணும், பெண்ணும் சீதையைப் பார்த்து விடக் கூடாது. மற்றும் சீதையிடம் யாரும் கோபமாக பேசக்கூடாது. சீதை விரும்பும் பொருள்கள் எதுவாக இருந்தாலும் அது உடனே அளிக்கப்பட வேண்டும். என்னுடைய இந்தக் கட்டளையை மீறி யாராவது சீதையிடம் தவறாக நடந்துக் கொண்டால் அவர்களை நான் உடனே கொன்று விடுவேன். இவ்வாறு இராவணன் சீதைக்கு பாதுகாப்பாக இருந்த அரக்கிகளுக்கு கட்டளை இட்டு விட்டுப் புறப்பட்டான். கொடிய விலங்குகளிடம் சிக்கிக் கொண்ட ஒரு மானைப்போல சீதை செய்வதறியாமல் மனவேதனை அடைந்தாள்.

சீதை இலங்கைக்கு வந்த பிறகு நாட்கள் பல சென்றன. சீதை ராமனை நினைத்து அடிக்கடி அழுதுக் கொண்டு இருந்தாள். அதே நேரம் ராவணன் அடிக்கடி வந்து சீதையைச் சந்தித்து தன்னை மணந்துக் கொள்ளும்படி வற்புறுத்தி வந்தான். ராவணன் சீதையிடம்,

'சீதையே நீ மீண்டும் ராமனைப் பார்க்க முடியாது. என்னை வெல்ல யாராலும் முடியாது. நீ என்னை மணந்துக் கொண்டால், தேவர்களும், அரக்கர்களும் உனக்கு பணி ஆட்களாக இருப்பார்கள். நீ சகலவித செல்வங்களுடன் வாழலாம். யாருக்கும் தலைகுனிந்து நிற்காத நான் உன்னிடம் மன்றாடிக் கேட்டுக் கொள்கின்றேன். நீ என்னை ஏற்றுக் கொண்டு சுகபோகத்துடன் வாழ்வாயாக'. இவ்வாறு ராவணன் சீதையை மன்றாடிக் கேட்டுக் கொண்டான்.

அடிக்கடி வந்து தன்னை வற்புறுத்திய ராவணனை சீதை எச்சரித்தாள். 'ராவணனே நீ பலிபீடத்தில் நிற்கின்ற பிராணியைப் போல நிற்கின்றாய். ராம, லஷ்மணர்கள் உன்னையும் உனது கூட்டத்தையும் அழித்து விட்டு என்னை மீட்டுச் செல்வார்கள். உனது அந்தப்புரமும் இலங்கையும் அழியப்போகிறது. உன்னால் இலங்கை விதவைகள் நிரம்பிய இடமாக மாறப்போகிறது'. இவ்வாறு சீதைக் கூறியதை கேட்ட ராவணன் கோபம் அடைந்து பேசினான். 'சீதையே நான் பன்னிரெண்டு மாத காலம் அவகாசம் கொடுக்கிறேன். அதற்குள் நீ உனது மனதை மாற்றிக் கொண்டு என்னை ஏற்றுக்கொள்ள வேண்டும். அவ்வாறு பன்னிரெண்டு மாதத்திற்குள் நீ என்னை ஏற்க மறுத்து விட்டால், நீ துண்டு துண்டாக வெட்டப்பட்டு எனக்கு உணவாக படைக்கப்படுவாய்." இவ்வாறு கூறிய ராவணன் அங்கிருந்த அரக்கிகளைப் பார்த்து, "இந்த சீதைக்கு அறிவுரைகளைக் கூறியும், மிரட்டியும், மகிழ்வித்தும் என்னுடைய வழிக்குக் கொண்டு வாருங்கள்'. என்று கூறிவிட்டு ராவணன் புறப்பட்டான்.

45. ராம லக்ஷ்மணர்களின் துயரம்

மாரீசனை கொன்றுவிட்ட பிறகு ராமன் தனது ஆசிரமத்தை நோக்கி வேகமாக நடந்தான். மாரீசன் மான் உருவத்தில் வந்து இருந்ததால் இதில் ஏதோ விபரீதம் இருக்கிறது என்று ராமன் கருதினான். சீதையும், லக்ஷ்மணனும் பாதுகாப்பாக இருப்பார்களா, அரக்கர்களின் மூலம் அவர்களுக்கு ஏதாவது ஆபத்து ஏற்பட்டு இருக்குமா என்று பலவாறு நினைத்துக் கொண்டு ராமன் நடந்துச் சென்றான். அப்போது காட்டில் உள்ள நரிகளும் பல மிருகங்களும் அபாயகரமாக கத்தியது. மிருகங்களின் குரலைக் கேட்ட ராமன் அரக்கர்களால் ஏதோ விபரீதம் நடந்து இருக்கின்றது என்பதை உணர்ந்தான்.

ராமன் தனது ஆசிரமத்தை நோக்கி நடந்து வரும்போது எதிரில் லக்ஷ்மணன் தனியாக வருவதைக் கண்டான். பிறகு லக்ஷ்மணன் ராமனிடம், மாரீச மானைப் பற்றி பதட்டத்துடன் விசாரித்தான். அதற்கு ராமன் லக்ஷ்மணனிடம், 'தம்பி லக்ஷ்மணா நீ கூறியது போலவே அந்த மாரீசன்தான் மான் உருவத்தில் வந்து என்னை ஏமாற்றி வெகு தூரத்திற்கு அழைத்துச் சென்றான். ஆகவே நான் அந்த மானின் மீது சந்தேகம் அடைந்து எனது அம்பை எய்தேன். அவ்வாறு மானின் மீது அம்பை எய்தவுடன் எனது அம்பு மானின் உடலில் பாய்ந்தது மானாக இருந்த மாரீசன் தனது சுயவுருவத்தை அடைந்தான்.

அப்போது மாரீசன், சீதா, லக்ஷ்மணா என்று உரக்கக் கத்திக் கொண்டே தரையில் விழுந்து மாண்டான்.

மாரீசன் மாண்டதைப் பற்றிக் கூறிய ராமன் லக்ஷ்மணனைப் பார்த்து 'லக்ஷ்மணா நீ சீதையைத் தனியாக விட்டுவிட்டு இங்கு எதற்காக வந்தாய். நான் இப்போது பல அபசகுனங்களைக் கண்டேன். நீ சீதையை தனியாக விட்டுவிட்டு வந்ததால் சீதை ஆபத்தில் சிக்கிக் கொள்வாளோ என்று நான் கவலைப் படுகிறேன். நான் சீதையை உன்னுடைய பாதுகாப்பில் அல்லவா விட்டு விட்டு வந்தேன். இப்போது நீ அவளை தனியாக விட்டு விட்டாயே அவளுக்கு என்ன ஆபத்து ஏற்பட்டு இருக்குமோ என்று நான் கவலைப்படுகிறேன்'. இவ்வாறு லக்ஷ்மணனைப் பார்த்து ராமன் பேசினான்.

ராமனின் கூற்றுக்கு லக்ஷ்மணன் பதில் அளித்தான். "அண்ணா அவர்களே, சீதா, லக்ஷ்மணா என்று தங்களின் குரலில் மாரீசன் கத்தியதை நானும் சீதையும் கேட்டோம். அந்த அபய குரல் மாரீசனின் ஏமாற்று வேலைதான் என்று நான் தெரிந்துக் கொண்டு, அதை சீதையிடமும் கூறினேன். ஆனால் நான் கூறியதை சீதை நம்பவில்லை. தங்களுக்கு ஏதோ ஆபத்து ஏற்பட்டு விட்டதாக சீதை கதறினார். பிறகு சீதை என்னிடம், லக்ஷ்மணா எனது கணவர் ராமனுக்கு ஏதோ ஆபத்து எற்பட்டு இருக்கிறது நீ உடனே இங்கிருந்து ஓடிச் சென்று பார் என்று என்னிடம் கூறினார். இது அரக்கர்களின் மாய வேலை என்பதால் சீதை கூறியதை ஏற்றுக் கொள்ளாமல் சீதையின் அருகில் இருந்தேன். சீதை தங்களின் குரல் வந்த திசையில் தேடிச் சென்று பார்க்கும்படி தொடர்ந்து என்னை வற்புறுத்தினார்."

லக்ஷ்மணன் தொடர்ந்து ராமனிடம் பேசினான். "அண்ணா அவர்களே சீதை என்னை போகச் சொல்லி பலமுறை வற்புறுத்தியும் நான் அசையாமல் சீதையின் அருகிலேயே நின்று இருந்தேன். நான் இவ்வாறு சீதையின் பேச்சைக் கேட்காமல் நின்று இருந்ததால் சீதை என்னைப் பார்த்து தகாத வார்த்தைகளால் பேசினாள். சீதை என்னைப்

பார்த்து, துஷ்டனே, நீசனே, துன்மார்கனே உனக்கு ராமன் மீது உண்மையான பாசம் இல்லை. ராமன் மீது பாசம் கொண்டவனைப் போல கபட நாடகம் ஆடிவந்தாய். இப்போது உன்னைப் பற்றி நான் புரிந்துக் கொண்டேன். ராமன் மரணம் அடைந்து விட்டால் நீ என்னை அடைந்து விடலாம் என்று நினைத்துக் கொண்டு இருக்கிறாய். துஷ்டனே உனது எண்ணம் நிறைவேறாது ராமன் இறந்தால் நான் எனது உயிரை மாய்த்துக் கொள்வேன்". இவ்வாறு சீதை கூறிய வார்த்தைகளைப் பற்றியும் அதன் காரணமாகவே நான் சீதையை விட்டுவிட்டு தங்களைத் தேடி வந்தேன் என்றும் லஷ்மணன் ராமனிடம் தெரிவித்தான்.

லஷ்மணன் கூறியதை ராமன் ஏற்றுக்கொள்ளவில்லை. பிறகு ராமன் லஷ்மணனிடம், 'லஷ்மணா நீ செய்யத் தகாத காரியத்தைச் செய்து விட்டாய். பெண்கள் கோபத்தில் பேசும் பேச்சுக்களை நாம் கேட்கக்கூடாது அரக்கர்களை அழிக்கக்கூடிய என்னுடைய பலத்தை பற்றி உனக்கு நன்றாகத் தெரியும் அப்படியிருந்தும் நீ சீதையின் பேச்சைக் கேட்டு அவளை தனியாக விட்டுவிட்டு வந்து விட்டாய். இப்போது சீதைக்கு என்ன விபரீதம் நடந்து இருக்குமோ என்பதை நினைத்து நான் மிகவும் கவலைபடுகின்றேன்." இவ்வாறு ராமன் மிகவும் மனவருத்தம் அடைந்தவனாகப் பேசினான்.

ராமனும், லஷ்மணனும் பேசிக்கொண்டே தமது ஆசிரமத்தை நோக்கி வேகமாக நடந்துச் சென்றனர். அவர்கள் ஆசிரமத்தை அடைந்ததும் அங்கே சீதை இல்லாததைக் கண்டு மிகவும் அதிர்ச்சி அடைந்தனர். அவர்களின் ஆசிரமத்தில் இருக்கும் பொருள்கள் எல்லாம் அங்கும் இங்குமாக இறைந்து கிடந்தன. சீதை இல்லாததைக் கண்டு சீதையை இங்கும், அங்குமாக தேடி அலைந்தனர். காட்டில் உள்ள புதர்களிலும், நதிக்கரைகளிலும், மலைகளிலும், மலைக்குகைகளிலும் சீதையைத் தேடி அலைந்தனர். எங்குமே சீதையை காணவில்லை. சீதை இல்லாததால் ராமன் மிகவும் மனம் வருந்தி பேசினான். 'லஷ்மணா சீதையில்லாமல் நான் உயிர்

வாழமாட்டேன். நான் எனது உயிரை விட்டு மேல் உலகம் சென்றால் தசரத மன்னர் என்னைப் பார்த்து ராமா பதினாங்கு வருடம் வனவாசம் முடியாமல் ஏன் திரும்பி வந்தாய் என்று கேட்பாரே நான் இப்போது என்ன செய்வேன்.' இவ்வாறு ராமன் பலவாறு அழுது புலம்பினான்.

சீதையை நினைத்து அழுது புலம்பிய ராமனுக்கு, லஷ்மணன் பலவாறு ஆறுதல்கள் கூறி சமாதானப்படுத்தினான். 'அண்ணா நாம் இன்னும் சற்று முயற்சி செய்து சீதையைத் தேடுவோம் நீங்கள் மனம் தளர்ச்சி அடைய வேண்டாம். காடு மலைகளை எல்லாம் தேடிவிட்டு கோதாவரி நதிக்கரைப் பகுதிகளில் தேடிச் சென்றனர். பறவைகள், மிருகங்கள், மரம் செடிகொடிகள் முதலியவற்றை எல்லாம் பார்த்து சீதையைப் பற்றி விசாரித்தனர். அப்போது சில மான்கள் ராமரின் முகத்தைப் பார்த்து பலமுறை எகிறி குதித்தன.

மான்கள் ராமரைப் பார்த்து குதிக்கும்போது அதன் தலைகள் தென்திசையை நோக்கித் திரும்பின. அதன் பிறகு மான்கள் மீண்டும் ராமரைப் பார்த்துவிட்டு தென்திசையை நோக்கி நடந்தன. மான்களின் இந்த செய்கைகளைக் கண்டு சீதை தென்திசையில் தான் கடத்தப்பட்டு இருக்கின்றாள் என்பதை ராமனும் லஷ்மணனும் உணர்ந்தனர். அதன் பிறகு ராமனும், லஷ்மணனும் தென் திசையை நோக்கி நடந்தனர். அவ்வாறு போகும் வழியில் ராவணனிடம் போர்செய்த கழுகு அரசன் ஜடாயு தரையில் விழுந்து கிடப்பதைக் கண்டனர். ராமனுக்கு பெரிய உருவத்துடன் இருந்த ஜடாயுவின் மீது சந்தேகம் வந்து, ஏதோ ஒரு அரக்கன் கழுகு உருவத்தில் வந்து சீதையை விழுங்கிவிட்டு படுத்துக் கொண்டு இருப்பதாக ராமன் நினைத்தான்.

சீதையை இழந்துவிட்ட ராமன் மன துக்கத்திலும் கோபத்திலும் இருந்ததால் மனத்தடுமாற்றம் அடைந்து இருந்தான். ஆகவே ஜடாயுவை அரக்கன் என்று நினைத்து, தனது வில்லையும், அம்பையும் எடுத்துக் கொண்டு ஜடாயுவைக் கொல்வதற்குத் தயாரானான்.

ஜடாயு ராமனைப் பார்த்து பேசத் தொடங்கியது. "ராமா, நான் 'ராவணனுடன் போர் புரிந்ததால் எனது இறக்கைகளை இழந்து உயிருக்குப் போராடிக்கொண்டு இருக்கின்றேன். இந்த நிலையில் என்னை நீ கொல்ல வருவது தகாது. சீதையை ராவணன் புஷ்பக விமானத்தில் கடத்திச் சென்றான். அப்போது நான் ராவணனை வழிமறித்து போர் செய்தேன். அவனின் உடலை இழுத்து ரத்த காயப்படுத்தினேன். அவனின் தேரோட்டியையும் கொன்றேன். இதோ இங்கே வீழ்ந்திருப்பவன் தான் என்னால் கொல்லப்பட்ட ராவணனின் தேரோட்டி ஆவான்.' இவ்வாறு ஜடாயு ராமனிடம் கூறியது.

ஜடாயு கூறியதைக் கேட்ட ராமன் மிகுந்த துயரம் அடைந்தவனாக ஜடாயுவை அணைத்துக்கொண்டு கண்ணீர் மல்க அழுதான். பிறகு ராமன் ஜடாயுவைப் பார்த்து 'நண்பனே, உன்னை நான் தவறாக நினைத்து விட்டதற்கு என்னை நீர் மன்னிக்க வேண்டும். நான் அரசுரிமையை இழந்து எனது தந்தையின் கட்டளைப்படி வனவாசம் வந்தேன். இப்போது எனது அன்புக்குரிய சீதையை இழந்து நிற்கின்றேன். என்னுடைய சீதையை மீட்கச் சென்று நீ உன்னுடைய உயிரையும் இழக்கத் தயாராகி விட்டாய். உன்னுடைய நிலையைக் கண்டு எனது மனம் மிகவும் துயரம் அடைகின்றது." இவ்வாறு ராமன் ஜடாயுவிடம் கூறி அழுது புலம்பினான்.

ராமன் ஜடாயுவினிடம், 'கழுகு அரசனே எனது சீதையை ராவணன் எதற்காக கடத்திச் சென்றான், ராவணன் சீதையை கடத்திக் கொண்டு எந்தப் பக்கமாகச் சென்றான்." இவ்வாறு பலவித கேள்விகளை ராமன் ஜடாயுவினிடம் கேட்டான். அதற்கு ஜடாயு, 'ராமா, ராவணன் சீதையை கடத்திச் செல்லும்போது, ராவணன் வானத்தில் இருளை உண்டாக்கினான். அவன் புஷ்பக விமானத்தில் சீதையை கடத்திச் சென்றான். அதைக் கண்ட நான் ராவணனுடன் போர் செய்தேன். அப்போது ராவணன் எனது இறக்கைகளை வெட்டி எறிந்தான். அத்துடன் நான் தரையில் சாய்ந்தேன். அந்த ராவணன் சீதையை தெற்கு திசையை நோக்கி கடத்திச் சென்றான்'. இவ்வாறு

ராமனிடம் கூறிய ஜடாயு மிகவும் சோர்வடைந்த தன் கண்களை மூடியவாறு உயிரை விட்டது.

ஜடாயு மாண்டதை நினைத்து ராமனும், லஷ்மணனும் மிகுந்த துயரம் அடைந்து அழுதனர். அதன்பிறகு ராமனும், லஷ்மணனும் ஜடாயுவிற்கு வேண்டிய இறுதி மரியாதைகளை செய்து முடித்தனர். அத்துடன் ஜடாயு மேல் உலகத்தைச் சென்று அடைந்தது. அதன் பிறகு ராமனும், லஷ்மணனும், ஜடாயு குறிப்பிட்டப்படி தெற்கு திசையை நோக்கி நடந்தனர். சிறிது தூரம் நடந்துச் சென்ற பிறகு ஓர் இடத்தில் சீதையின் ஆபரணங்கள் இறைந்து கிடந்ததையும் ராம, லஷ்மணனர்கள் கண்டனர். ராமன் அந்த ஆபரணங்களை எடுத்து தன் வசம் வைத்துக் கொண்டான். சீதையின் ஆபரணங்கள் பல இடங்களில் இறைந்து கிடந்ததால் சீதை சென்ற திசையை மேலும் சுலபமாக அறிந்துக் கொண்டு நடந்தனர்.

ராமனும், லஷ்மணனும் அடர்ந்த காட்டுப் பகுதியின் வழியாக நடந்துச் சென்றனர். அப்போது மிகப் பெரிய உருவத்தைக் கொண்ட ஒரு அரக்கி ஓடிவந்து லஷ்மணனை கட்டி அணைத்துக் கொண்டாள். பிறகு அந்த அரக்கி லஷ்மணனிடம் 'என் பெயர் ஆயோமிகி. நான் உன்னை மிகவும் விரும்புகிறேன். ஆகவே நீ என்னுடன் வந்துவிடு நாம் இருவரும் இந்த காட்டில் உல்லாசமாக இருக்கலாம்' என்று கூறினாள். அரக்கியின் பேச்சைக் கேட்ட லஷ்மணன் தனது வாளை எடுத்து அந்த அரக்கியின் மூக்கு, காது, மற்றும் மார்பகத்தையும் அறுத்தெறிந்தான். அதன்பிறகு அந்த அரக்கி பயங்கரமாக கதறியபடி காட்டிற்குள் ஓடினாள்.

ராமனும் லஷ்மணனும் மேலும் பல மைல் தூரம் நடந்து ஒரு அடர்ந்த வனப்பகுதியை அடைந்தனர். அப்போது ராமன், லஷ்மணனைப் பார்த்து 'இந்தக் காட்டில் நான் பல அபசகுனங்களைக் காண்கின்றேன். இங்கு பறவைகள் கூவிய விதத்தைக் கேட்கும் நாம் ஏதோ ஒரு ஆபத்தை சந்திக்கப் போகின்றோம் என்று நினைக்கின்றேன். ஆகவே நாம் மிகவும் எச்சரிக்கையாக இருக்க வேண்டும்.'

46. கபந்தன்

ராம, லக்ஷ்மணர்கள் பேசிக்கொண்டே செல்லும் போது காடே அதிர்வது போல ஒரு பயங்கர சப்தம் கேட்டது. இது என்ன சப்தமாக இருக்கும் என்று இருவரும் யோசித்துக் கொண்டு இருக்கும் போது ஒரு பயங்கர அரக்கனைக் கண்டனர். அந்த அரக்கனுக்கு தலையும் இல்லை கால்களும் இல்லை. அவனுக்கு நீண்ட கைகளும் மிகப் பெரிய வயிறும் மார்பும் ஒரு கண்ணும் அவனின் வயிற்றில் வாயும் இருந்தது. அசையாமல் அமர்ந்து இருக்கும் அவனின் அருகில் செல்பவர்களை விழுங்கி விடுவான். இந்த அரக்கனின் பெயர் கபந்தன். இந்த கபந்தன் தனது நீண்ட கைகளை நீட்டி ராமனையும், லக்ஷ்மணனையும் இறுக்கமாக பிடித்துக் கொண்டான்.

கபந்தனிடம் சிக்கிக் கொண்ட ராமனும், லக்ஷ்மணனும் என்ன செய்வது என்று புரியாமல் சிறிது நேரம் தவித்தனர். அப்போது ராமன், லக்ஷ்மணனிடம், 'லக்ஷ்மனா இப்போது நாம் மனக் கலக்கம் அடையக் கூடாது. இந்த அரக்கனின் பலம் அவனின் கையில் மட்டுமே உள்ளது. ஆகவே இவனின் கைகளை வெட்டி விடுவோம்' என்று கூறினான். இவ்வாறு ராமன் கூறிய உடனே அந்த அரக்கன் இருவரையும் விழுங்க நினைத்தான். அப்போது அரக்கனின் வலது கையை ராமனும் இடது கையை லக்ஷ்மணனும் வெட்டித் தள்ளினார்கள். அதன் பிறகு கபந்தன் பெரும் கூச்சலிட்டுக் கொண்டு தரையில் சாய்ந்தான்.

ரத்த வெள்ளத்தில் தரையில் சாய்ந்த கபந்தன் ராம, லஷ்மணர்களைப் பற்றி விசாரித்தான். அப்போது ராமன் தங்களைப் பற்றி விவரங்களைக் கூறினான். பிறகு கபந்தன் ராமனைப் பார்த்துப் பேசினான். 'ராமா நான் இந்திரனுக்கும், சந்திரனுக்கும் நிகரான உடலமைப்பை பெற்று இருந்தேன். அத்துடன் நான் நினைத்தபடி உருவம் மாறக் கூடியவனாக இருந்தேன். நான் கோர உருவங்களை எடுத்துக்கொண்டு முனிவர்களை துன்புறுத்தி வந்தேன். அப்போது ஒரு சமயம் ஒரு மகரிஷி எனக்கு சாபம் விட்டு விட்டார் அந்த சாபத்தின் விளைவாக நான் இந்த கோரவுருவத்தை அடைந்தேன்'.

கபந்தன் மேலும் கூறினார் நான் இந்திரனிடம் வரம் பெற்று நீண்ட ஆயுளை அடைந்து இருந்தேன். ஒரு சமயம் நான் இந்திரனுடன் போர் செய்தேன். அப்போது இந்திரன் தனது வஜ்ராயுதத்தால் என் தலையில் தாக்கினான். ஆகவே என் தலை உடம்பினுள் அழுந்திவிட்டது. அப்போது இந்திரன் என்னிடம் கபந்தனே ராம, லஷ்மணர்கள் உனது கைகளை வெட்டும்போது நீ சொர்க்கத்தை அடைவாய் என்று கூறினான். இப்போது நீங்கள் எனது கைகளை வெட்டியதால் நான் சொர்க்கம் செல்வேன். ஆகவே நீங்கள் எனக்கு முறைப்படி தகனம் செய்யும்படி கேட்டுக் கொள்கின்றேன். இவ்வாறு கபந்தன் கூறியபிறகு ராம, லஷ்மணர்கள் கபந்தனை எரித்தனர். பிறகு கபந்தன் நல்ல உருவத்துடன் நெருப்பில் இருந்து வெளியே வந்தான். பிறகு கபந்தன் ராமனிடம் நீங்கள் பம்பா தீர்த்தத்திற்குச் சென்று, அங்குள்ள ரிச்யமுக மலையில் வசித்து வரும் சுக்ரீவன் என்ற வானர அரசனை சந்தித்தால், அவன் மூலம் நீங்கள் சீதையை அடையலாம்." இவ்வாறு கூறிய கபந்தன் அங்கு தயாராக இருந்த விமானத்தில் ஏறி சொர்க்கம் சென்றான்.

கபந்தன் கூறிய படியே ராமனும், லஷ்மணனும் பம்பை நதியை நோக்கி நடந்தனர். அவ்வாறு போகும் வழியில் சபரி என்ற பெண் துறவியின் ஆசிரமத்தினைக் கண்டனர். அந்த துறவி சிறந்த முறையில்

லியோவின் ராமாயணம் 185

தர்ம நெறிகளை கடைபிடித்து விரதங்களை மேற் கொண்டு வருகிறாள். ராம லஷ்மணர்கள் வருவதை அறிந்த அந்த துறவி அவர்களின் கால்களில் விழுந்து வணங்கி வரவேற்று உபசரித்தாள். சபரி என்ற அந்த துறவி ராமனுக்கென்று பலவகையான பழங்களையும், கிழங்குகளையும் சேகரித்து வைத்து இருந்தாள். அந்த பழங்களையும் கிழங்குகளையும் ராம லஷ்மணர்களுக்குக் கொடுத்தாள்.

சபரி என்ற அந்த துறவி ராமனிடம், 'ராமா நான் உன் வரவுக்காகவே காத்திருந்தேன். உன்னைக் கண்டப்பிறகு சொர்க்கம் செல்லலாம் என்று இருந்தேன்'. இவ்வாறு கூறிய அந்த துறவி தீயை மூட்டி பிறகு அந்தத் தீயில் புகுந்து சொர்க்கம் சென்றாள். அதன் பிறகு ராம, லஷ்மணர்கள் பம்பை நதியில் நீராடி விட்டு ரிச்யமுக மலைப்பகுதியை நோக்கிப் புறப்பட்டனர். பல மைல் தூரம் நடந்த பிறகு ரிச்யமுகமலைப் பகுதியை அடைந்தனர். ரிச்யமுக பகுதியில் வானரர்களாகிய சுக்ரீவன், ஹனுமன், மற்றும் சில வானரர்களும் வாழ்ந்து வந்தனர். சுக்ரீவன், வாலி என்ற வானர அரசனின் தம்பி ஆவான்.

47. வாலி, சுக்ரீவன் கதை

வாலி வானரங்களின் அரசனாக கிஷ்கிந்தையில் ஆட்சி புரிந்து வந்தான். வாலியின் தம்பியாகிய சுக்ரீவன் யுவராஜாவாக இருந்துக் கொண்டு வாலிக்கு உதவி புரிந்து வந்தான். வாலி பெரும் பலம் பொருந்திய மாவீரன் ஆவான். வாலிக்கும், மாயாவி என்ற அரக்கனுக்கும் நீண்ட நாட்களாக விரோதம் இருந்து வந்தது. ஒரு நாள் இரவில் மாயாவி என்ற அந்த அரக்கன் வாலியை போருக்கு அழைத்தான். அதன் பிறகு வாலியும் மாயாவி என்ற அந்த அரக்கனும் பயங்கரமாக போர் புரிந்தனர்.

வாலி மாயாவியை பயங்கரமாகத் தாக்கினான். அப்போது மாயாவி ஒரு குகைக்குள் ஓடினான். அவனை துரத்திக் கொண்டு வாலியும் ஓடினான். அரக்கர்கள் வாழும் அந்தக் குகையில் வாலி கடும் போர் புரிந்தான். மாயாவியையும் அவனுடன் இருந்த பல அரக்கர்களையும் வாலி அடித்துக் கொன்றான். அரக்கர்களின் ரத்தம் குகையின் வாயில் வழியாக வெளியில் வந்தது. அப்போது வாலியை தேடிக் கொண்டு சுக்ரீவன் குகையின் அருகில் வந்துக் கொண்டு இருந்தான். குகையின் வாயிலில் ரத்தம் தேங்கி இருப்பதைக் கண்டு சுக்ரீவன் அதிர்ச்சி அடைந்தான்.

தனது அண்ணன் வாலியை அரக்கர்கள் கொன்று விட்டதாக சுக்ரீவன் நினைத்தான். வாலியைக் கொன்ற அரக்கர்கள் தம்மையும் கொன்று விடுவார்கள் என்று சுக்ரீவன் நினைத்து விட்டான். ஆகவே ஒரு பெரிய பாறையைத் தள்ளி குகையின் வாயிலை சுக்ரீவன் மூடிவிட்டான். அதன் பிறகு சுக்ரீவன் தனது இருப்பிடத்திற்குத் திரும்பி வந்து விட்டான். வானர பிரஜைகளிடம் வாலி இறந்து விட்டதாக சுக்ரீவன் சொல்லவில்லை. அரக்கர்களின் குகைக்குள் வாலி சென்று விட்டதாக சுக்ரீவன் தனது பிரஜைகளிடம் கூறினான்.

பலநாட்கள் ஆகியும் வாலி திரும்பி வரவில்லை. அரசன் இல்லாமல் இருந்தால் அதனால் தீமைகள் உண்டாகும் என்று வானர பிரஜைகள் கருதினார்கள். ஆகவே அந்த பிரஜைகள் சுக்ரீவனுக்கு பட்டாபிஷேகம் செய்து வைத்தனர். அதன் பிறகு கிஷ்கிந்தையின் அரசனாக சுக்ரீவன் ஆட்சி புரிந்து வந்தான். சில நாட்களுக்குப் பிறகு குகையின் வாயிலை உடைத்துக் கொண்டு வாலி வெளியில் வந்தான். சுக்ரீவன் கிஷ்கிந்தையின் அரசனாக ஆட்சி புரிய வேண்டும் என்ற பேராசையினால் குகையின் வாயிலை மூடி விட்டதாக வாலி சுக்ரீவனை தவறாக நினைத்து விட்டான்.

சுக்ரீவன் ஆட்சிப் பீடத்தில் அமர்ந்து இருப்பதைக் கண்ட வாலி மிகுந்த கோபம் அடைந்து சுக்ரீவனை அடித்து விரட்டினான். சுக்ரீவன் எங்கு சென்றாலும் அந்த இடத்தில் வந்து வாலி சுக்ரீவனை அடித்துத் துன்புறுத்தினான். சுக்ரீவனை விரட்டிய வாலி மீண்டும் கிஷ்கிந்தையை ஆட்சி புரிந்து வந்தான். ஒரு முறை துந்துபி என்ற அரக்கன் வாலியை போருக்கு அழைத்தான். அந்த துந்துபி ஆயிரம் யானை பலம் கொண்டவன். துந்துபியுடன் வாலி போர் செய்தான். கடுமையான போருக்குப் பின் வாலி துந்துபியை அடித்துக் கொன்றான்.

துந்துபியை கொன்ற வாலி துந்துபியின் உடலை தூக்கி சுழற்றி வீசி எறிந்தான். அப்போது துந்துபியின் உடம்பில் இருந்து ரத்தமும்

சதையும் சிதறியது. அந்த ரத்தமும், சதையும் மதங்க முனிவரின் ஆசிரமத்தில் தெறித்தது. இதனால் கோபம் அடைந்த மதங்க முனிவர் வாலிக்கு சாபம் விட்டார். வாலி இந்த ஆசிரம எல்லைக்குள் காலடி வைத்தால் அவன் தலை வெடித்து இறந்து போவான் என்று சாபம் விட்டார். ஆகவே மதங்க முனிவரின் ஆசிரம் எல்லைப் பகுதிக்குள் வாலி போவதில்லை. ஆகவே இதைத் தெரிந்துக் கொண்ட சுக்ரீவன் மதங்க முனிவரின் ஆசிரம எல்லைக்குள் வாழ்ந்து வந்தான். மதங்க முனிவரின் ஆசிரமத்தின் எல்லைப் பகுதிக்குள் ரிச்யமுக மலைப்பகுதி இருப்பதால், சுக்ரீவன் வாலியிடம் இருந்து தன்னை பாதுகாத்துக் கொள்வதற்காக ரிச்யமுக மலைப்பகுதியில் வாழ்ந்து வந்தான்.

48. சுக்ரீவனின் சந்தேகம்

ரிச்யமுக மலைப்பகுதியை அடைந்த ராமனும், லஷ்மணனும் சுக்ரீவனின் இருப்பிடத்தைத் தெரிந்துக் கொள்வதற்காக இங்கும் அங்குமாக அலைந்துத் தேடினார்கள். இவ்வாறு ராம வஷ்மணர்கள் தேடிக் கொண்டு இருப்பதை சுக்ரீவனும் அவனுடன் இருந்த மற்ற வானரர்களும் பார்த்தனர். ராம, லஷ்மணர்களைக் கண்டு சுக்ரீவன் பயந்தான். வாலி மாறு வேடத்தில் வந்து இருப்பானோ அல்லது ஷத்திரிய வீரர்களை அனுப்பி தன்னை கொல்ல நினைக்கின்றானோ இவ்வாறு சுக்ரீவன், ராம லஷ்மணர்களைக் கண்டு பயத்தால் புலம்பினான். மற்ற வானரர்களும் பயந்து இங்கும் அங்குமாக ஓடினார்கள்.

சுக்ரீவனின் மந்திரியாகிய ஹனுமான் மட்டும் பயப்படாமல் இருந்தான். பயந்துக் கொண்டு இருந்த சுக்ரீவனிடம் ஹனுமன் பேசினான். “அரசே இங்கு வந்து இருப்பவர்களைப் பார்த்தால் வாலியின் நண்பர்களாக இருப்பார்கள் என்று நான் நினைக்க வில்லை. ஆகவே நான் அவர்களிடம் சென்று அவர்களைப் பற்றி விசாரித்து விட்டு வருகிறேன்”. இவ்வாறு கூறிய ஹனுமான் சுக்ரீவனிடம் அனுமதி பெற்றுக் கொண்டு ராம லஷ்மணர்களை நோக்கிச் சென்றான். ஹனுமன் ஒரு துறவி போல உருவம் எடுத்துக் கொண்டு ராம, லஷ்மணர்களை சந்தித்தான்.

துறவி வேடத்தில் சென்ற ஹனுமன் ராம, லக்ஷ்மணர்களை சந்தித்த போது அவனின் உடலில் ஒருவித புத்துணர்ச்சி ஏற்படுவதைக் கண்டான். ஹனுமன் ராம லக்ஷ்மணர்களைப் பார்த்து "சிங்கத்தைப் போன்ற தோற்றமுடையவர்கள் சிறப்புமிக்க வில்களைப் பிடித்துக் கொண்டு ராஜரிஷிகளைப் போல இந்த வனத்தையே அழகுறச் செய்கின்ற உங்களைப் பற்றி நான் அறிந்து கொள்ள விரும்புகின்றேன்". இவ்வாறு ஹனுமான் ராம, லக்ஷ்மணர்களிடம் நயமாக பேசினான்.

ஹனுமானின் கேள்விக்கு ராமன் பதில் அளித்தான். "நாங்கள் தசரத மன்னனின் மகன்கள் ஆவோம். என் பெயர் ராமன், என்னுடன் இருப்பவன் எனது தம்பி லக்ஷ்மணன் ஆவான். எங்களின் தந்தையின் வாக்குப்படி நாங்கள் வனவாசம் வந்தோம். எங்களுடன் எனது மனைவி சீதையும் வந்து இருந்தாள். ராவணன் என்ற அரக்கன் எனது மனைவி சீதையை தந்திரமாக அபகரித்துச் சென்று விட்டான். நாங்கள் சீதையை தேடி காட்டில் அலைந்தோம். வானர அரசன் ஆன சுக்ரீவனின் உதவியை நாடினால் சீதையை மீட்டு விடலாம் என்று கபந்தன் என்பவன் கூறினான். ஆகவே இப்போது நாங்கள் சுக்ரீவனைத் தேடி வந்து இருக்கின்றோம்". இவ்வாறு ராமன் தமது கதை முழுவதையும் ஹனுமானிடம் கூறினான்.

ராமனின் கதையைக் கேட்ட பிறகு துறவி வேடத்தில் இருந்த ஹனுமான் தனது சுயஉருவத்தை அடைந்தான். பிறகு ஹனுமான் ராமனிடம் பேசினான். 'என் பெயர் ஹனுமன். நான் நீங்கள் தேடி வந்து இருக்கும் சுக்ரீவனின் மந்திரி ஆவேன். சுக்ரீவனுக்கும் அவனது அண்ணன் வாலிக்கும் பெரும் பகை ஏற்பட்டது. அதன் விளைவாக சுக்ரீவன் இந்த ரிச்யமுக மலையில் ஒளிந்து வாழ்ந்து வருகின்றான். நீங்கள் வாலியினால் அனுப்பப்பட்ட வீரனாக இருப்பீர்களோ என்று நினைத்து சுக்ரீவன் பயந்து விட்டான். அப்போது நான் சுக்ரீவனுக்கு தைரியம் சொல்லிவிட்டு தங்களை சந்திப்பதற்காக

துறவி வேடம் பூண்டு வந்தேன்'. இவ்வாறு ஹனுமான் சுக்ரீவன், வாலி ஆகியவர்களைப் பற்றிக் கூறினான். அதன் பிறகு அனுமான் ராம லஷ்மணர்களை தன் தோள்களின் மீது சுமந்துக் கொண்டு சுக்ரீவனின் இருப்பிடம் நோக்கிப் பறந்துச் சென்றான்.

அனுமான் சுக்ரீவனின் இருப்பிடத்தை அடைந்த உடன் அனுமானின் தோள்களில் இருந்து ராமனும், லஷ்மணனும் இறங்கிக் கொண்டனர். பிறகு ஹனுமன் சுக்ரீவனிடம் "அரசே தசரத மன்னனின் குமாரர்களாகிய நிகரில்லா வீரம் கொண்ட ராமனும், லஷ்மணனும் தங்களைக் காண வந்திருக்கின்றனர்." என்று கூறிய ஹனுமன் ராம லஷ்மணர் வனவாசம் வந்த காரணத்தையும் சீதையை இழந்து விட்ட செய்திகளையும் மற்றும் ராமனின் கதை முழுவதையும் கூறி முடித்தான்.

சுக்ரீவன் ராமனிடம், 'ராமா ஒரு அரக்கன் இந்தப் பகுதி வழியாக ஒரு பெண்ணைத் தூக்கிக் கொண்டு புஷ்பக விமானத்தில் சென்றான். அந்தக் காட்சியை நாங்கள் அனைவரும் கண்டோம். அப்போது அந்தப் பெண் தன் நகைகளை ஒரு துணியில் மூட்டையாகக் கட்டி எங்கள் அருகில் வீசினாள்'. இவ்வாறு கூறிய சுக்ரீவன் சீதை வீசிய நகைகளை கொண்டு வரும்படி வானரர்களிடம் கூறினான். பிறகு அந்த நகைகள் கொண்டு வரப்பட்டது. அந்த நகைகளை கண்ட ராமன் 'சந்தேகமே இல்லை இது சீதையின் நகைகள்தான் என்று கூறியவாறே மயங்கி விழுந்தான். சிறிது நேரம் கழித்து ராமன் மயக்கம் தெளிந்து எழுந்தான். "சுக்ரீவனே நீங்கள் பார்த்த அந்தப் பெண்தான் எனது மனைவி சீதை ஆவாள். அவளை கடத்திச் சென்றவனின் பெயர் ராவணன்'. அதன் பிறகு சுக்ரீவன் ராமனிடம், 'ராமா நீ துயரப்பட வேண்டாம். அந்த ராவணன் எங்கிருந்தாலும் அவனைக் கொன்று சீதையை மீட்போம்'. இவ்வாறு சுக்ரீவன் கூறிய பிறகு ராமன் மனஆறுதல் அடைந்தான்.

49. ராமன் சுக்ரீவன் நட்பு

சுக்ரீவன் ராமனிடம் "நீங்கள் எனது நட்பை நாடி வந்தது நீங்கள் செய்கின்ற மிகப் பெரிய கௌரவம் ஆகும். இதோ என்னுடைய கைகளை நீட்டுகின்றேன் நமது இருகைகளும் ஒன்றாக இணைந்து நமது நட்பு உறுதி செய்யப்படட்டும்." அதன் பிறகு சுக்ரீவனின் கையைப் பற்றினான். இருவரும் கட்டித் தழுவிக் கொண்டனர். அதன் பிறகு அனுமான் தீயை மூட்டினான். ராமனும், சுக்ரீவனும் அக்னியை வலம் வந்து, "நம் இருவருக்கும் ஏற்படும் இன்பமும் துன்பமும் ஒன்றேதான்" என்று உறுதி மொழி எடுத்துக் கொண்டனர்.

ராமனும், சுக்ரீவனும் ஒருவருக்கொருவர் தங்கள் கஷ்டங்களைப் பற்றி பேசிக் கொண்டனர். வாலி தனக்கு இழைத்த தீங்குகளை எல்லாம் சுக்ரீவன் ராமனிடம் கூறிவிட்டு மிகுந்த துயரம் அடைந்தான். அதற்கு ராமன் சுக்ரீவனிடம், "சுக்ரீவா இனிமேல் நீ கவலைப்பட வேண்டிய அவசியம் இல்லை. நான் வாலியைக் கொன்று விட்டு உன்னை கிஷ்கிந்தையின் அரசானாக்குவேன் இது உறுதி." அதற்கு சுக்ரீவன் ராமனிடம், 'ராமா நீ கூறியதைப் போல வாலியை நீ வதம் செய்து விட்டால் நான் மிக்க மகிழ்ச்சி அடைவேன். அத்துடன் எமது வானரப் படைகளை எட்டு திசைகளிலும் அனுப்பி சீதை இருக்குமிடம் அறிந்து சீதையை மீட்போம்' இவ்வாறு சுக்ரீவன் கூறினான்.

நான் வாலியை கொல்வேன் என்று ராமன் உறுதியாகக் கூறிய பிறகும் கூட ராமனின் பலம் குறித்து சுக்ரீவனுக்கு சந்தேகம் இருந்தது.

ஆகவே சுக்ரீவன் வாலியின் பலத்தைப் பற்றி எடுத்துக் கூறினான். ராமா, எனது அண்ணனாகிய வாலி மாபெரும் பலம் பொருந்தியவன். அவன் பெரும் பலம் பொருந்திய பல அரக்கர்களை மிக எளிதாக வீழ்த்தி இருக்கின்றான். பெரிய மரங்களை மிக எளிதில் பிடுங்கி எறிந்து விடுவான். மேலும் பலவாறு வாலியின் சாகசத்தைப் பற்றி சுக்ரீவன் ராமனிடம் கூறினான். சுக்ரீவன் வாலியின் பலத்தை குறித்துப் பேசியதன் நோக்கத்தை லஷ்மணன் புரிந்துக் கொண்டான். பிறகு சுக்ரீவனைப் பார்த்து 'சுக்ரீவனே, ராமனின் பலம் குறித்து உனக்கு சந்தேகம் ஏற்படுவதாக நான் கருதுகிறேன். ஆகவே நீ ராமனின் பலத்தை சோதித்துப் பார்க்கலாம்'.

லஷ்மணனின் கூற்றுக்கு சுக்ரீவன் பதில் அளித்தான். 'நான் ராமனின் பலத்தை நன்றாக அறிவேன். ஆனாலும் நான் வாலியின் பலத்தை குறித்து பயம் அடைகின்றேன்'. இவ்வாறு சுக்ரீவன் கூறிய பிறகு ராமன் சுக்ரீவனைப் பார்த்துப் பேசினான். 'சுக்ரீவனே நீ என் பலத்தை பற்றி இப்போது தெரிந்துக் கொள்வாயாக'. இப்படி கூறிய ராமன் சுக்ரீவனை துந்துபி என்ற அரக்கனின் சடலத்தின் அருகே அழைத்துச் சென்றான். துந்துபியின் மலை போன்ற உடலை ராமன் தனது கால் கட்டை விரலால் நெம்பித் தள்ளினான். அவ்வாறு ராமன் தள்ளியவுடன் துந்துபியின் உடல் பத்து யோஜனை தூரம் சென்று விழுந்தது. அதன் பிறகு ராமன் தனது வில்லில் ஓர் அம்பைப் பூட்டி ஆச்சா மரங்களை நோக்கி விட்டான். ராமன் விட்ட அம்பு ஏழு பெரிய ஆச்சா மரங்களை துளைத்துக் கொண்டு சென்றது. அதன் பிறகு அந்த அம்பு மீண்டும் ராமனின் அம்புரா துணியில் வந்து சேர்ந்து விட்டது. இதையெல்லாம் கண்ட சுக்ரீவன் ராமனை மிகவும் பாராட்டினான்.

சுக்ரீவன் ராமனிடம், 'ராமா நான் உன்னுடைய பராக்கிரமத்தை கண்டு மிகவும் வியப்படைகின்றேன். உம்முடைய துணைக் கொண்டு வாலியை வீழ்த்த முடியும் என்பதில் எந்தவித ஐயமும் எனக்கில்லை. ஆகவே நாம் இப்போதே கிஷ்கிந்தைக்குச் சென்று வாலியை போருக்கு அழைப்போம்'. இவ்வாறு சுக்ரீவன் கூறியப் பிறகு ராமனும், சுக்ரீவனும் கிஷ்கிந்தைக்குப் புறப்பட்டனர். சுக்ரீவன் வாலியை போருக்கு அழைக்க

வேண்டும் என்றும், வாலியும் சுக்ரீவனும் போர் புரியும் போது ராமன் வாலியை வீழ்த்தி விட வேண்டும் என்றும் ஒப்பந்தம் செய்துக் கொண்டு புறப்பட்டனர்.

ராமனும், சுக்ரீவனும் வாலியின் மலைக்கோட்டையை அடைந்தனர். வனமலைக் கோட்டையைப் பார்த்து பெரும் கர்ஜனை செய்து சுக்ரீவன் வாலியை போருக்கு அழைத்தான். சுக்ரீவனின் கர்ஜனையைக் கேட்டு வாலி கோட்டையில் இருந்து வெளியில் வந்தான். அப்போது ராமன் வாலியின் கண்ணுக்குத் தெரியாமல் ஓர் இடத்தில் ஒளிந்துக் கொண்டான். தன்னை போருக்கு அழைத்த சுக்ரீவனிடம் வாலி சென்றான். அதன் பிறகு வாலிக்கும் சுக்ரீவனுக்கும் கடும் போர் நடந்தது.

வாலியும் சுக்ரீவனும் ஒரே மாதிரி உருவத்தில் ஒரே மாதிரி உடையும் அணிந்து இருந்தனர். அதில் யார் சுக்ரீவன், யார் வாலி என்று ராமனுக்கு அடையாளம் தெரியவில்லை. சக்ரீவனை வாலி பயங்கரமாகத் தாக்கினான். சுக்ரீவன் ரத்த காயங்களுடன் தப்பித்து ரிச்யமுக மலைப் பகுதிக்கே ஓடி விட்டான். அப்போது ராமனும் ரிச்யமுக மலைப்பகுதிக்குச் சென்று சுக்ரீவனைச் சந்தித்தான். அப்போது சுக்ரீவன் ராமனைப் பார்த்து கேட்டான். 'ராமா நான் உன்னை நம்பி வாலியை போருக்கு அழைத்து விட்டேன். இப்போது நான் ரத்த காயங்களுடன் தப்பித்து ஓடி வந்து விட்டேன்'. இவ்வாறு சுக்ரீவன் துயரத்துடன் ராமனிடம் கூறினான்.

சுக்ரீவன் கூற்றுக்கு ராமன் பதில் அளித்தான். 'சுக்ரீவா நீயும் வாலியும் ஒரே மாதிரியான உடலமைப்புடன், ஒரே மாதிரி உடையும் அணிந்து இருந்ததால் உங்களில் வாலி யார் சுக்ரீவன் யார் என்று எனக்கு அடையாளம் தெரியவில்லை. ஆகவே நான் அம்பை விடவில்லை'. இவ்வாறு கூறிய ராமன் சுக்ரீவனிடம் ஒரு மாலையைக் கொடுத்து அதை அணிந்துக் கொள்ளும் படி கூறினான். பிறகு ராமன் மீண்டும் சுக்ரீவனிடம் 'சுக்ரீவா நீ நான் கொடுத்த மாலையை அணிந்துக் கொண்டு யுத்தம் புரிவதால் உம்மை நான் அடையாளம் தெரிந்துக் கொண்டு பிறகு நான் வாலியை வதம் செய்வேன்'. இவ்வாறு ராமன் கூறினான்.

50. வாலியின் வீர மரணம்

ராமன் கொடுத்த மாலையை அணிந்துக் கொண்டு சுக்ரீவன் மீண்டும் வாலியை போருக்கு அழைத்தான். வாலியின் மனைவி தாரை மிகவும் அறிவு உடையவள். அவள் வாலியைப் பார்த்து 'என் நாதா, உங்களிடம் தோற்று விட்டு ஓடிய உன் தம்பி சுக்ரீவன் மீண்டும் உங்களைப் போருக்கு அழைக்கின்றான். இதில் ஏதோ சூழ்ச்சி இருப்பதாகவே நான் கருதுகின்றேன். ஆகவே தயவு செய்து நீங்கள் போருக்குப் போக வேண்டாம்' என்று தாரை வாலியை தடுத்து நிறுத்தினாள். அப்போது வாலி தாரையிடம் 'தாரையே ஒருவன் போருக்கு அழைக்கும் போது அதை மறுப்பது ஒரு வீரனுக்கு அழகில்லை'. ஆகவே வாலி சமாதானம் சொல்லி விட்டுப் போருக்குப் புறப்பட்டார்.

வாலியும் சுக்ரீவனும் மீண்டும் கடுமையாகப் போர் புரிந்தனர். அப்போது ராமன் ஒரு மரத்தின் பின்னால் ஒளிந்துக் கொண்டு அந்தப் போரை பார்த்துக் கொண்டு இருந்தான். ராமன் கொடுத்த மாலையை அணிந்துக் கொண்டு சுக்ரீவன் வாலியுடன் போர் செய்துக் கொண்டு இருந்தான். சுக்ரீவனை கொன்று விட வேண்டும் என்ற எண்ணத்தில் வாலி சுக்ரீவனை பயங்கரமாகத் தாக்கினான். அப்போது சுக்ரீவன் மரண வலியில் துடித்தான். அதைக் கண்ட ராமன் தனது வில்லை எடுத்து அதில் அம்பு பூட்டி அதை வாலியின் மீது எய்தான். பிறகு ராமனின் அம்பு வாலியின் மார்பைத் துளைத்தது. வாலி தனது மார்பை பிடித்துக் கொண்டு தரையில் சாய்ந்தான். இந்த அம்பை விட்டது யார் என்று வாலி சுற்றும் முற்றும் பார்த்தான். அப்போது மரத்தின் பின்னால்

இருந்து ராமன் வில் அம்புகளுடன் வாலியை நோக்கி வந்துக் கொண்டு இருந்தான். தன் மீது அம்பை செலுத்தியது ராமனே என்பதை வாலி புரிந்துக் கொண்டான்.

ராமன் மீது பக்தி கொண்டிருந்த வாலி ராமனைப் பார்த்து பேசினான். 'ராமா நீ என்ன காரியம் செய்து விட்டாய். நீ உன் புகழைக் கெடுத்துக் கொண்டாயே, நான் வேறு ஒருவனிடம் போர் புரியும் போது நீ எப்படி என் மீது அம்பு தொடுக்கலாம். உனது தந்தையான தசரதனின் பெயரை நீ கெடுத்து விட்டாய். நீ என்னிடம் ஒரு வார்த்தை சொல்லி இருந்தால் நான் அந்த ராவணனை உன் காலடியில் தூக்கிக் கொண்டு வந்து போட்டிருப்பேன். அதை விட்டு விட்டு நீ சுக்ரீவனிடம் சேர்ந்துக் கொண்டு மோசம் செய்து விட்டாயே." இவ்வாறு வாலி ராமனைப் பார்த்து நியாயம் கேட்டான். வாலியின் கேள்விக்கு ராமனால் தகுந்த பதில் கூற முடியாமல் தலை குனிந்து நின்றான்.

ஆனால் வாலி செய்த சில தவறுகளை மட்டும் ராமன் சுட்டிக் காட்டினான். சுக்ரீவனை பாதுகாப்பதாகவும், வாலியை வீழ்த்தி கிஷ்கிந்தையின் கோட்டையை சுக்ரீவனுக்கு மீட்டுக் கொடுப்பதாகவும் ராமன் சுக்ரீவனுக்கு வாக்குறுதி கொடுத்து இருந்தான். வாலியை நேருக்கு நேராக நின்று யாராலும் கொல்ல முடியாது. ஆகவே ராமன் வாலியை மறைந்து இருந்து தாக்கினான். உயிர் விடும் நேரத்தில் வாலி ராமனையும், சுக்ரீவனையும் மன்னித்து விட்டுப் பேசினான். "தம்பி சுக்ரீவா நான் உன்னைக் கொடுமைப் படுத்தி நாட்டை விட்டு துரத்தினேன். அதற்கு உண்டான தண்டனை எனக்குக் கிடைத்து விட்டது. உனக்கு ராமனின் நட்பு கிடைத்து விட்டதால் இனி உனக்கு எதிரிகளின் பயம் இல்லை. உனது மனைவி ருமையுடன் நீ மகிழ்ச்சியாக இருப்பாயாக. அத்துடன் இன்று முதல் நீயே கிஷ்கிந்தையின் அரசன் ஆவாய். எனது மனைவியாகிய தாரையையும் எனது மகன் அங்கதனையும் மகிழ்ச்சியுடன் பார்த்துக் கொண்டு நீ கிஷ்கிந்தையை ஆட்சி புரிய வேண்டும்". இவ்வாறு வாலி கூறிக் கொண்டு இருக்கும் போதே வாலியின் உயிர் பிரிந்து சொர்க்கம் சென்றான். சுக்ரீவன் தாரை, ருமை, அங்கதன் முதலிய வானரர்கள் வாலிக்கு தகுந்த மரியாதைகளுடன் இறுதி சடங்குகளைச் செய்து முடித்தனர்.

51. சுக்ரீவன் அரசன் ஆனான்

வாலியின் மறைவிற்குப் பிறகு கிஷ்கிந்தையின் அரசனாக சுக்ரீவன் ஆட்சி புரிந்தான். வாலியின் மகனான அங்கதன் யுவராஜவாக பட்டமேற்று சுக்ரீவனுக்கு உதவியாக இருந்தான். வாலியின் மனைவியான தாரை மிகுந்த அறிவுக் கூர்மை படைத்தவள். ஆகவே சுக்ரீவன் அடிக்கடி தாரையின் ஆலோசனை களைக் கேட்டு அதன்படி நடந்து வந்தான். சுக்ரீவனின் மனைவியான ருமையும், தாரையும் நல்ல பாசத்துடன் பழகி வந்தனர். ஹனுமான், சுக்ரீவனின் படைகளை வழி நடத்திச் செல்வதில் சிறந்து விளங்கி னான். இந்த வானரக் கூட்டங்களுடன் ராமனும் லஷ்மணனும் மகிழ்ச்சியாக வாழ்ந்து வந்தனர். ராமனுக்கு அடிக்கடி சீதையின் நினைவு வந்தது. ஆகவே சீதையை நினைத்து வருந்தினான்.

ராமனின் முயற்சியால் சுக்ரீவன் கிஷ்கிந்தையின் அரசன் ஆனான். சுக்ரீவன் நல்ல முறையில் ஆட்சி புரிந்து வந்தாலும் அடிக்கடி மதுபானம் அருந்தி விட்டு தனது உறவினர்களுடன் விளையாடிக் கொண்டு இருந்தான். ராமன் சுக்ரீவன் ஒப்பந்தப் படி வாலியை அழித்து சுக்ரீவனை கிஷ்கிந்தையின் அரசனாக நியமித்து விட்டான். ஆனால் சுக்ரீவன் அரச காரியங்களை எல்லாம் தனது மந்திரிகளிடத்தில் ஒப்படைத்து விட்டு சுகபோக வாழ்க்கையில் ஈடுபட்டு வந்தான். சீதையை மீட்பதற்காக சுக்ரீவன் எந்த முயற்சியும்

எடுக்கவில்லை. ஆகவே இது குறித்து ஹனுமான் கவலை அடைந்தான். ஹனுமான் சுக்ரீவனிடம் சென்று, "அரசே ராமன், சீதையின் பிரிவால் மிகவும் துயரம் அடைந்து காணப் படுகின்றான்". ஹனுமான் கூறியதைக் கேட்ட சுக்ரீவன் மிகுந்த யோசனையில் மூழ்கினான்.

52. லக்ஷ்மணனின் கோபம்

மாதங்கள் பல ஆகியும் சீதையை மீட்பதற்காக சுக்ரீவன் எந்த நடவடிக்கைகளையும் எடுக்காமல் இருக்கின்றான் என்று லக்ஷ்மணன் சுக்ரீவன் மீது கோபம் கொண்டான். அதன் பிறகு சுக்ரீவனிடம் சென்று பேசினான். 'சுக்ரீவனே நீ சீதையைக் கண்டு பிடித்துத் தருகிறேன் என்று எங்களுக்கு வாக்குறுதி அளித்தாய். இப்போது அதை நீ மறந்து விட்டாயா" என்று லக்ஷ்மணன் கோபமாகக் கேட்டான்.

லக்ஷ்மணன் கோபமாக பேசியதைக் கண்டு சுக்ரீவன் பயந்து விட்டான். பிறகு சுக்ரீவன் லக்ஷ்மணனிடம் 'லக்ஷ்மணா என்னை மன்னிக்க வேண்டும். நான் எதையும் மறக்கவில்லை நாட்டில் உள்ள எல்லா வானரங்களையும் அழைப்பதற்கு நமது ஆட்களை அனுப்பி இருக்கின்றேன். ஆகவே அவர்கள் வந்த உடன் சீதையைத் தேடலாம்' என்றான். சுக்ரீவன் இவ்வாறு சொல்லிக் கொண்டு இருக்கும் போதே நாட்டின் பல பகுதிகளில் இருந்தும் ஆயிரக் கணக்கானவர்கள் கிஷ்கிந்தைக்கு வந்துக் கொண்டு இருந்தனர். அதைக் கண்ட ராமனும், லக்ஷ்மணனும் பெரும் மகிழ்ச்சி அடைந்தனர். அத்துடன் ராமன் சுக்ரீவனை கட்டித் தழுவி தனது அன்பைச் செலுத்தினான்.

சீதையைத் தேடி வானரங்கள் புறப்பட்டனர். சீதையைத் தேடுவதற்காக பல லட்சக்கணக்கான வானரப் படைகள்

கிஷ்கிந்தையில் ஒன்று கூடினார்கள். ராமன், லஷ்மணன், சுக்ரீவன், அங்கதன், அனுமான் ஆகியவர்கள் ஒன்று கூடி ஆலோசனை நடத்தினார்கள். அதன் பிறகு சுக்ரீவன் வானரப் படைகளைப் பார்த்துக் கட்டளையிட்டான். "வீரர்களே சீதை எங்கு இருந்தாலும் கண்டு பிடிக்க வேண்டும். சீதை ராமனை அடையும் வரை நாம் அதற்காக சளைக்காமல் பாடுபட வேண்டும். இது வானரர்களாகிய நமது கடமை ஆகும்.

காடு, மலை, குகைகள், வீடுகள் அரண்மனைகள் ஆகிய எதுவாக இருந்தாலும் அந்த இடத்தில் நன்றாக சீதையை தேடிப் பார்க்க வேண்டும். எனது இந்த கட்டளையை மீறுபவர்கள் மரண தண்டனையை அடைவார்கள். இது அரச கட்டளையாகும்." அதன் பிறகு வானரர்கள் நான்கு திசைகளிலும் விரைந்துச் சென்றனர்.

வினதன் என்ற வானர வீரனும் அவனுடன் பல வானரர்களும் கிழக்கு திசைக்கு அனுப்பப்பட்டனர். சதபலி என்ற வானர வீரனும் அவனுடன் பல வானரர்களும் வடக்கு திசைக்கு அனுப்பப்பட்டனர். ஸுசேனன் என்ற வானர வீரனும் அவனுடன் பல வானரர்களும் மேற்கு திசைக்கு அனுப்பப்பட்டனர். ஹனுமான், வாலியின் மகனான அங்கதன், கஜன், கவாஷன், ஜாம்பவான் போன்றவர்களும் தெற்கு திசைக்குச் செல்லத் தயாராக இருந்தனர். ராமன் அனுமான் மீது மிகுந்த நம்பிக்கைக் கொண்டு இருந்தான். ஆகவே ராமன் அனுமானிடம் ஒரு மோதிரத்தைக் கொடுத்து 'வீரனே நீ சீதையை சந்திக்க நேர்ந்தால் அப்போது நீ இந்த மோதிரத்தை சீதையிடம் கொடுப்பாயாக' என்று கூறினான். அனுமான் அந்த மோதிரத்தை தன் உடையில் பத்திரப்படுத்திக் கொண்டான். அதன் பிறகு அனுமான் ராமனிடமும் சுக்ரீவனிடமும் விடை பெற்றுக் கொண்டு தனது படைகளுடன் தெற்கு நோக்கிப் புறப்பட்டான்.

கிழக்கு, மேற்கு, வடக்கு மூன்று திசைகளிலும் சென்ற வானரப் படைகள் ஒரு மாத காலமாக அலைந்து திரிந்து பல இடங்களில் தேடியும் சீதையை கண்டுபிடிக்க முடியவில்லை. அதன் பிறகு அந்த வானரர்கள் கிஷ்கிந்தைக்கு திரும்பி வந்து சுக்ரீவனை சந்தித்து தனது தோல்வியை ஒப்புக் கொண்டுப் பேசினார்கள். "அரசே தெற்கு முகமாக சென்று இருக்கும் அனுமான் நிச்சயமாக சீதையைக் கண்டுபிடித்து விடுவான். அனுமான் ஒருவனால் தான் சீதையை கண்டு பிடிக்க முடியும். ஆகவே நீங்கள் இது குறித்து கவலை அடைய வேண்டாம்" என்று கூறினார்கள்.

53. சம்பாதியிடம் ஆலோசனை

தெற்கு திசையில் சென்ற அனுமாரும் அவனது நண்பர்களும் காடு, மலை, குகை என்று எல்லா இடங்களிலும் சீதையைத் தேடினார்கள். பல நாட்களாக சீதையைத் தேடி அலைந்தனர். அப்போது சம்பாதி என்ற கழுகை கண்டனர். கழுகு அரசன் ஜடாயுவின் அண்ணன் சம்பாதி ஆவான். அனுமானும் மற்ற வானரர்களும் தாம் வந்த நோக்கத்தைப் பற்றி சம்பாதியிடம் கூறினார்கள். மற்றும் ராம லஷ்மணர்களின் கதையையும் சீதையை ராவணன் கடத்தும் போது ஜடாயு ராவணனை எதிர்த்ததால் ஜடாயு மரணம் அடைந்த செய்தியையும் வானரர்க்ள் கூறினார்கள்.

தனது தம்பி ஜடாயு மரணம் எய்தினான் என்ற செய்தி கேட்டு சம்பாதி கண்ணீர் விட்டு அழுதான். "எனது தம்பியாகிய ஜடாயுவை கொன்ற ராவணனை பழி தீர்க்கும் வலிமை எனக்கில்லை. ஒரு சமயம் நானும் ஜடாயுவும் வானத்தில் பறந்து விளையாடிக் கொண்டு இருந்தோம். ஜடாயு சூரியனுக்கு அருகில் சென்று விட்டான். சூரியக்கதிர்கள் ஜடாயுவைத் தாக்கியது. அப்போது நான் ஜடாயுவை பாதுகாப்பதற்காக எனது இறக்கைகளால் சூரிய கதிர்களை மறைத்தேன். அப்போது என்னுடைய இறக்கைகள் சூரிய கதிர்களால் தாக்கப்பட்டு பொசுங்கி விட்டது. ஆகவே நான் விந்திய மலையின் மீது விழுந்து விட்டேன். அப்போதில் இருந்து நான் ஜடாயுவை பார்க்கவில்லை. என்னால் பறந்து சென்று இரை தேட முடியாது. இந்த நிலையில் ஒரு முனிவர் என்னிடம் வந்து நீ ராமருக்கு உதவக்

கூடிய செய்தியை சொல்லும் போது உன் இறக்கைகள் பழைய படி வலுவடைந்து விடும் அப்போது உன் துயரம் தீரும்" என்று கூறினார்.

இவ்வாறு தன்னைப் பற்றி கூறிய சம்பாதி சீதையை ராவணன் கடத்திய செய்தியையும் கூறினான். "வானரர்களே எனக்கு உணவு கொண்டு வரும் எனது தம்பி எனக்கு ஒரு தகவலை கூறினான். எனது தம்பி ஆகாயத்தில் பறந்துச் சென்ற போது பெரும் அழகு கொண்ட ஒரு பெண்ணை ராவணன் கடத்திச் சென்றான். நான் அவனை வழி மறித்தேன். ராவணன் தனக்கு வழி விடும்படி என்னை பணிந்துக் கேட்டுக் கொண்டதால் அவனுடன் போர் செய்யாமல் விட்டு விட்டேன். இவ்வாறு எனது தம்பி கூறினான்".

சம்பாதி மேலும் தொடர்ந்தான். 'எனது தம்பி ராவணனை வழி மறிக்கும் போது பல ரிஷிகளும் சீதையைக் கண்டு இருக்கின்றனர். சீதை உயிருடன் இருப்பதை நினைத்து ரிஷிகள் மகிழ்ச்சி அடைந்தனர். ராவணனையும் அவனது அரக்கர் கூட்டங்களையும் ராமன் அழித்து விடுவான். அப்போது ரிஷிகளாகிய நாங்கள் அரக்கர்களின் பயம் இன்றி வாழ்வோம் என்று அந்த ரிஷிகள் கூறினார்கள். குபேரனின் சகோதரனான ராவணன் இலங்கையின் அரசன் ஆவான். இப்போது இராவணன் சீதையை அவனின் அந்தப்புரமாகிய அசோக வனத்தில் கடும் காவலுடன் வைத்திருப்பதாக அறிந்தேன்'. இவ்வாறு ராமனுக்கு வேண்டிய நல்ல செய்தியை சம்பாதி கூறி முடித்த போது அதன் இறக்கைகள் பழையபடி முளைத்து வலுவடைந்தது. பிறகு சம்பாதி வானரர்களிடம் வானரர்களே நீங்கள் வந்த காரியம் நல்லபடியாக முடிவடையும். ஆகவே இப்போதே புறப்படுங்கள்' இவ்வாறு கூறிய சம்பாதி வானரர்களிடம் விடைபெற்றுக் கொண்ட ஆகாய மார்க்கமாக பறந்துச் சென்றது.

சம்பாதியின் பேச்சினால் மனம் தெளிவு அடைந்து இலங்கைக்கு செல்வதற்காக கடற்கரையை நோக்கி நடந்தனர். பிறகு அனைவரும் கடற்கரையில் ஒன்று கூடினார்கள். முடிவே காணப்படாமல் விரிந்து காணப்பட்ட கடலைக் கண்டு வானரர்கள் வியப்படைந்தனர். இவ்வளவு பெரிய கடலைத்தாண்டி எவ்வாறு இலங்கைக்கு செல்வது என்று

லியோவின் ராமாயணம் 210

திகைத்தனர். அப்போது அங்கதன் 'யாரும் தைரியத்தை இழக்க வேண்டாம். எவனை தோல்வி மனப்பான்மை பிடிக்கிறதோ அவனுக்கு தோல்வி தான் கிட்டும். நம் வீரர்களில் கடலை தாண்டிச் செல்லும் சக்தி படைத்தவர்களும் இருப்பார்கள். ஆகவே அவரவர்கள் கடலைத் தாண்டிச் செல்லும் திறமையைப் பற்றிக் கூறட்டும்'.

அங்கதன் இவ்வாறு கூறியவுடன் ஒவ்வொருவரும் தான் கடலைத் தாண்டும் தூரத்தைப் பற்றிக் கூறினார்கள். கஜன் என்பவன் "நான் பத்து யோஜனை தூரம் கடலை தாண்டுவேன்" என்றான். அதன் பிறகு ஜாம்பவான், "எனக்கு வயதாகி விட்டதால் இப்போது என்னால் தொண்ணூறு யோசனை தூரம் மட்டுமே தாண்ட முடியும்" என்றான். "நான் தொண்ணூறு யோசனை தூரம் தாண்டுவதால் என்னால் இலங்கையை அடைய முடியாது" என்று கூறி விட்டான்.

அதன் பிறகு ஜாம்பவான், "நான் நூறு யோசனை தூரம் தாண்டி இலங்கை போய்ச் சேருவேன். அதில் சந்தேகமில்லை. ஆனால் மீண்டும் திரும்பி வரும் சக்தி எனக்கு இருக்குமா என்று சந்தேகமாக இருக்கிறது." அதற்கு பிறகு ஜாம்பவான் அங்கதனிடம் 'அங்கதனே உன்னால் இலங்கைக்கு தாண்டிச் சென்று திரும்பி வர முடியும். ஆனால் நீ எங்களின் தலைவனும், இளவரசனும் ஆவாய் ஆகவே எங்களில் ஒருவர்தான் இலங்கைக்கு செல்ல வேண்டும். நம்முடைய வீரர்களில் அனுமான் மிகவும் சக்தி கொண்டவன். வாயுவின் மகனான அனுமான் இலங்கைக்குச் சென்று சீதையைக் கண்டு வருவான்' என்று கூறினார்.

அங்கதனும் ஜாம்பவானும் அனுமானை அணுகி இலங்கை செல்வது குறித்து விவாதித்தனர். அதற்கு அனுமான், "என்னால் இலங்கைக்குச் சென்று சீதையை சந்தித்து விட்டு திரும்பி வர முடியும். அத்துடன் அந்த ராவணனுக்கும் தகுந்த பதில் கொடுத்து விட்டு வருவேன்." இவ்வாறு அனுமான் கூறியதைக் கேட்டு எல்லா வானரர்களும் மகிழ்ச்சி அடைந்தனர்.

"வாயு பகவானின் அருளால் அஞ்சனை என்ற பெண்ணுக்கு பிறந்தவன்தான் அனுமான் ஆவான். அஞ்சனைக்கு பிறந்ததால் அனுமானை ஆஞ்சநேயர் என்றும் அழைப்பார்கள். அனுமான் சிறு வயதிலேயே மிகவும் பலம் பொருந்தியவனாக திகழ்ந்தான். சிறு வயதில் அனுமான் கிழக்கில் உதித்த சூரியனை பழம் என்று கருதி அதைப் பிடிப்பதற்காக ஆகாயத்தில் பாய்ந்து சென்றான். அதைக் கண்ட இந்திரன் தனது வஜ்ராயுதத்தை அனுமன் மீது வீசித் தாக்கினான். அதனால் அனுமான் பெரும்காயம் அடைந்தான். இந்திரனின் செயலைக் கண்டு வாயு பகவான் கோபம் கொண்டு உலகில் காற்று இல்லாதபடி செய்து விட்டார். அப்போது தேவர்களும், இந்திரன், பிரம்மனும் வாயு பகவானை வேண்டி உலகில் மீண்டும் காற்று வீசும்படி செய்தனர். அப்போது இந்திரனும், பிரம்மனும் அனுமானுக்கு வரம் கொடுத்தனர். அனுமானே உனக்கு எந்த ஆயுதத்தாலும் மரணம் ஏற்படாது. நீ விரும்பினால் மட்டுமே உனக்கு மரணம் உண்டாகும். நீ பெரும் பலசாலியாகவும், கடலை தாண்டும் சக்தி படைத்தவனாகவும் விளங்குவாய்" என்று வரமளித்தனர். இவ்வாறு அனுமனின் கதையை ஜாம்பவான் கூறினான்.

ஹனுமானை உற்சாகப்படுத்துவதற்காக ஜாம்பவான் ஹனுமானின் பலத்தையும் அவன் பெற்ற வரங்களைப் பற்றியும் கூறினான். ஹனுமான் கடலைத் தாண்ட வேண்டுமானால் பூமியை வேகமாக மிதித்துக் கொண்டு தாவிச் செல்ல வேண்டும். அவ்வாறு பூமியை மிதித்துத் தாண்டினால் பூமி பெரும் அதிர்ச்சி அடையும். ஆகவே அனுமான் மகேந்திரமலை மீது ஏறினான். அதன் பிறகு தனது உருவத்தை பெரியதாக்கிக் கொண்டு இலங்கையைப் பார்த்தான். ஹனுமான் மற்ற வானர படை வீரர்களைப் பார்த்து 'நான் இலங்கைச் சென்று திரும்பி வரும் வரையில் நீங்கள் இங்கேயே இருங்கள் நான் இலங்கைச் சென்று நல்ல செய்திகளோடு திரும்புவேன். அதன் பிறகு அனைவரும் கிஷ்கிந்தைக்குப் புறப்படலாம்'. இவ்வாறு கூறிய ஹனுமான் மற்ற வானர வீரர்களிடம் விடைபெற்றுக் கொண்டு இலங்கையை நோக்கி ஆகாயத்தில் பறந்தான்.

54. இலங்கைக்கு அனுமான் பறந்தான்

ஹனுமான் மகேந்திர மலையை உதைத்துக் கொண்டு மேலே புறப்பட்டதால் அந்த பகுதியில் இருந்த மரங்கள் எல்லாம் வேரோடு சாய்ந்தன. அந்த மலையில் புதிய நீரோட்டங்களும் தோன்றியது. அனுமன் பெரும் உருவத்துடன் ஆகாயத்தில் வேகமாக பறந்துச் சென்றான். அப்போது கந்தர்வர்கள் பூமாரி பொழிந்தனர். மேலும் சிறிது தூரம் பறந்துச் சென்ற போது கடலில் மூழ்கி இருந்த பர்வத மலை திடீரென மேலே எழும்பி நின்றது. அப்போது அனுமான் இதென்ன இந்த மலை நம்மை போக விடாமல் குறுக்கே நிற்கிறதே என்று வியப்படைந்தான். பிறகு அந்த மலையை அனுமான் தன் மார்பினால் தாக்கினான். அப்போது அந்த மலை அசைந்து அனுமனிடம் பேசியது.

அந்த மலை அனுமனிடம் "அப்பனே ஒரு சமயம் இந்திரன் தன் வஜ்ராயுதத்தால் மலைகளையெல்லாம் அடித்து கடலில் மூழ்கடித்தான். அப்போது நானும் கடலில் மூழ்கி விட்டேன். இப்போது நீ ராம காரியத்தினால் சென்றுக் கொண்டு இருப்பதால் நீங்கள் என் மீது அமர்ந்து இளைப்பாறிவிட்டு செல்ல வேண்டும் என்பதற்காக நான் உயர்ந்து நின்றேன்." இவ்வாறு அந்த மலை கூறியது. அதற்கு அனுமான் "நான் உடனே புறப்பட வேண்டும். ஆகவே எனக்கு உடனே வழி விடுவாயாக" என்று கூறியது. பிறகு அந்த மலை பழைய படி

கடலில் மூழ்கிக் கொண்டது. பிறகு அனுமான் இலங்கையை நோக்கிப் பறந்துச் சென்றான்.

அனுமன் மேலும் சில மைல் தூரம் சென்றதும் ஒரு ராக்ஷச பெண் அனுமானைப் பார்த்து 'நான் வெகு காலமாக உணவின்றி உனது வரவிற்காகவே இங்கு காத்திருக்கின்றேன். ஆகவே நீ எனது வாய்க்குள் பிரவேசிப்பாய்' என்றது, இவ்வாறு கூறிய ராக்ஷஸ பெண் அனுமனை விழுங்குவதற்கு வந்தாள். அப்போது அனுமன் தன் உடலை பெரியதாக்கிக் கொண்டே சென்றான். அப்போது அந்த ராக்ஷஸ பெண்ணும் தனது வாயை பெரியதாக்கியது. அந்த நேரம் பார்த்து அனுமன் தன் உடலை சுருக்கிக் கொண்டு அந்த ராஷஸியின் வாயில் நுழைந்து காது வழியே வெளியேறி வந்தான். அனுமான் மீண்டும் தன் பெரிய உடலை அடைந்தான். தேவர்கள் அனுமானை சோதிப்பதற்காக நாகமாதாவை அனுப்பினர். ஆகவே நாகமாதா ராஷஸ உருவத்தில் வந்து இருந்தாள். அந்த நாகமாதா இந்த செய்தியை அனுமனிடம் கூறி நீ போகும் ராம காரியம் நிச்சயமாக வெற்றி பெறும் என்று கூறி அனுமானை வழி அனுப்பி வைத்தாள். பிறகு மீண்டும் அனுமான் இலங்கையை நோக்கிப் பறந்தான்.

அனுமான் இலங்கை செல்லும் வழியில் மீண்டும் ஓர் அரக்கி அனுமானை வழி மறித்து அனுமானை விழுங்குவதற்காக வந்தாள். அப்போது அந்த அரக்கியை அனுமான் கொன்று கடலில் வீசி விட்டு மீண்டும் இலங்கையை நோக்கிப் புறப்பட்டான். இவ்வாறு பல சோதனைகளைத் தாண்டி, அனுமான் இலங்கையை அடைந்தான். இலங்கையில் அழகான வாழைத் தோட்டங்களையும், தென்னந்தோப்புகளையும் கண்டான். அதன் பிறகு அனுமன் தனது உடலை சுருக்கிக் கொண்டு சாதாரண வானரமாக உருமாற்றம் அடைந்து ஒரு மலையின் மீது இறங்கினான்.

55. சீதை மனம் உடைந்தாள்

பல அரக்கிகளின் மத்தியில் ராவணனின் அசோக வனத்தில் சீதை சோகமே உருவாக அமர்ந்து இருந்தாள். ராமன் எப்படியும் நம்மை காப்பாற்றி விடுவான் என்ற நம்பிக்கையில் சீதை பல மாதங்களாக காத்துக் கொண்டு இருந்தாள். இராவணன் அடிக்கடி வந்து சீதையிடம் தொல்லைக் கொடுத்து வந்தான். தன்னை மணந்துக் கொள்ளும்படி சீதையை வற்புறுத்தினான். 'தன்னை மணந்துக் கொண்டு மிகுந்த செல்வமுடன் இலங்கையின் அரசியாக வாழலாம்'. இவ்வாறு ராவணன் பல ஆசை வார்த்தைகளைக் கூறி சீதையை வற்புறுத்தி வந்தான்.

இராவணன் பலமுறை வற்புறுத்தியும் சீதை இராவணனின் ஆசை வார்த்தைகளுக்கு அடிபணியவில்லை. சீதையிடம் ராவணன் பேசும் போது எல்லாம் சீதை அவனை கேவலமாக திட்டி அனுப்பினாள். இதனால் கோபம் அடைந்த ராவணன் சீதையை மிரட்டினான். 'என்னை நீ மணந்துக் கொள்ளாவிட்டால் நான் உன்னை கொன்று சாப்பிட்டு விடுவேன்' என்று கூறினான்.

ராவணன் சிவனின் மீது மிகுந்த பக்தி உடையவன். நல்ல சிவபக்தனாக நல்ல ஒழுக்கத்துடன் வாழ்ந்து வந்தவன். அப்படிப் பட்ட ராவணன் சீதையின் அழகில் மயங்கி ஒழுக்கம் அற்றவனாக

மாறிவிட்டான். சீதையை அடைய வேண்டும் என்ற எண்ணத்தில் பல தவறுகளை செய்து விட்டான். பல மாதங்கள் ஆன பிறகும் ராமன் வரவில்லையே என்று சீதை அழுது புலம்பினாள். இதற்கு மேலும் நாம் உயிருடன் இருந்தால் இராவணன் நம்மை விட மாட்டான். ஆகவே எப்படியாவது நாம் தற்கொலை செய்துக் கொள்ள வேண்டும் என்று சீதை முடிவு செய்தாள்.

56. அனுமான் இலங்கையை அடைந்தான்

இலங்கை நகரத்தை அடைந்த அனுமான் ராவணனின் கோட்டைக்குள் எவ்வாறு நுழைவது என்று யோசித்துக் கொண்டு இருந்து ராவணனின் கோட்டைக்கு இரவு நேரத்தில் நுழைந்து விடலாம் என்று முடிவு செய்தான். பிறகு சூரியன் மறையும் நேரத்தை எதிர்பார்த்துக் கொண்டு ஓர் இடத்தில் அமர்ந்துக் கொண்டு இருந்தான். சிறிது நேரத்திற்குப் பிறகு சூரியன் மறைய ஆரம்பித்தது. அப்போது அனுமான் தனது உடலை மேலும் சிறியதாக்கிக் கொண்டு ஒரு சாதாரண குரங்கைப் போல உருவத்தை அடைந்தார். இலங்கையை இருள் சூழ்ந்த உடன் அனுமான் சாதாரண குரங்கின் உருவத்தில் ராவணனின் அரண்மனையை நோக்கிச் சென்றான்.

இலங்கையை சுற்றிலும் பல அரக்கர்கள் பலத்த காவல் புரிந்து வந்தனர். மேலும் இலங்கையை லங்கா தேவதை என்ற தேவதையும் பாதுகாத்து வந்தாள். ராவணனின் கோட்டையை நோக்கிச் சென்ற அனுமானைப் பார்த்தவுடன் லங்காதேவிக்கு சந்தேகம் வந்தது. லங்காதேவி அனுமானைப் பார்த்து 'ஏய் குரங்கே நீ எங்கே செல்கிறாய்'' என்று அதட்டிக் கேட்டாள். அதற்கு அனுமான் 'நான் இலங்கை நகரை சுற்றிப் பார்க்க வந்தேன்' என்று கூறியது. இதைக் கேட்ட லங்காதேவி அனுமானை தனது கையால் அறைந்து விட்டுப் பிறகு 'குரங்கே இப்படியே திரும்பிப் போய்விடு' என்று கூறினாள்.

லங்காதேவி அனுமானை அறைந்த உடன் அனுமான் லங்கா தேவியை தனது இடது கையால் ஒரு குத்து குத்தினான். அனுமான் விட்ட குத்தில் வலி தாங்க முடியாமல் லங்காதேவி கீழே விழுந்தாள். ஒரு சாதாரண குரங்கின் குத்தைத் தாங்க முடியாமல் கீழே விழுந்து விட்டோமே என்று லங்காதேவி வியப்படைந்து எழுந்து நின்றாள். ஒரு சமயம் தேவர்கள் லங்கா தேவியிடம் லங்கா தேவியே 'நீ ஒரு நாள் சாதாரண குரங்கிடம் அடிப்பட்டு கீழே விழுவாய், அது போன்ற காலத்தில் இலங்கைக்கு அழிவு ஏற்படும்'. இவ்வாறு தேவர்கள் லங்கா தேவியிடம் சொன்னதை இப்போது நினைத்துப் பார்த்தாள். "தேவர் கூறியது போலவே இலங்கைக்கு அழிவு ஏற்படப் போகிறது" என்று கூறி விட்டு அனுமனுக்கு வழி விட்டு ஒதுங்கி நின்றாள். அதன் பிறகு அனுமான் மீண்டும் ராவணனின் கோட்டையை நோக்கிச் சென்றான். அனுமான் செல்வதற்கு ஏற்றவாறு நல்ல நிலவு வெளிச்சம் இருந்தது.

இலங்கையில் உள்ள தெருக்களும் வீடுகளும் மாட மாளிகைகளும் மிக அழகாக இருந்தன. அனுமான் இலங்கை தெருக்களில் சென்று பிறகு மாளிகைகளின் மீதும் ஏறிச் சென்று ராவணனின் கோட்டைக்கு அருகில் சென்றான். கோட்டையைச் சுற்றி பெரிய மதில் சுவர் எழுப்பப்பட்டு இருந்தது. கோட்டை வாயிலில் பயங்கர அரக்கர்கள் காவல் புரிந்தனர். முன்புற வாயில் வழியாக சென்றால் காவலர்கள் நம்மை விரட்டி விடுவார்கள் என்று அனுமான் நினைத்தார். ஆகவே அனுமான் கோட்டையின் பின்புறம் வழியாக மதில் மேல் ஏறி பிறகு கோட்டைக்குள் புகுந்தது.

ராவணனின் கோட்டைக்குள் வந்து விட்ட அனுமான் அரண் மனையின் பல பகுதிகளையும் சுற்றிப் பார்த்தது. அங்கு பலவித உடலமைப்புடன் அரக்கர்கள் இருந்தனர். சில அரக்கர்கள் கோரமாக இருந்தனர். சில அரக்கர்கள் சாதாரணமாக இருந்தனர் சிலர் அழகாகவும் இருந்தனர். அழகான பல அரக்கப் பெண்களும் அவர்களின் கணவர்களும் சந்தோஷமாக ஆடிப்பாடி மகிழ்ந்துக் கொண்டு இருந்தனர். அனுமானால் சீதை இருக்கும் இடத்தை கண்டுபிடிக்க முடியவில்லை. ஆனால் அனுமான் அந்தக் கோட்டையில் தொடர்ந்து சீதையைத் தேடிக் கொண்டே இருந்தான்.

அனுமான் கோட்டையின் ஒவ்வொரு பகுதியாக சீதையைத் தேடினான். சில இடங்களில் போர் யானைகளும், குதிரைகளும், தேர்களும், ஆயுத சாலைகளும் மற்றும் ஆயுதம் ஏந்திய வீரர்களும் காணப்பட்டனர். பிறகு அனுமான் ராவணனின் அந்தப் புரத்தைக் கண்டான். ராவணனின் அந்தப்புரத்தில் அழகான பூக்கள் நிறைந்த பூங்கொடிகளும் அழகிய தோட்டங்களும் நிறைந்து இருந்தன. அது ராவணனின் அந்தபுரம் ஆகும். அந்த அந்தப்புரத்தில் ராவணனுடன் உல்லாசமாக இருக்கக் கூடிய பல பெண்களை அனுமான் கண்டான். அந்தப் பெண்கள் எல்லோரும் அந்தப்புரத்தில் உறங்கிக் கொண்டு இருந்தனர்.

சீதாதேவி இராவணனின் ஆசைக்கு அடிபணிய மாட்டாள். ஆகவே இந்த அந்தப்புரத்தில் சீதை இருக்க மாட்டாள் என்று அனுமான் நினைத்தார். பிறகு மற்றொரு பகுதிக்குச் சென்றான். அங்கு அழகிய பெரிய அறையைக் கண்டான். அங்கு தங்கத்தால் தயாரிக்கப்பட்டும் நவரத்தினங்கள் பதிக்கப்பட்டும் இருக்கக் கூடிய பெரிய கட்டிலைக் கண்டான். அந்தக் கட்டிலில் ஒரு மலையைப் போல ராவணன் உறங்கிக் கொண்டு இருப்பதை அனுமான் கண்டான். ராவணனைச் சுற்றிலும் பல பெண்களும் உறங்கிக் கொண்டு இருந்தனர்.

இராவணனின் இருப்பிடத்தில் இருந்து புறப்பட்டு அனுமான் மேலும் பல இடங்களைச் சுற்றிப் பார்த்தான். கடும் முயற்சிக்குப் பிறகு சம்பாதி கூறிய அசோக வனத்தை அனுமன் கண்டான். அதன் பிறகு அனுமன் அசோக வனத்தில் உள்ள மரங்களின் மீது தாவித் தாவிச் சென்று சீதையைத் தேடினான். அந்த அசோக வனத்தின் மத்தியில் பல அரக்கிகள் பலவிதமான ஆயுதங்களுடன் இருப்பதைக் கண்டான். அதன் பிறகு அனுமான் அந்த அரக்கிகளின் பக்கத்தில் உள்ள ஒரு மரத்தில் ஏறி ஒளிந்துக் கொண்டு பார்த்தான்.

57. இராவணன் சீதையை வற்புறுத்தினான்

பயங்கரமான விகார தோற்றத்தை உடைய அரக்கிகளின் மத்தியில் ஒரு அழகிய பெண், முக வாட்டத்துடன் அமர்ந்து இருப்பதைக் கண்டான். இந்த அழகிய பெண்தான் சீதையாக இருக்க வேண்டும் என்று அனுமான் நினைத்தான். அப்போது ராவணன் அங்கு வந்து சீதையிடம் பேசினான். 'அழகிய காட்டில் துறவியைப் போல அலைந்துக் கொண்டு இருக்கும் ராமனால் உனக்கு எந்த நன்மையும் ஏற்படப்போவதில்லை. உன் மேல் நான் அளவு கடந்த அன்பை வைத்து இருக்கின்றேன். உன் அன்பை நான் பிச்சைக் கேட்கின்றேன். என் மீது உனக்கு பிரியம் ஏற்படும் வரையில் நான் உன்னைத் தொட மாட்டேன். ஆகவே நீ என்னைக் கண்டு பயப்பட வேண்டாம். நீ நல்ல வஸ்திரமின்றி, ஆபரணமின்றி தலைவிரிகோலமாக இருந்துக் கொண்டு உன்னை வருத்திக் கொள்ள வேண்டாம். நீ என்னுடன் சர்வ அதிகாரங்களுடன் இலங்கையின் அரசியாக வாழலாம். என் செல்வங்களையும், ராஜ்யத்தையும் பெற்றுக் கொண்டு என்னுடன் உல்லாசமாக வாழ்வாயாக. நீ ராமனை நினைத்துக் கொண்டு இருப்பதால் எந்தப் பயனும் ஏற்படப்போவதில்லை'. இவ்வாறு இராவணன் சீதையிடம் மன்றாடிக் கேட்டுக் கொண்டான்.

ராவணனின் கூற்றுக்கு சீதை பதில் அளித்தாள். 'என் மீது உனக்குள்ள பற்றை உடனே நீக்குவாயாக. நான் ராமனின் மனைவியாவேன். வாழ்ந்தால் ராமனுடன் வாழ்வேன். இல்லையேல் செத்து மடிவேன். நீ தர்மத்தை புறக்கணித்து விட்டு என்மீது மோகம் கொள்ளாதே. அவ்வாறு நீ என் மீது மோகம் கொள்வதால் உனக்கு அழிவு உண்டாகும். ராமன் இந்த இலங்கையையே அழித்து விடுவான்'. இவ்வாறு ராவணனிடம் சீதை கூறினாள்.

சீதையை ராவணன் பலமுறை வேண்டிக் கேட்டும், ராவணனின் பேச்சை ஏற்க சீதை மறுத்தாள். பிறகு ராவணனுக்கு அறிவுரையும் சொல்லிப் பார்த்தாள். ஆனால் ராவணன் சீதையிடம் தொடர்ந்து பலமுறை வற்புறுத்திப் பார்த்தான். ராவணன் சீதையை பலமுறை வற்புறுத்தியும் சீதை ராவணனை ஏற்க மறுத்து விட்டாள். இதனால் கோபம் கொண்ட ராவணன் சீதையை மிரட்டினான். 'சீதையே நான் உனக்கு கொடுத்த கால கெடு முடிய இன்னும் இரண்டு மாதங்களே உள்ளது. அந்த இரண்டு மாதத்திற்குள் நீ என்னை ஏற்காவிட்டால் நீ எனது சமையல் அறைக்கு செல்வாய். எனது சமையல்காரர்கள் உன்னை வெட்டி எனக்கு உனது மாமிசத்தை சமைத்துப் பரிமாறுவார்கள்'. இவ்வாறு ராவணன் சீதையை எச்சரித்து விட்டுப் புறப்பட்டான்.

ராவணன் புறப்பட்டுச் சென்ற பிறகு சீதைக்கு காவலாக இருந்த அரக்கிகள் சீதையிடம் பேசினார்கள். 'மானிடப் பெண்ணே ஏன் வீணாக உன் உடலை வருத்திக் கொள்கின்றாய். எங்கள் அரசன் ராவணனை ஏற்றுக் கொண்டால் சகலவிதமான செல்வங்களுடன் சுகமாக வாழலாம். அப்படி இல்லாமல் நீ வீண் பிடிவாதம் செய்தால் வீணாக அழிந்து போவாய்' என்று கூறினார்கள். சில கொடிய அரக்கிகள் 'சீதையை நாமே கொன்று அவளின் மாமிசத்தை நாம் நமக்குள் பங்கு போட்டுக் கொண்டு சாப்பிட்டு விடலாம்' என்று கூறினார்கள்.

சீதைக்கு காவலாக இருந்த அரக்கிகளில் திரிசடை என்பவள் மட்டும் சீதையின் மீது பரிவு கொண்டு இருந்தாள். அவள் மற்ற

அரக்கிகளைப் பார்த்து பேச ஆரம்பித்தாள். 'மூர்கப் பெண்களே நான் சொல்வதைக் கேளுங்கள். இந்த அப்பாவி பெண்ணின் மனம் புண்படும் படி பேசினால் நாம் அழிந்துப் போவோம். நான் கண்ட கனவை சொல்லுகின்றேன் கேளுங்கள், எனது கனவில் இலங்கை நகரம் பற்றி எரிவதைக் கண்டேன். அதன் பிறகு இந்த சீதையின் கணவன் ராமன் சூரியனைப் போல ஒளிவீசிக் கொண்டு வந்தான். அந்த ராமன் நமது ஆயிரக்கணக்கான அரக்கர் படைகளையும் ராவணனையும் வீழ்த்திக் கொன்றான். அதன் பிறகு ராமன் சீதையை அழைத்துக் கொண்டு தனது தேரில் புறப்படுகின்றான். எனது கனவு பொய் ஆகாது. ஆகவே நீங்கள் சீதையிடம் பணிவுடன் நடந்துக் கொள்வதுதான் நல்லது." இவ்வாறு திரிசடை கூறியதை கேட்டு மற்ற அரக்கிகள் வியப்படைந்தனர்.

ராவணன் வந்து சீதையை வேண்டியது ராவணனை சீதை கடிந்து பேசியது, சீதையை ராவணன் மிரட்டி விட்டுச் சென்றது, அதன் பிறகு அரக்கிகள் சீதையை மிரட்டியது, அப்போது திரிசடை என்ற அரக்கி மற்ற அரக்கிகளை எச்சரித்தது போன்ற நிகழ்ச்சிகளை எல்லாம் அனுமான் மரத்தில் அமர்ந்தபடியே கேட்டுக் கொண்டு இருந்தான். இவள் தான் நாம் தேடிவந்த சீதை என்பதை நினைத்து மகிழ்ச்சி அடைந்தான். சீதைக்கு காவலாக இருக்கும் அரக்கிகள் எல்லாம் தூங்கும் வரையில் அனுமான் காத்திருந்தான்.

58. அனுமான் சீதையைச் சந்தித்தான்

அரக்கிகள் எல்லாம் ஒவ்வொருவராக தூங்க ஆரம்பித்தனர். சீதை மட்டும் தூங்காமல் சோகமாக அமர்ந்து இருந்தாள். மொத்த அரக்கிகளும் தூங்க ஆரம்பித்தவுடன் அனுமான் சீதையுடன் பேச நினைத்தான். ஆகவே அனுமன் "ராம, ராம, ராம" என்று மெதுவாக குரல் எழுப்பினான். அந்தக் குரலைக் கேட்டு சீதை இங்கும் அங்குமாக பார்த்தாள். மரத்தில் இருக்கும் வானரம் தான் இவ்வாறு குரல் எழுப்புகிறது என்பதை உணர்ந்தாள். சீதை அனுமானைக் கண்டவுடன் அனுமான் மரத்தில் இருந்து இறங்கி சீதையின் அருகில் வந்தான். அதன் பிறகு அனுமான் சீதையை வணங்கி நின்று தன்னைப் பற்றியும் தான் இலங்கைக்கு வந்த காரணத்தையும் கூறினான்.

அனுமனைக் கண்ட சீதை மிகவும் மகிழ்ச்சி அடைந்தாள். ஆனாலும் அனுமன் மீது சீதைக்கு சந்தேகம் ஏற்பட்டது. ராவணனும் அரக்கர்களும் பலமுறை மாறுவேடத்தில் வந்து சீதையை ஏமாற்றினார்கள். ஆகவே அனுமான் மீது சீதைக்கு சந்தேகம் ஏற்பட்டு விட்டது. பிறகு சீதை அனுமனிடம், 'அரக்கனே மாறு வேடத்தில் வந்து என்னை ஏமாற்ற நினைக்காதே. துஷ்டனே இங்கிருந்து ஓடிவிடு' என்று கூறினாள். சீதை கூறியதைக் கேட்டு அனுமான் அதிர்ச்சி அடைந்தான். பிறகு அனுமான் சீதையிடம் 'தாயே நீங்கள் என்மீது சந்தேகப்படலாகாது. நான் உண்மையிலேயே ராமனின் தூதுவனாகத்தான் வந்து இருக்கின்றேன். இப்படி ஒரு நிலைமை ஏற்படும் என்று தெரிந்துத்

லியோவின் ராமாயணம் 228

தான் ராமன் தன்னுடைய கணையாழியை என்னிடம் கொடுத்தனுப் பினார் போல இருக்கிறது'. இவ்வாறு கூறிய அனுமான் ராமன் கொடுத் தனுப்பிய கணையாழி எனப்படும் மோதிரத்தை அனுமான் சீதையிடம் கொடுத்தான். சாதாரண குரங்கு போல இருந்த அனுமான் தனது சுய உருவத்தை சீதைக்குக் காட்டினான்.

ராமனின் கணையாழியைக் கண்ட சீதை பெரும் மகிழ்ச்சி அடைந்து அனுமானிடம் இருந்து கணையாழியை வாங்கி தன் கண்களில் ஒற்றிக் கொண்டாள். அனுமானை பற்றிய சந்தேகம் சீதையிடம் இருந்து நீங்கியது. பிறகு சீதை அனுமானிடம் 'அப்பனே நான் எப்படிப்பட்ட தவறைச் செய்து விட்டேன். தூய உள்ளம் கொண்ட உன்னை நான் சந்தேகப்பட்டதால் என்மனம் வேதனை அடைகிறது'. இவ்வாறு சீதை மனம் வேதனை அடைந்து பேசினாள். அப்போது அனுமான் சீதைக்கு ஆறுதல் கூறினான். அனுமான் மீண்டும் சீதையிடம் 'தாயே நீங்கள் என் தோள் மீது அமர்ந்துக் கொண்டால் நான் தங்களை ராமனின் இருப்பிடத்திற்கு கொண்டு போய் சேர்ப்பேன்' என்றான். அதற்கு சீதை, "அப்பனே எனது நாயகன் ராமன், ராவணனை வென்று என்னை அழைத்துச் செல்ல வேண்டும் என்று விரும்புகின்றேன்" என்று கூறினாள்.

சீதையின் கூற்றுக்கு அனுமான் பதில் அளித்தான். " தாயே என்னைப்போல கடலைத் தாண்டி வரக்கூடியவர்கள் என்னைச் சேர்ந்தவர்களில் ஏராளமான வீரர்கள் இருக்கின்றனர். ஆகவே ராம லஷ்மணர்களுடன் நாங்களும் இலங்கைக்கு வந்து அரக்கர் படைகளையும் அந்த ராவணனையும் அழித்து விட்டு பிறகு தங்களை மீட்டுச் செல்வோம்." இவ்வாறு அனுமான் கூறியதைக் கேட்டு சீதை பெரும் மகிழ்ச்சி அடைந்தாள். சீதை தன் தலையில் சூடியிருந்த சூடாமணியை அனுமானிடம் கொடுத்து 'அப்பனே நீ இந்தச் சூடாமணியை எனது ராமனிடம் கொடுப்பாயாக. எனது நாயகனின் வரவுக்காக நான் காத்திருப்பதாகக் கூறவும்'. அதன் பிறகு அனுமான் சீதையிடம் இருந்து விடை பெற்றுக் கொண்டு புறப்பட்டான்.

59. அனுமானின் கோபம்

சீதையின் நிலையைக் கண்டு வருத்தம் அடைந்த அனுமான் பெரும் கோபத்துடன் புறப்பட்டான். நாம் கிஷ்கிந்தைக்கு போகும் முன்பாக நமது பலத்தை ராவணனுக்கு உணர்த்தி விட்டுச் செல்ல வேண்டும். ராவணனின் அரண்மனையையும் அவனது தோட்டங்களையும் அழிக்க வேண்டும். அவ்வாறு நாம் செய்வதால் ராவணனுக்கு சீதையின் மீது பயம் இருக்கும். இவ்வாறு தனக்குள் ஒரு முடிவுக்கு வந்த அனுமான் மீண்டும் தனது உருவத்தை பெரியதாக்கிக் கொண்டான்.

அனுமான் ராவணனின் அரண்மனையில் உள்ள அழகிய மரங்களை எல்லாம் ஒடித்துத் தள்ளினான். அழகிய தோட்டங்களை எல்லாம் அழித்தான். அரண்மனையின் தூண்களை எல்லாம் அடித்து நொறுக்கினான். ராவணனின் அரண்மனையும், அழகிய தோட்டங்களும் பெருமளவில் சேதம் அடைந்து விட்டது. அனுமான் தொடர்ந்து அட்டகாசம் செய்து வந்தான். அனுமானின் செயலைக் கண்டு அரக்கர்கள் பயந்து ஓடி ராவணனிடம் முறையிட்டனர். அனுமாரின் செயலை அறிந்த ராவணன் அனுமாரைக் கொல்வதற்காக பலம் மிக்க அரக்கர்களை அனுப்பினான்.

ராவணன் அனுப்பிய அரக்கர்கள் அனுமாரை கொல்வதற்காக பாய்ந்து வந்தனர். அப்போது அனுமார் அரண்மனையில் உள்ள பெரிய இரும்புக் கம்பங்களை பெயர்த்து எடுத்துக் கொண்டு அரக்கர்களைத் தாக்கினான். அனுமாரை எதிர்த்து வந்த அரக்கர்களை எல்லாம்

அனுமான் இரும்புக் கம்பங்களால் அடித்துக் கொன்றான். அதன் பிறகு அனுமார் பெரிய மதில் சுவர் மீது ஏறி அமர்ந்துக் கொண்டு பெரும் கர்ஜனை செய்தான். அதைக் கண்ட அரக்கர்கள் பயந்து நாலாபுறமும் சிதறி ஓடினார்கள். அனுமாரின் செயலைக் கண்ட ராவணனும் பயந்து விட்டான்.

அனுமாரின் செயலைக்கண்டு வியப்படைந்த ராவணன் ஜம்புமாலி என்ற வீரனை அனுப்பினான். கோவேறு கழுதைகள் பூட்டிய தேரில் பலவித ஆயுதங்களுடன் ஜம்புமாலி வந்தான். ஜம்புமாலி ஆயிரக்கணக்கான அம்புகளை அனுமார் மீது ஏவினான். அந்த அம்புகளால் தாக்கப்பட்டு அனுமாரின் முகத்தில் ரத்தம் பெருகியது. இதனால் கோபம் கொண்ட அனுமான் ஒரு பெரிய பாறாங்கல்லை எடுத்து தேரின் மீது வீசினான். ஜம்புமாலியின் தேர் பொடிப்பொடியாக நொறுங்கியது. பிறகு அனுமான் பெரிய ஆச்சா மரத்தை பிடுங்கி ஜம்புமாலியைத் தாக்கினான். ஜம்புமாலி பெரிய ஆயுதங்களை எடுத்து அனுமானைத் தாக்கினான். பிறகு அனுமான் ஒரு பெரிய இரும்புத் தடியை எடுத்து ஜம்புமாலியை அடித்துக் கொன்றான். ஜம்புமாலி மாண்ட செய்தியை அறிந்து ராவணன் அதிர்ச்சி அடைந்தான்.

அனுமனை தாக்குவதற்காக ராவணன் ஒரு பெரும் ராக்ஷஸ படைகளை அனுப்பினான். அப்போது அனுமான் தன்னுடைய உடலை மேலும் பெரியதாக்கிக் கொண்டு தன்னை எதிர்த்து வந்த அரக்கர்களை எல்லாம் கொன்றான். அதன் பிறகு ராவணனின் மகனான அக்ஷன் என்பவன் எட்டு குதிரைகள் பூட்டிய ஒரு பெரிய தேரில் வந்தான். பிறகு அக்ஷனுக்கும் அனுமாருக்கும் கடுமையான யுத்தம் நடந்தது. அக்ஷன் ஆயிரக்கான அம்புகளை அனுமான் மீது ஏவினான். அந்த அம்புகள் அனுமானின் உடல் முழுவதும் மூடியது. அப்போது அனுமான் ஆகாயத்தில் உயரே சென்று மீண்டும் கீழே வந்து அக்ஷனின் தேரையும் உடைத்து விட்டு பிறகு அதன் குதிரைகளையும் கொன்றான். மீண்டும் அனுமான் உயரே கிளம்பி அக்ஷனைத் தாக்கினான். அப்போது அக்ஷனின் உடல் நசுக்கப்பட்டு தரையில் விழுந்து மாண்டான். தனது மகன் மாண்டான் என்ற செய்தி அறிந்து ராவணன் மிகுந்த அதிர்ச்சியும் கோபமும் அடைந்தான்.

60. அனுமான் கட்டுண்டான்

ராவணன் அனுமாரைக் கொல்வதற்காக தன்னுடைய மற்றொரு மகனான இந்திரஜித் என்பவனை அனுப்பினான். ஒரு சமயம் அவன் இந்திரனை வெற்றிக் கொண்டதால் அவனுக்கு இந்திரஜித் என்ற பெயர் சூட்டப்பட்டது. இந்திரஜித் ஒரு திறமை மிக்க வீரன் ஆவான். அவன் பலவிதமான ஆயுதங்களை சிறப்பான முறையில் கையாளத் தெரிந்தவன். தன்னை நோக்கி வரும் இந்திரஜித்தை கண்டு அனுமான் பெரும் கர்ஜனை செய்தான். அதன் பிறகு தனது உடலை மேலும் பெரியதாக்கிக் கொண்டு இந்திரஜித்துடன் கடும் போர் புரிந்தான். இந்திரஜித் ஏவிவிட்ட ஆயுதங்களை எல்லாம் அனுமான் உடைத்துப் போட்டான். இருவருக்கும் நீண்ட நேரம் யுத்தம் நடந்தது. கடைசியாக இந்திரஜித் ஒரு பிரம்மாஸ்திரத்தை ஏவிவிட்டான். இந்த பிரமாஸ்திரம் அனுமாரைக் கட்டிப் போட்டது.

இந்திரஜித்தின் பிரம்மாஸ்திரத்தால் அனுமான் கட்டுண்டப் பிறகும் மேலும் சில கயிறுகளால் அனுமாரை கட்டி ராவணனிடம் அழைத்துச் சென்றனர். பிரம்மாஸ்திரத்தால் கட்டப்பட்டப் பிறகு வேறு கயிறுகளால் கட்டியதால் பிரமாஸ்திரத்தின் சக்தி அழிந்து விட்டது. இதை அறிந்த இந்திரஜித் கவலைப்பட்டான். ‘ஐயோ இந்த மூடர்களுக்கு பிரம்மாஸ்திரத்தின் ரகசியம் தெரியாமல் அனுமாரை கட்டி விட்டார்களே’ என்று வருத்தப்பட்டான். மீண்டும் பிரம்மாஸ் திரத்தை ஏவமுடியாது என்பதால் இந்திரஜித் அமைதியாக இருந்து விட்டான்.

பிரம்மாஸ்திரத்தின் சக்தி அழிந்து விட்டதை அனுமான் உணர்ந்தான். ஆனால் பிரம்மாஸ்திரத்திற்கும், கயிறுகளுக்கும் கட்டுப்பட்டு இருப்பதைப் போலவே அனுமான் அமைதியாக இருந்து விட்டான். அரக்கர்கள் அனுமாரை ராவணனின் முன்பு அழைத்துச் சென்றனர். அப்போது ராவணன் 'வானர உருவத்தில் வந்து இருக்கும் நீ யார் இங்கு எதற்காக வந்தாய்' என்று கேட்டான். இவ்வாறு ராவணன் கேட்ட கேள்விக்கு அனுமான் தைரியமாக தான் வந்த காரணத்தைப் பற்றிக் கூறிவிட்டு ராவணனை, 'ராவணனே நீ ஒழுங்காக சீதையை ராமனிடம் ஒப்படைத்து விட்டு மன்னிப்புக் கேள். அவ்வாறு நீ செய்யாவிட்டால் நீயும் உனது அரக்கர் குலமும் அழிந்து போவீர்கள். ராம லக்ஷ்மணர்களும் மற்றும் என்னைப் போன்ற பல ஆயிரம் 'வானர வீரர்களும் உம்மீது போர் தொடுக்கத் தயாராக இருக்கின்றோம். ஆகவே நீ சீதையை ராமனிடம் ஒப்படைத்து விட்டு ராமனிடம் மன்னிப்புக் கேள்' என்று அனுமான் எச்சரித்தான்.

61. இலங்கை எரிந்தது

ஹனுமாரின் பேச்சைக் கேட்டு ராவணன் மிகுந்த கோபம் அடைந்தான். அனுமாரைக் கொன்று விடும்படி தனது அரக்கர் படைகளுக்கு உத்தரவு பிறப்பித்தான். அப்போது ராவணனின் தம்பியாகிய விபீஷணனும் மற்ற மந்திரிகளும் அனுமாரைக் கொல்ல வேண்டாம் என்று தடுத்தனர். அவர்கள் ராவணனிடம் 'அரசே தூதுவனாக வந்தவனைக் கொல்வது பாவம் ஆகும். ஆகவே அவனைக் கொல்வதற்குப் பதிலாக அவனை துன்புறுத்தி அனுப்பி விடலாம்' என்று கூறினார்கள். இவ்வாறு விபீஷணனும், மந்திரிகளும் கூறியதை கேட்டுக் கொண்ட ராவணன் அனுமாரின் வாலுக்கு தீ வைக்கும் படி உத்தரவிட்டான்.

பழைய துணிகளை அனுமாரின் வாலில் சுற்றி அதில் எண்ணை ஊற்றி அனுமாரின் வாலில் தீயை வைத்து விட்டனர். அப்போது அனுமான் தனது உடலை முறுக்கி கயிறுகளை அறுத்து விட்டான். அனுமாரின் வாலில் நெருப்பு எரிந்துக் கொண்டு இருந்தது. இவ்வாறு அனுமாரின் வாலுக்கு நெருப்பு வைக்கப் பட்டதை சீதை அறிந்தாள். அனுமாரின் உயிருக்கு எந்தவித ஆபத்தும் ஏற்படக் கூடாது என்று சீதை அக்னி பகவானை வேண்டிக் கொண்டாள். ஆகவே வாலில் எரியும் நெருப்பினால் அனுமானுக்கு எந்தவித பாதிப்பும் ஏற்படவில்லை.

வாலில் எரியும் நெருப்புடன் அனுமான் ராவணனின் அரண்மனையில் இங்கும் அங்குமாக ஓடினான். ஆகவே அரண்மனையின் பெரும்பகுதி அந்த நெருப்பினால் தீப்பிடித்து எரிந்தது. சீதை இருக்கும் அசோகவனத்தைத் தவிர அரண்மனையின் பெரும் பகுதிகளை அனுமான் எரித்து சாம்பலாக்கினான். அதன் பிறகு இலங்கை நகரம் முழுவதும் தாவித்தாவி ஓடினான். இதனால் இலங்கை நகரம் முழுவதும் தீப்பற்றி எரிந்தது. கடைசியில் அனுமான் கடலில் குதித்து தனது வாலில் இருக்கும் தீயை அணைத்தான்.

சீதையைக் கண்டு விட்ட மகிழ்ச்சியில் அனுமான் மீண்டும் கடலின் மீது பறந்துச் சென்று மகேந்திர மலைப் பகுதியை அடைந்தான். அங்குள்ள வானரர்களுக்கு சீதையை தான் கண்டு பிடித்து விட்ட செய்தியைக் கூறினான். அதைக் கேட்டு வானரர்கள் மகிழ்ச்சி அடைந்தனர். அதன் பிறகு அனுமான் தன்னுடன் இருக்கும் வானரர்களை அழைத்துக் கொண்டு கிஷ்கிந்தைக்குச் சென்றான். சீதை இருக்கும் இடத்தை கண்டு பிடித்து விட்ட மகிழ்ச்சியில் துள்ளி குதித்து விளையாடினார்கள்.

தெற்கே சென்ற வானரர்கள் மகிழ்ச்சியாக வருவதை சுக்ரீவனும், ராமனும் பார்த்தார்கள். அவர்களை அனுமான் வணங்கி நடந்ததைக் கூறினான். "புனித தேவியைக் கண்டேன். நானும் என்னுடன் வந்த வானர வீரர்களும் தெற்கே உள்ள காடுகள் குகைகள் எல்லாவற்றிலும் சீதையைத் தேடினோம். அப்போது கழுகு அரசன் ஜடாயுவின் அண்ணன் ஆகிய சம்பாதியைக் கண்டோம். கூர்மையான பார்வை உடைய சம்பாதி சீதை இருக்கும் இடத்தைப் பற்றி எங்களுக்கு தெரிவித்தான்". பிறகு அங்கதன் பேசினான் 'ராமா இலங்கையில் உள்ள ராவணனின் அசோக வனத்தில் சீதை இருப்பதை சம்பாதி தெளிவாகக் கூறினான். கடலின் மீது பறந்துச் செல்லும் சக்தி அனுமாருக்கு மட்டுமே இருந்ததால் அனுமான் மட்டும் தனியாக இலங்கைக்கு சென்று வந்தான்'.

மீண்டும் அனுமான் பேசினார். “அசோக வனத்தில் இருக்கும் சீதை எப்போதும் உங்களையே நினைத்து அழுதுக் கொண்டு அமர்ந்து இருக்கின்றார். சீதைக்கு காவலாக பேய் போன்ற முகம் உடைய பல அரக்கிகள் சீதையை சுற்றிலும் உள்ளனர். ராவணன் அடிக்கடி வந்து சீதையிடம் தன்னை மணந்துக் கொள்ளும் படி வற்புறுத்தி வருகின்றான். அவனின் விருப்பத்திற்கு இணங்கா விட்டால் சீதையை கொன்று விடுவதாகவும் ராவணன் கூறினான். அப்போது அங்குள்ள மரத்தில் நான் ஒளிந்துக் கொண்டு இருந்தேன். ராவணன் சென்றவுடன் நான் சீதையிடம் சென்று ஆறுதல் கூறினேன். தாங்கள் என்னிடம் கொடுத்தனுப்பிய கணையாழியை கொடுத்து நான் வந்த நோக்கத்தைப் பற்றி சீதையிடம் கூறினேன்”.

“நான் கொடுத்த தங்களின் கணையாழியை சீதாதேவி தன் கண்களில் ஒற்றிக் கொண்டு அழுதார். கூடிய விரைவில் ராவணனைக் கொன்று விட்டுத் தங்களை அழைத்துச் செல்வோம் என்று நான் சீதாதேவியிடம் ஆறுதல் கூறினேன். அதன் பிறகு சீதாதேவி தன் தலையில் சூடியிருந்த சூடாமணியை கொடுத்து அதைத் தங்களிடம் கொடுக்கும் படிக் கூறினார்”. இவ்வாறு ராமனிடம் கூறிய அனுமான் சீதை கொடுத்தனுப்பிய சூடாமணியை ராமனிடம் கொடுத்தான். அந்த சூடாமணியை வாங்கிக் கொண்ட ராமன் கண் கலங்கினான். மேலும் அனுமான் பல அரக்கர்களை கொன்றதையும், ராவணனின் அரண்மனையையும் இலங்கை யையும் தான் தீ மூட்டி கொளுத்தியதைப் பற்றியும் எல்லாம் கூறினான். அனுமானின் பேச்சைக் கேட்ட ராமன் மிகுந்த சந்தோஷம் அடைந்தான். அதன் பிறகு ராமன் சந்தோஷ மிகுதியால் அனுமான், சுக்ரீவன், லஷ்மணன், அங்கதன், ஜாம்பவான் முதலியவர்களை கட்டித் தழுவி ஆனந்தக் கண்ணீர் விட்டான்.

அப்போது சீதையைத் தேடிச் சென்ற மற்ற வானரர்களும் வந்து கொண்டு இருந்தனர். சில நாட்களில் எல்லா வானரர்களும் வந்து

விட்டனர். பல லட்சக்கணக்கான வானரர்கள் ஒன்று கூடி விட்டனர். அனுமான் இலங்கை சென்று சீதையைக் கண்டதும், அனுமான் இலங்கையில் பல அரக்கர்களை கொன்று இலங்கையை எரித்ததும் போன்ற பல செய்திகளை எல்லா வானரர்களும் அறிந்தனர். ஆகவே வானரர்கள் ஆடிப் பாடி, அட்டகாசம் செய்தனர். ராவணனைக் கொல்வதற்கு நான், நீ என்று போட்டி போட்டனர். இதை கண்ட ராமன், லட்சுமணன், சுக்ரீவன் மகிழ்ச்சி அடைந்தனர். அப்போது அங்கு வந்த அனுமான் ராமனைப் பார்த்து "அய்யனே என்னை விட பல மடங்கு பலம் வாய்ந்த வானர வீரர்கள் இங்கு உள்ளனர். ஆகவே ராவணனும் அவனது கூட்டமும் அழிவது உறுதி ஆகிவிட்டது" என்றான்.

62. ராவணன் சபை கூடியது

அனுமன் இலங்கையை நாசம் செய்து விட்டுப் போன பிறகு ராவணன் கடும் கோபமாக இருந்தான். ராமன் இலங்கை மீது போர் செய்ய இருப்பதையும் ராவணன் அறிந்தான். ஆகவே ராமனையும் வானரப் படைகளையும் எப்படி எதிர்த்து தோற்கடிக்க வேண்டும் என்று ஆலோசனை செய்தான். ராவணன் தனது சபையைக் கூட்டி அவர்கள் கருத்தைக் கேட்டான்.

ராமனையும் சுக்ரீவனின் படைகளையும் எளிதாக வென்று விடலாம் என்று சிலர் கூறினார்கள். ஆனால் சில அரக்கர்கள் ராவணனின் செயலை குறை கூறினார்கள். சீதையை ராமனிடம் ஒப்படைத்து விட்டு ராமனிடம் மன்னிப்புக் கேட்கலாம் என்று கூறினார்கள். துர்முகன், பிரஹஸ்தன், தம்ரஷ்டிரன், நிகும்பன் முதலிய அரக்கர்கள் ராவணனை புகழ்ந்து பேசினார்கள். "நம்மிடம் பலம் வாய்ந்த அரக்கர் படைகள் உள்ளது. எதிரிகளை மிக எளிதாக வென்று விடலாம் ஆகவே போருக்கு உத்தரவு கொடுங்கள்" என்று கூறினார்.

அதன் பிறகு ராவணன் தனது தம்பி ஆகிய கும்பகர்ணனை அழைத்து வர ஆட்களை அனுப்பினான். கும்பகர்ணன் மலை போன்ற உடல் அமைப்பு உடையவன். மாவீரன் ஆன அவன் ஆறு மாதம் விழித்து இருப்பான். ஆறு மாதம் தூங்குவான் அவனுக்கு ஏற்பட்ட

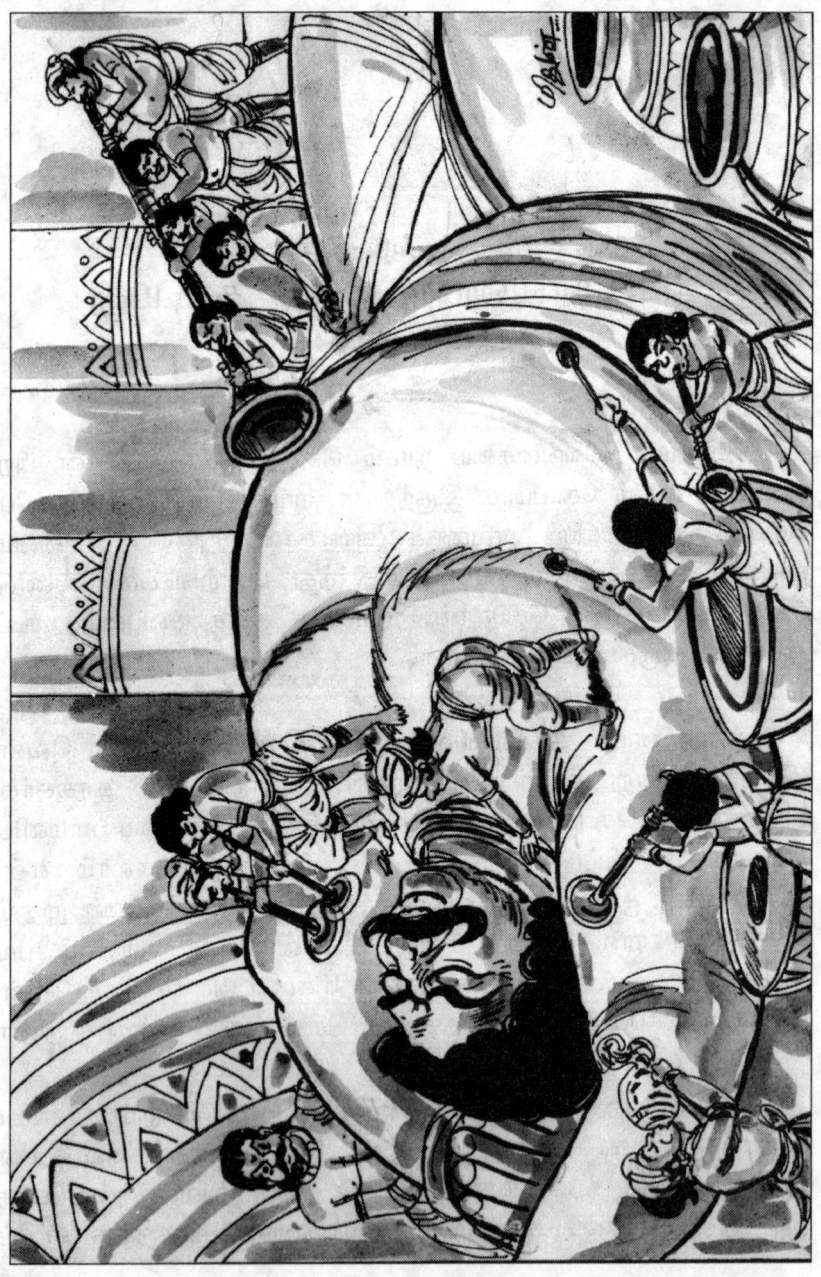

சாபத்தால் அப்படித் தூங்குவான். ராவணன் அனுப்பிய ஆட்கள் கும்பகர்ணனைத் தேடிச் சென்றனர். அப்போது கும்பகர்ணன் தூங்கிக் கொண்டு இருந்தான். கும்பகர்ணனை எழுப்புவதற்காக அவன் அருகில் தாரை, தப்பட்டை என்று பல வித மேளங்களை அடித்தனர். பிறகு யானைகளையும், குதிரைகளையும் அவன் மீது நடக்கச் செய்தனர். சிறிய அம்புகளாலும் அவன் உடலைக் குத்தினார்கள். நீண்ட நேரத்திற்கு பிறகு கும்பகர்ணன் எழுந்தான். அவன் எழுந்து வருவதைப் பார்த்து அனைவரும் பயந்து ஓடி விட்டனர். அரண்மனையை நோக்கி கும்பகர்ணன் நடந்தான்.

63. கும்பகர்ணனின் நீதி

ஒரு பெரிய இருக்கையில் கும்பகர்ணன் அமர்ந்தான். பிறகு ராவணன் கும்பகர்ணனிடம் நடந்த விஷயங்களைக் கூறினான். பிறகு கும்பகர்ணன் ராவணனை பார்த்துக் கூறினான். "அண்ணா, ராமன் நீதி தவறாத அரச குமாரன். அவன் கருணைமிக்க மாவீரன். ராமனின் மனைவி சீதை ஒரு சிறந்த கற்புக்கரசி அப்படிப்பட்ட சீதையை உடனே ராமனிடம் ஒப்படைத்து விட்டு ராமனிடம் மன்னிப்புக் கேள்" என்று கூறினான். மாபெரும் வீரன் ஆன கும்பகர்ணன் இவ்வாறு பல அறிவுரைகளை ராவணனுக்குக் கூறினான். ஆனால் ராவணன் "போர் செய்வதைத் தவிர வேறு எதையும் கூற வேண்டாம்" என்றான். பிறகு கும்பகர்ணன் கூறினான். "அண்ணா உங்கள் விருப்பம் போர் தான் என்று இருந்தால், அதை நான் தடுக்கவில்லை. உங்களிடம் சேர்ந்து ராமன் மீது நானும் போர் செய்வேன். நான் உங்களுக்காக என் உயிரை விடவும் தயாராக இருக்கிறேன்". இவ்வாறு கும்பகர்ணன் கூறிவிட்டு ராவணனிடம் விடைபெற்றுச் சென்றான்.

64. விபீஷனன் நீதி

கும்பகர்ணன் சென்ற பிறகு ராவணன் தனது தம்பி விபீஷனனின் கருத்தைக் கேட்டான். வீபிஷனனும் ராவணன் செய்த குற்றங்களைச் சுட்டிக் காட்டினான். "அண்ணா ராமனின் மனைவி சீதையை தூக்கி வந்து அவளை நீங்கள் அடைய நினைப்பது ஒரு மாபெரும் குற்றம். சீதையை ராமனிடம் ஒப்படைத்து விட்டு மன்னிப்பு கேள் அவ்வாறு செய்தால் தான் நாம் தப்பிக்கலாம். இல்லையென்றால் இலங்கை அழிந்துவிடும். நம்மிடம் இருந்து சென்ற பல அரக்கர்களை ராமன் எளிதாக கொன்றுவிட்டான். அனுமான் இலங்கையை அழித்து தீ வைத்தான். அதை எல்லாம் உங்களால் தடுக்க முடியவில்லை. ராமனுடைய சுக்ரீவனின் பெரும் படைகளும் உள்ளது. ஆகவே ராமன் மீது போர் செய்யும் எண்ணத்தை கைவிட்டு சீதையை ராமனிடம் ஒப்படைக்க வேண்டும்" என்றான். விபீஷனனின் இந்த பேச்சைக் கேட்டு ராவணன் கடும் கோபம் அடைந்தான். "விபீஷனா நீ பகைவனைப் போலப் பேசுகிறாய். இது போன்ற வார்த்தைகளை வேறு யாராவது பேசியிருந்தால் அவனை நான் கொன்று இருப்பேன். விபீஷனா உன் முகத்தை பார்க்க நான் விரும்பவில்லை. இங்கிருந்து ஓடிப்போய் விடு" என்றான். பிறகு விபீஷணன் பேசினான். "அண்ணா உங்கள் மீது உள்ள பாசத்தால் உங்கள் நன்மைகக்ாக நான் அப்படி பேசினேன். என் பேச்சு உங்களுக்கு பிடிக்கவில்லை என்னை ஓடிப்

போய்விடு என விரட்டுகின்றீர்கள், ஆகவே நான் இப்போதே உங்களை விட்டு பிரிந்து செல்கிறேன். உங்களுக்கு நன்மைகள் உண்டாகட்டும்". இவ்வாறு கூறிய விபீஷனன் ராவணனை விட்டுப் பிரிந்துச் சென்றான். பிறகு ராமனின் நட்பை நாடிச் சென்றான். விபீஷனனுடன் அவனுடைய நான்கு நண்பர்களும் சென்றனர்.

65. விபீஷனன் ராமன் நட்பு

ராமனை சந்தித்த விபீஷனன் தனது நிலைமையை ராமனிடம் விளக்கிக் கூறினான் விபீஷனனின் நட்பை ஏற்று கொள்ளலாமா! வேண்டாமா! என்று ராமன் சுக்ரீவனிடம் கூறினான். சிலர் விபீஷனனின் மீது சந்தேகம் அடைந்தனர். சிலர் விபீஷனனின் நட்பை விரும்பினர். சில வானரர்கள் விரும்பவில்லை. விபீஷனன் மீண்டும் தன் நிலையை விளக்கிக் கூறினான். அதன் பிறகு விபீஷனனை ராமன் சேர்த்துக் கொண்டான். விபீஷனனும் ராமனின் சிறந்த நண்பனாக விளங்கினான். இலங்கையை வென்று அதை விபீஷனனுக்கு ஒப்படைக்க வேண்டும் என்று ராமனும் சுக்ரீவனும் முடிவு செய்தனர்.

இலங்கை மீது போர்த் தொடுக்க ராமனுக்கு விபீஷனனும் பெரும் உதவி புரிந்தான். சுக்ரீவன் தனது படைகளை அழைத்து அரக்கர்கள் மீது போர் செய்யும் முறைகளைப் பற்றி விளக்கிக் கூறினான். வானரர்களின் செயலைக் கண்டு லஷ்மணன் மகிழ்ச்சி அடைந்தான்.

இவ்வாறு போருக்கான வேலைகள் நடக்கும் போது சுகன் என்ற அரக்கன் வந்தான். இவன் ராவணனால் அனுப்பப்பட்ட தூதன் சுக்ரீவனை சந்தித்துப் பேசினான். “சுக்ரீவா நீ ராமனை மறந்து விடு

நீ எனது அரசன் ராவணனுடன் நட்பு கொண்டால் பெரும் செல்வமுடன் வாழலாம். நீ ஒரு அரசன் ஒன்றும் இல்லாத ராமனின் நட்பு உனக்கு வேண்டாம்" என்று கூறினான். இதை பார்த்து கொண்டு இருந்த வானரர்கள் சுகனை அடித்து விரட்டினர். சுகன் உயிர் தப்பி ராவணனிடம் ஓடினான். சுக்ரீவனின் பெரும் படையை பற்றிக் கூறினான். ராமனுடன் சமாதானமாக போய் விடும்படி கூறினான். ஆனால் சுகனின் பேச்சை ராவணன் கேட்கவில்லை.

66. இலங்கைக்குப் பாலம் கட்டினர்

இலங்கையின் மீது போர் தொடுப்பதற்கு தகுந்த ஏற்பாடுகளை சுக்ரீவன் விரைந்து செய்தான். தனது மந்திரிகளையும், படைத் தளபதிகளையும் அழைத்து ஆலோசனை செய்தான். அனுமன், அங்கதன், ஜாம்பவான், மைந்தன், கஜன், சபரன் போன்ற வானர வீரர்களுடன் சுக்ரீவன், ராமன், லட்சுமணன் ஆகியோர் ஒன்று கூடிப் பேசினர். இலங்கைக்கு செல்ல வேண்டுமானால் கடலை தாண்டிச் செல்ல வேண்டும். காற்றில் பறந்து செல்வதற்கு எல்லோராலும் முடியாது. பல லட்சம் வானரர்கள் இலங்கை செல்ல வேண்டுமானால் பாலம் கட்டியாக வேண்டும்.

ஆகவே கடலில் பாலம் கட்டுவதற்கு சுக்ரீவன் கட்டளை யிட்டான். பிறகு வானர படைகள் பெரும் பாறைகளையும் மரங் களையும் தூக்கி வந்து கடலில் போட்டனர். சில வீரர்கள் மலையைக் கூட தூக்கி வந்து கடலில் போட்டனர். பெரிய மரங்களை வேருடன் பிடுங்கி வந்து கடலில் போட்டனர். பிறகு சிறிய கற்களை பெரிய கூடைகளில் எடுத்து வந்த கொட்டினார்கள். கடைசியாக மிருதுவான மண்ணைக் கொட்டி பாலத்தை அழகுப்படுத்தினார்கள். இலங்கை செல்ல அழகான பெரிய பாலம் தயார் ஆகிவிட்டது. இதைக் கண்ட ராமன், லட்சுமணன், வானர வீரர்களைப் பாராட்டினார்கள்.

67. சுக்ரீவனின் படைகள் புறப்பட்டன

பாலம் கட்டி முடித்த பிறகு வானரப் படைகள் பல குழுவாக பிரிந்தனர். ஒவ்வொரு குழுவிற்கும் ஒரு படைத் தளபதி இருந்தான். அந்த படைத் தளபதிகள் படைகளை வழி நடத்திச் சென்றனர். அவ்வப்போது சுக்ரீவன் படைகளுக்கு தகுந்த கட்டளையிட்டான். வானரப் படைகள் இலங்கையை நோக்கி உற்சாகமாக புறப்பட்டனர். வானரங்களுடன் ஆயிரக்கணக்கான பயங்கர கரடிகளும் புறப்பட்டன. போருக்கு புறப்படும் போதே வானரர்கள் தங்கள் நண்பர்களான கரடிகளையும் அழைத்துச் சென்றனர். அனுமான் ராமனையும், அங்கதன் லட்சுமணனையும் தனது தோளில் தூக்கிக் கொண்டனர். இவ்வாறு பல லட்சக்கணக்கான வானரர்களும் இலங்கையை சென்று அடைந்தனர்.

சுக்ரீவன் தனது வானரப் படைகளை சுற்றி வந்து அவர்களின் செயலைப் பார்வையிட்டான். அப்போது ராவணன் அனுப்பிய இரண்டு அரக்கர்கள் வானரங்களைப் போல உருவம் எடுத்து மற்ற வானரங்களுடன் சுற்றிக் கொண்டு இருந்தனர். அவர்களை விபீஷணன் பிடித்துக் கொண்டு சென்று ராமனிடம் ஒப்படைத்தான். "சுக்ரீவனின் படைகளை பார்த்து வரும்படி ராவணன் எங்களை அனுப்பினான். ஆகவே எங்களை மன்னிக்க வேண்டும்" என்று கூறினார்கள். ராமனும் அவர்களை மன்னித்து அனுப்பினான்.

68. அங்கதன் தூது

ராவணன் மன்னிப்பு கேட்பதற்காக ராமன் கடைசியாக ஒரு தூதுவனை அனுப்பினான். வாலியின் மகன் அங்கதனை ராமன் தூது அனுப்பினான். பிறகு அங்கதன் ராவணனிடம் சென்று பேசினான். 'ராவணா நான் யார் என்று தெரியுமா? மாவீரன் வாலியின் மகன் நான். என் பெயர் அங்கதன். ராமனின் தூதுவனாக இங்கு வந்து இருக்கிறேன். உனக்கு உயிர் மீது ஆசை இருந்தால், சீதையை ராமனிடம் ஒப்படைத்து விட்டு மன்னிப்புக் கேள்' என்றான். அதை கேட்டு கோபம் அடைந்த ராவணன் அங்கதனை கொல்லும்படி அரக்கர்களுக்கு கட்டளையிட்டான். அப்போது இரண்டு பெரிய அரக்கர்கள் ஓடிவந்து அங்கதனை பிடித்துக் கொண்டனர். அங்கதன் இரண்டு அரக்கர்களுடன் மேலே பறந்தான். பிறகு உயரத்தில் இருந்து அரக்கர்களை கீழே போட்டுவிட்டு ராமனிடம் திரும்பி வந்தான். பிறகு அங்கு நடந்ததை அங்கதன் ராமனுக்குக் கூறினான். ராவணன் மீது போர் செய்வதைத் தவிர வேறு வழியில்லை என்று ராமன் நினைத்தான். ராவணனின் அரக்கர் படைகள் போர் முழக்கம் செய்து கொண்டு தயாராக இருப்பதையும் ராமன் கண்டான். சீதையின் நிலையை நினைத்து மீண்டும் ராமன் வருந்தினான். பிறகு ராமன் வானர படைகளுக்கு உத்தரவு இட்டான். "வானரர்களே இலங்கையைத் தாக்குங்கள் அரக்கர்களை கொன்று குவியுங்கள்" என்று கூறினான். இதைக் கேட்டு மகிழ்ச்சி அடைந்த வானரப் படைகள் அரக்கர்களின் அரண்மனையை நோக்கிப் பாய்ந்து சென்றனர். போருக்கு தயாராக இருந்த அரக்கர்களும் கோஷம் போட்டனர்.

69. போர் மூண்டது

இலங்கையை சுற்றிலும் பல லட்சக்கணக்கான வானரர்கள் சூழ்ந்து கொண்டனர். ராமன் வாழ்க, லக்ஷ்மணன் வாழ்க என்று கோஷம் போட்டுக் கொண்டு அரக்கர்களைத் தாக்கினார்கள். பாறைகளையும் மரங்களையும் தூக்கி அரக்கர்கள் மீது போட்டனர். ரத்தம் பீறிட ஆயிரக்கணக்கான அரக்கர்கள் செத்து மடிந்தனர். ராவணனை நாமே கொன்று விட வேண்டும் என்று சுக்ரீவன் நினைத்தான். ஆகவே சுக்ரீவன் ஆகாயத்தில் பறந்து செல்ல தயாராக நின்றான். அதைக் கண்ட ராமன் சுக்ரீவனைத் தடுத்தான். "சுக்ரீவா நீ ராவணனைக் கொன்று விடுவாய் உன்வீரம் எனக்குத் தெரியும். நீ ஒரு அரசன் நீ படைகளுக்கு பாதுகாப்பாக இருப்பதுதான் நல்லது" இவ்வாறு ராமன் கூறினான்.

வாலியின் மகன் அங்கதன், ராவணனுடைய மகன் இந்திரஜித் அவர்கள் இருவரும் மதயானையைப் போல் மோதினார்கள். அங்கதன் இந்திரஜித்தின் தேரை உடைத்து அதன் குதிரைகளையும் கொன்றான். ராமனும், லக்ஷ்மணனும் தனது அம்புகளால் பல அரக்கர்களைக் கொன்றனர். அதைக் கண்ட இந்திரஜித் மாயப்போர் புரிந்தான். பிறகு ராம லக்ஷ்மணர்கள் மீது நாகபாணங்களை விட்டான். அதனால் ராமனும் லக்ஷ்மணனும் பூமியில் சர்ந்து மயக்கம் அடைந்தனர். அவர்களுடன் பல வானரர்களும் நாகபாணத்தால் பாதிக்கப்பட்டு

வீழ்ந்தனர். நாகபாணத்தால் பாதிக்கப்பட்டவர்கள் தனது சக்தி முழுவதும் இழந்தனர். ராமனும் லஷ்மணனும் இறந்து விட்டதாக இந்திரஜித் நினைத்தான். இந்த செய்தியை ராவணனிடம் சொல்வதற்காக தனது தேரில் மகிழ்ச்சியாக இந்திரஜித் புறப்பட்டான்.

70. சீதையின் துயரம்

இந்திரஜித் ராவணனை சந்தித்து ராமனைக் கொன்று விட்டதாகக் கூறினான். ராவணன் இந்த செய்தியை சீதையிடம் கூறினான். ராமன் இறந்து கிடப்பதை சீதை பார்க்கும்படி செய்தான். புஷ்பக விமானத்தில் சீதையை அழைத்துக் கொண்டு அரக்கிகள் சென்றனர். தரையில் விழுந்து இருக்கும் ராமனை சீதை பார்த்த பிறகு புஷ்பக விமானம் திரும்பியது.

சீதை அழுது புலம்பினாள். "ஐயோ நான் என்ன செய்வேன், இவ்வளவு நாளும் நான் ராமனுக்காக காத்து இருந்தது வீணாகி விட்டதே. என் ராமன் என்னை விட்டுப் போய் விட்டானே. நான் விதவை ஆகிவிட்டேனே" என்று அழுதாள்.

அப்போது திரிசடை என்ற அரக்கி சீதைக்கு ஆறுதல் கூறினாள். "என் அன்பான சீதையே நீ கவலைப்பட வேண்டாம். ராமன் இறக்கவில்லை. நாகபாணங்களினால் வெறும் மயக்கமாக இருக்கிறான். ராமன் எப்படியும் உன்னைக் காப்பாற்றுவான். நீ தைரியமாக இருக்க வேண்டும்" என்று கூறினாள். திரிசடையின் அந்த வார்த்தையைக் கேட்டு சீதை மகிழ்ச்சி அடைந்தாள். சீதைக்கு காவல் புரிந்த அரக்கிகளில் நல்ல குணம் உடையவர்களும் இருந்தனர்.

ராம லட்சுமணர்கள் விழுந்து கிடப்பதைக் கண்ட விபீஷனன் மிகவும் மனவருத்தம் அடைந்தான். சுக்ரீவன் அவனுக்கு ஆறுதல் கூறினான். அப்போது சுஷேணன் என்பவன் வந்தான். ராம லட்சுமணர் காயங்களுக்கு தகுந்த மருந்து உண்டு அனுமாரை அனுப்பினால் அந்த மூலிகை மலையை அப்படியே தூக்கி வந்து விடுவார் என்று சுஷேணன் கூறினான். அப்போது மிகப் பெரிய கருடன் வந்து ராமன் அருகில் இறங்கியது. பாம்பும் கருடனும் எதிரிகள் என்பதால் நாகபாணங்களின் சக்தி முழுவதும் மறைந்து விட்டது.

பிறகு ராமனும், லஷ்மணனும் நலமுடன் எழுந்தனர். மற்ற வானரங்களும் நலம் பெற்றனர். ராம லஷ்மணர்கள் நலமுடன் இருப்பதை ராவணனும் அறிந்தான்.

71. வானரர்களின் சாகசம்

ராம லஷ்மணர்கள் நலமுடன் எழுந்த பிறகு மீண்டும் வானரப் படைகள் உற்சாகம் அடைந்தனர். சுக்ரீவன் தனது வானரப் படைகளுக்கு உத்திரவிட்டான். வானரப் படைகள் மதில் சுவர்களின் மீதும், கூரைகளின் மீதும் மரங்களின் மீதும் ஏறிக்கொண்டன. அப்படி ஏறிக் கொண்டு அரக்கர்களின் மீது பாய்ந்துக் கொன்றனர். இரும்பு கம்பங்களை பிடுங்கி அரக்கர்களை அடித்துக் கொன்றனர். அரண்மனைத் தோட்டத்தில் உள்ள பெரிய மரங்களை பிடுங்கி அரக்கர்களை அடித்துக் கொன்றனர். அதைக் கண்டு அரக்கர்கள் சிதறி ஓடினர். அப்போது தூம்பரஷன் என்ற அரக்கன் எதிர்த்தான். அனுமான் தன் கதாயுதத்தால் அவன் தலையில் அடித்துக் கொன்றான்.

பிறகு வஜ்ரதம்ரன் என்ற அரக்கன் தனது படையுடன் வந்தான். வானரர்கள் பெரும் பாறைகளை தூக்கிப் போட்டு அரக்கர்களைக் கொன்றனர். வஜ்ரதம்ரன் மட்டும் வானரர்களை கடுமையாகத் தாக்கினான். இதைக் கண்ட வாலியின் மகன் அங்கதன் வஜ்ரதம்ரனைத் தாக்கினான். நீண்ட நேர போருக்கு பின் அவனை அங்கதன் அடித்துக் கொன்றான். மீண்டும் அகம்பணன் என்ற அரக்கன் பெரும் படையுடன் வந்தான். அந்த அரக்கர் படைகளின் தாக்குதலைக் கண்டு வானரர்கள் சிதறி ஓடினார்கள். அதை கண்ட அனுமன் ஒரு பெரிய மரத்தை பிடுங்கி அகம்பனனைக் கொன்றான்.

அவனுடன் வந்த அரக்கர்கள் உயிர் தப்பி ஓடினார்கள். தன்னுடைய படைகள் பயந்து ஓடிவருவதைக் கண்ட ராவணன் மிகவும் வருத்தம் அடைந்தான். பிறகு தன்னுடைய சேனாதிபதி ஆகிய பிரகஸ்தனை அனுப்பினான். பிரகஸ்தனின் அரக்கர் படை மிகப் பெரிய கூட்டமாக இருந்தது. நீலன், துர்முகன், ஜாம்பவான் முதலியவர்கள் பெரும் பலம் வாய்ந்த வானர வீரர்கள் அவர்கள் பிரகஸ்தனின் படைகளை அடித்துக் கொன்றனர். நீலன் என்ற வீரன் பிரகஸ்தனைக் கொன்றான். வானரங்களின் வீரத்தை ராம, லட்சுமணர்கள் மிகவும் பாராட்டினார்கள்.

ராவணனின் பெரும் படைகளும் பலம் பொருந்திய பல அரக்க வீரர்களும் போரில் மாண்டனர். இதனால் கோபம் அடைந்த ராவணன் தானே வானரப் படைகளைக் கொல்ல நினைத்தான். பிறகு தனது படைகளை அழைத்துக் கொண்டு பலவித ஆயுதங்களுடன் போருக்குச் சென்றான். பல வானர வீரர்களை தாக்கிக் கொன்றான். அப்போது அனுமன், நீலன் முதலியவர்கள் ராவணனை கடுமையாகத் தாக்கினார்கள். ராவணனின் பாணங்களால் அனுமானும், நீலனும் காயம் அடைந்து வீழ்ந்த பிறகு லஷ்மணன் ராவணனை கடுமையாக எதிர்த்தான். லஷ்மணனால் தொடர்ந்து ராவணனை எதிர்க்க முடியவில்லை. அதைக் கண்ட ராமன் அனுமனின் தோள் மீது ஏறிக் கொண்டு ராவணனை எதிர்த்தான். ராமன் மீது ராவணன் பலவித ஆயுதங்களை வீசி எறிந்தான். ராவணனின் பாணங்களை எல்லாம் ராமன் தனது பாணங்களினால் முறியடித்தான்.

ராமன் ராவணனின் தேரையும் உடைத்தான். ராவணன் தனது ஆயுதங்களை எல்லாம் இழந்து வெறும் கையோடு நின்றான். அப்போது ராமன் ராவணனைப் பார்த்து, "ராவணா நீ அழியும் காலம் வந்து விட்டது. இன்று நீ புறப்படு, உன்னுடைய ஆயுதங்களை எடுத்துக் கொண்டு மீண்டும் போருக்கு நாளை திரும்பி வா" இவ்வாறு ராமன் கூறினான். ராவணன் மிகுந்த அவமானத்துடன் தன்னுடைய அரண்மனைக்குச் சென்றான்.

72. கும்பகர்ணனின் முடிவு

போர்க்களத்தில் இருந்து சென்ற ராவணன் தனது தம்பியாகிய கும்பகர்ணனை சந்தித்தான். கும்பகர்ணன் மீண்டும் ராவணனுக்கு அறிவுரைகளைக் கூறினான். "சீதையை ஒப்படைத்து விட்டு ராமனிடம் சமாதானமாகப் போய் விடலாம்" என்று கூறினான். பிறகு ராவணன் கூறினான் "அருமை தம்பி கும்பகர்ணா, காலம் கடந்து விட்டது. சமாதானம் என்ற பேச்சை மட்டும் எனக்கு கூற வேண்டாம். என் மீது உனக்கு பாசம் இருந்தால் இப்போது நீ போருக்குப் புறப்பட வேண்டும்" என்றான். மீண்டும் கும்பகர்ணன் பேசினான். "அண்ணா இது போன்ற நேரத்தில் உங்களை நான் விட்டு விட்டுப் போக விரும்பவில்லை. ஆகவே இப்போது நான் போருக்குப் புறப்படுகிறேன். எதிரிகளை வீழ்த்தி விட்டு வருவேன்" இவ்வாறு ராவணனிடம் கூறிவிட்டு கும்பகர்ணன் போருக்குப் புறப்பட்டான்.

கும்பகர்ணன் ஒரு பெரிய சூலாயுதத்தை கையில் எடுத்துக் கொண்டு சென்றான். அவனின் மலை போன்ற உடம்பை பார்த்ததும் வானரர்கள் சிதறி ஓடினார்கள். சுக்ரீவன் தனது படைகளை தடுத்து நிறுத்தி தைரியம் சொன்னான்.

லட்சுமணன் தனது அம்புகளை வேக வேகமாக விட்டான். கும்பகர்ணன் அதை தனது கையால் தட்டி விட்டுச் சென்றான்.

சுக்ரீவன், அங்கதன், அனுமன், நீலன், சபரன் போன்றவர்கள் கும்பகர்ணனை சூழ்ந்து கொண்டுத் தாக்கினார்கள். ஆனால் கும்பகர்ணன் அனைவரையும் அடித்து விட்டு சுக்ரீவனை தூக்கிக் கொண்டு சென்றான். உடனே சுக்ரீவன் தாவி பறந்து ஓடி வந்தான். கும்பகர்ணன் மீண்டும் வானரர்களை கொன்று குவித்தான். சில வானரர்களை எடுத்து விழுங்கி விட்டான். இதனால் கோபம் அடைந்த ராமன் கும்பர்கணன் மீது சரமாரியாக அம்புகளை விட்டான். அதையெல்லாம் கும்பகர்ணன் எளிதாக சமாளித்தான். பிறகு ராமன் சக்தி மிக்க அம்புகளை விட்டு கும்பகர்ணனின் கைகளை அறுத்துத் தள்ளினான். அப்போது கும்பகர்ணன் தனது உடலை அசைத்துப் போர் செய்தான். ராமன் மேலும் ஒரு தெய்வீக அம்பை விட்டான். அப்போது கும்பகர்ணனின் தலை துண்டாகி தரையில் விழுந்தது. நீதி, தர்மம் தவறாத கும்பகர்ணன் தனது அண்ணனுக்காக உயிரை விட்டான்.

73. இந்திரஜித்தின் பிரமாஸ்திரம்

கும்பகர்ணன் மாண்டான் என்ற செய்தி கேட்டு ராவணன் பெரும் அதிர்ச்சி அடைந்தான். "அய்யோ கும்பகர்ணா என் அன்பு தம்பியே மாவீரா என்னை விட்டுப் பிரிந்து விட்டாயே நீ இல்லாமல் நான் எப்படி உயிர் வாழ்வேன்" என்று ராவணன் அழுது புலம்பினான். அங்கு வந்த இந்திரஜித் தனது தந்தை ஆகிய ராவணனுக்கு ஆறுதல் கூறினான். "தந்தையே கவலைப் படாதீர்கள். இப்போதே நான் புறப்படுகிறேன். அந்த ராமனையும், வானரப் படைகளையும் கொன்று குவித்து விட்டு வருவேன்." அதன் பிறகு இந்திரஜித் தனது படைகளுடன் புறப்பட்டான். பெரும் கோபத்துடன் சென்ற இந்திரஜித் கோர யுத்தம் புரிந்தான். பல வானரர்களைக் கொன்றான். வானரப் படைகள் சிதறி ஓடியது. லஷ்மணன் இந்திரஜித் மீது சரமாரியான அம்புகளை விட்டான். பிறகு ராமனும் அவன் மீது அம்பு மழை பொய்தான். இந்திரஜித் பறந்து சென்று ஒரு உயரமான பாறை மீது நின்றுக் கொண்டான். பிறகு வானர படைகள் மீது பிரம்மாஸ்திரத்தை ஏவி விட்டான். இதனால் ராமன், லஷ்மணன் உள்பட பல வானரங்கள் தரையில் சாய்ந்து தனது சக்தியை இழந்தனர். இந்த செய்தியை தனது தந்தையிடம் சொல்லலாம் என்று இந்திரஜித் சென்று விட்டான்.

74. சஞ்சீவி மலை

அரை மயக்கத்தில் விழுந்து இருந்த வானரர்களைப் பார்த்து விபீஷனன் ஆறுதல் கூறினான். பிரம்மாஸ்திரத்தால் அனுமானுக்கு பாதிப்பு இல்லை. ஜாம்பவான் அனுமானைப் பார்த்து "அய்யனே நீ உடனே இமய மலை செல்வாயாக அங்கே உள்ள பர்வத மலையில் இருக்கும் சஞ்சீவி மூலிகைச் செடிகளை கொண்டு வந்தால் நமது வீரர்கள் நலம் பெற்று எழுந்து விடுவார்கள்" என்று கூறினான். பிறகு பர்வத மலையை நோக்கி அனுமான் பறந்து சென்றான். அங்கு உள்ள சஞ்சீவி மூலிகை செடிகளை அனுமானால் அடையாளம் காண முடியவில்லை. ஆகவே அனுமார் பர்வத மலையை அப்படியே தூக்கி கொண்டு பறந்து வந்தார். அனுமான் இலங்கையின் அருகில் வரும்போதே பர்வத மலையின் சஞ்சீவி மூலிகை காற்று வீசியது. அவ்வாறு மூலிகை காற்று பட்டவுடன் ராமன், லஷ்மணன் மற்றும் எல்லா வானரங்களும் நலம் பெற்று எழுந்தனர். அரக்கர் படைகளை அழிப்பதற்கு மீண்டும் தயாரானார்கள்.

75. இந்திரஜித் மாண்டான்

ராமன் லஷ்மணன் மற்றும் வானர படைகள் நலமுடன் இருப்பதை இந்திரஜித் அறிந்தான். ஆகவே இந்திரஜித் பல மாய வித்தைகளை செய்து ராமனை ஏமாற்றினான். தன் மந்திர சக்தியினால் சீதையை போல ஒரு பெண்ணை உண்டாக்கினான். பிறகு அந்த பெண்ணை ராமனின் முன்னால் நிறுத்திக் கொன்றான். ராமன் அலறி அழுதான். இதை கண்ட விபீஷணன் ராமனிடம் சென்று "அய்யனே நீங்கள் வருத்தம் அடைய வேண்டாம். இது இந்திரஜித்தின் மாய வேலை. சீதை பாதுகாப்பாக இருக்கிறாள்" என்றான். மேலும் இந்திரஜித்தின் ஏமாற்று வேலைகளைப் பற்றி விபீஷனன் வானரர்களுக்கு அவ்வப்போது கூறி வந்தான். இந்திரஜித் தொடர்ந்து மாயப்போர் புரிந்தான். பலவித உருவம் எடுத்து குழப்பத்தை உண்டாக்கினான். திடீர் என்று மறைந்து வேறு ஒரு இடத்தில் திடீர் என்று தோன்றினான். அடிக்கடி ஆகாயத்தில் சென்று மறைந்தான். இவ்வாறு பல மாயங்களை செய்து போர் புரிந்தான். தொடர்ந்து வானரப் படைகளை வீழ்த்தினான். இந்திரஜித் மீது எப்படி போர் புரிய வேண்டும். விபீஷனன் லஷ்மணனுக்கு சொல்லிக் கொடுத்தான். பிறகு லஷ்மணன் சரமாரியாக அம்பு விட்டான். அதன் பிறகு இந்திரஜித் தரையில் இறங்கி வந்தான். லஷ்மணன் ராமனை நினைத்து ஒரு மந்திரம் சொல்லி பாணத்தை விட்டான். பிறகு இந்திரஜித் தலை துண்டாகி தரையில் விழுந்தது. இந்திரஜித் மாண்டான். ராமனும் வானரர்களும் லஷ்மணனை பாராட்டினார்கள்.

இந்திரஜித் மரணம் அடைந்த பிறகு ராவணன் மீண்டும் அழுது புலம்பினான். "எனது அருமை தம்பி கும்பகர்ணனை இழந்தேன், இப்போது என் மகனையும் இழந்து விட்டேன். அப்போதே நான் விபீஷனனின் பேச்சைக் கேட்டு இருந்தால் எனக்கு இந்த துன்பம் வந்து இருக்காதே" இப்படி பலவாறு ராவணன் புலம்பினான். சற்று மனம் தெளிவடைந்த பிறகு மீண்டும் கோபம் அடைந்து பேசினான். "நான் இறந்தாலும் ராமன் சீதையை அடையக் கூடாது இப்போது நான் சீதையை வெட்டிக் கொல்வேன்."

இவ்வாறு கூறிய ராவணன் சீதையை கொல்வதற்காக வாளை உருவிக் கொண்டு சென்றான். அப்போது ராவணனின் மந்திரி சுபார்சன் என்பவன் ராவணனைத் தடுத்தான். "அரசனே என்ன காரியம் செய்யத் துணிந்து விட்டீர்கள். சீதையைக் கொன்றால் அது உன் புகழுக்கு அவமானம். நீ இறந்த பிறகும் உன்னை இந்த உலக மக்கள் வெறுப்பார்கள். சீதையை கொன்று உன் புகழை கெடுத்துக் கொள்ள வேண்டாம். ராமனை வென்று சீதையை நீ அடைந்தால் அது உனக்கு பெருமை அளிக்கும்" என்று மந்திரி சுபார்சன் கூறினான். அதன்பிறகு சீதையை கொல்லும் எண்ணத்தை ராவணன் கைவிட்டான். மீண்டும் போருக்கு புறப்படத் தயாரானான்.

76. இராவணன் மாண்டான்

ராவணன் தனது அரக்கர் படைகளை திரட்டிக் கொண்டு புறப்பட்டான். அரக்கர்கள் பலவிதமான ஆயுதங்களும் எடுத்துச் சென்றனர். ராவணன் ஒரு பெரிய தேரில் பயங்கர ஆயுதங்களை நிரப்பி எடுத்துக் கொண்டான். அந்த தேரை எட்டு குதிரைகள் இழுத்துச் சென்றன. அவர்கள் போர்க்களத்தை அடைந்ததும் வானரப் படைகள் பெரும் கூட்டமாக வந்து தாக்கினார்கள். அரக்கர்கள் ஆயுதங்களை வீசி வானரங்களைக் கொன்றனர். ஆனால் ஒவ்வொரு அரக்கனையும் பல வானரங்கள் சூழ்ந்து கொண்டுத் தாக்கினார்கள்.

ராவணனின் தேர் ராமனை நோக்கிச் சென்றது. அப்போது அங்கதன், சுக்ரீவன், ஜாம்பவான், அனுமான், சபரன், நீலன் முதலியவர்கள் ராவணனைத் தாக்கினார்கள். அவர்கள் அனைவரும் ராவணனைத் தாக்கிவிட்டுச் சென்றார்கள். அப்போது அவனுடன் சென்ற பெரும் அரக்கர்களை சுக்ரீவனும், அங்கதனும் கொன்றார்கள். ராமனை நோக்கிச் சென்ற ராவணனை விபீஷனனும் லஷ்மணனும் தாக்கினார்கள். ராவணன் விட்ட ஒரு பாணம் லஷ்மணனை கடுமையாக தாக்கியது லஷ்மணன் மயங்கி விழுந்தான். விபீஷணன் லஷ்மணனை தூக்கிச் சென்று காப்பாற்றினான். அப்போது அங்கு வந்த ராமன் ராவணன் மீது அம்புகளை விட்டான்.

பிறகு ராமனுக்கும் ராவணனுக்கும் பெரும் யுத்தம் நடந்தது. ராவணன் சரமாரியான அம்புகளை ராமன் மீது விட்டான். ராமன் விட்ட அம்புகள் ராவணனின் அம்புகளை ஒடித்துத் தள்ளியது. ராவணன் ஈட்டிகளை எறிந்தான். அதையும் ராமன் தனது அம்புகளால் தடுத்தான். பிறகு பெரும் கதாயுதங்களை ராவணன் வீசினான். அதையும் ராமனின் ஆயுதங்கள் உடைத்துத் தள்ளியது. இவ்வாறு ஆயுதங்கள் ஒன்றுடன் ஒன்று மோதியதால் ஆகாயத்தில் தீப்பொறி பறந்தன. இந்தக் காட்சியை தேவர்களும் ஆகாயத்தில் இருந்து பார்த்தனர். ராவணனின் தேரை ராமன் தூள் தூளாக உடைத்தான். பிறகு ராவணன் ஒரு பாறை மீது நின்று கொண்டு போர் புரிந்தான். அப்போது ராமன் சரமாரியான அம்புகளை விட்டான். ராவணன் தனது மாய சக்தியால் விதவிதமான ஆயுதங்களை வரவழைத்தான். அப்போது ராமன் ஒரு மந்திரத்தைச் சொல்லி சக்தி வாய்ந்த பிரம்மாஸ்திரத்தை வீசியெறிந்தான். மிகவும் வேகமாக சீறிப் பாய்ந்த பிரம்மாஸ்திரம் ராவணனின் மார்பை துளைத்துச் சென்றது. ராவணன் தன் ஆயுதங்களை போட்டு விட்டு தரையில் சாய்ந்தான். மாபெரும் வீரனான ராவணன் மாண்டான். இதைக் கண்ட விபீஷனன் ராவணனை கட்டிக் கொண்டு அழுதான்.

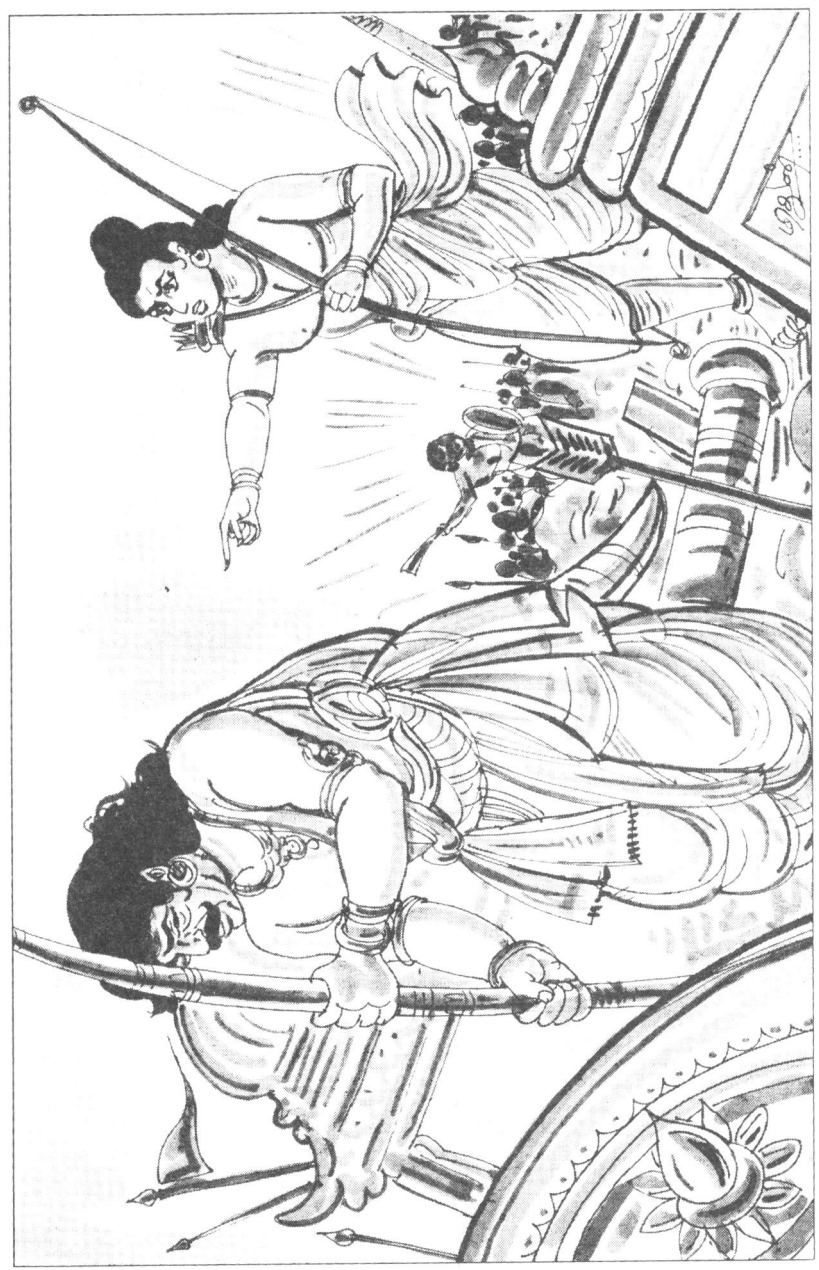

77. சீதை தீயில் இறங்கினாள்

இராவணன் இறந்த செய்தி அறிந்து வானரர்கள் ஆனந்தக் கூத்தாடினார்கள். சுக்ரீவன் அவர்களை அமைதிப்படுத்தினான். பிறகு ராமன் "விபீஷனனை அழைத்துப் பேசினான். விபீஷனா இன்று முதல் நீ தான் இலங்கையின் அரசன். நீ உடனே அசோகவனம் சென்று சீதைக்கு அலங்காரம் செய்து அனுப்புவாயாக" என்று கூறினான். அவ்வாறே செய்வதாக கூறிவிட்டு விபீஷனன் சென்றான். சிறிது நேரம் கழித்து ஒரு அலங்காரத் தேரில் சீதை வந்தாள். தேரை விட்டு இறங்கி சீதை மகிழ்ச்சியுடன் ராமனை நோக்கி வந்தாள். ஆனால் ராமன் சீதையை தொடாமல் விலகி நின்று சீதையை பார்த்துப் பேசினான். "நான் ராவணனை கொன்று உன்னை மீட்டு விட்டேன். ஆனால் உன் மீது உள்ள களங்கத்தை போக்க விரும்புகிறேன்" என்றான். இதனால் கோபம் அடைந்த சீதை கூறினாள். "என் நாதனே என் மீது சந்தேகம் கொண்டு நீ உன் புகழை கெடுத்துக் கொண்டாய்" எனது தந்தை ஜனக மகாராஜன் என்னை ஒழுக்கமுடன் தான் வளர்த்து வந்தார். பிறகு சீதை லஷ்மணனை அழைத்தாள். "லஷ்மணா உடனே நீ கட்டைகளை கொண்டு வந்து தீ மூட்டி விடு" என்றாள். லஷ்மணனும் அவ்வாறு செய்தான். பெரும் தீ எரிந்தது. லட்சுமணன் ராமனை கோபத்தோடு பார்த்துக் கொண்டு இருந்தான். சீதை எரியும் நெருப்பில் குதித்து நின்றாள். சீதையின் உடலை தீ மூடியது. ஆனால் தீயினால் சீதைக்கு எந்த பாதிப்பும் ஏற்படவில்லை. நெருப்பில் இருந்து

அக்னிபகவான் சீதையை தூக்கி ராமனிடம் கொடுத்தான். அப்போது ராமன் கூறினான். "என் அன்பு சீதா நான் உன்னை அப்படியே அழைத்து சென்று இருந்தால் உன்னையும் என்னையும் இந்த உலக மக்கள் இழிவாகப் பேசுவார்கள். பல மாதமாக எதிரியின் இடத்தில் இருந்த சீதையை ராமன் தன்னுடன் சேர்த்துக் கொண்டான் என்று கூறுவார்கள். உன்னை அக்னி எரிக்க மாட்டான் என்று எனக்குத் தெரியும். இதை நன்றாக புரிந்து கொண்டுதான் நான் உன்னை தீயில் இறங்க விட்டேன். நீ உன்னுடைய புனிதத் தன்மையை இந்த உலகுக்கு நிரூபித்து தீயில் இருந்து மீண்டு வந்தாய். நம்முடைய வனவாச காலம் முடிந்தது என்னுடைய அன்பு தம்பி பரதன் நமக்காக காத்துக் கொண்டு இருப்பான். ஆகவே நாம் அயோத்திக்கு புறப்படுவோம்." இவ்வாறு ராமன் சீதையிடம் கூறினான்.

பிறகு ராமன், லஷ்மணன், சீதை ஒரு புஷ்ப விமானத்தில் அயோத்தி புறப்பட்டனர். இவர்களுடன் சுக்ரீவன், அனுமான், விபீஷனன் பல வானரர்களும் அயோத்திக்குப் புறப்பட்டனர். குகன், பரத்துவராஜர், அகத்தியர் மற்றும் பல முனிவர்களுக்கும் இந்த தகவல் தெரிவிக்கப்பட்டது. ராமனின் வருகையை தெரிந்து கொண்ட அயோத்தி மக்கள் மிகவும் மகிழ்ச்சி அடைந்தனர். வீதியெங்கும் தோரணங்கள் கட்டி மகிழ்ச்சி அடைந்தனர். லட்சுமணனின் தியாகத்தை அயோத்தி மக்கள் பெரிதும் பாராட்டினார்கள். ராமன் அயோத்தி வந்ததும் பரதன் ஓடிவந்து ராமனை கட்டி அணைத்து அழுதான். பிறகு பரதன் ராமன் சீதையை நல்ல ஆசனத்தில் அமரச் செய்து, அவர்களின் கால்களில் விழுந்து வணங்கினான். அனுமாரும், ராமர் சீதையை வணங்கினான். சீதை தனது முத்து மாலையை அனுமாருக்கு அணிவித்தாள். அனுமார் என்று அழைக்கப்படும் ஆஞ்சநேயர் ஒரு சிறந்த ராமபக்தனாக விளங்கினான். ஆகவே அனுமானை வணங்குபவர்களை எந்த தீய சக்திகளும் நெருங்காது என்று பெரியவர்கள் கூறுவார்கள்.

78. சீதையின் ஆசை

ராமர் பட்டாபிஷேகம் ஏற்று சில ஆண்டுகள் கழிந்து விட்டன. அப்போது சீதை கருவுற்றிருந்தாள். அதை அறிந்த ராமன் சீதையிடம் 'எனது அன்புக்குரியவளே உன்மனத்தில் இருக்கும் ஆசையை என்னிடம் கூறுவாயாக. நீ கூறும் ஆசை எதுவாக இருந்தாலும் அதன் நான் நிறைவேற்றி வைப்பேன்' என்றான். அதற்கு சீதை தனது விருப்பத்தைக் கூறினாள். 'பழங்களையும், கிழங்குகளையுமே உட்கொண்டு, அமைதியாகவும், சிறப்பாகவும் கங்கைக் கரையில் வாழ்ந்து வருகின்ற ரிஷிகளை நான் காண விரும்புகின்றேன்' என்று கூறினாள். சீதை இவ்வாறு கூறியவுடன் ராமன் சீதையிடம், 'அழகில் சிறந்தவளே உன்னுடைய ஆசையை அடுத்த தினமே நான் நிறைவேற்றி வைக்கின்றேன்' என்று கூறினான்.

ராமன் சீதையிடம் பேசிய பிறகு தனது சபைக்கு வந்தான். அப்போது தனது மந்திரிகளிடம் நாட்டு நலன்களைப் பற்றி விசாரித்தான். நமது நாட்டு மக்கள் சுகமாக இருப்பதாக பல மந்திரிகள் கூறினார்கள். அப்போது ராமன் பத்ரன் என்பவனிடம் 'நாட்டு மக்கள் என்னைப் பற்றி கூறுகின்ற நிறைகள் மற்றும் குறைகளையும் என்னிடம் தெளிவாக கூறும்படி கேட்டுக் கொள்கின்றேன்'. இவ்வாறு ராமன் பத்ரன் என்ற மந்திரியிடம் கேட்டான்.

ராமனின் கூற்றுக்கு பத்ரன் தெளிவாக பதில் அளித்தான். அரசே மக்கள் தங்களைப் பற்றி வீடுகளிலும், தெருக்களிலும் தோட்டங்களிலும் காடுகளிலும் வெகுவாக புகழ்ந்து பேசுகின்றனர். அட்டூழியம் செய்து வந்த பல அரக்கர்களையும், ராவணனையும் அவனது கூட்டத்தையும் தாங்கள் அழித்து மக்களையும் முனிவர்களையும் பாதுகாத்தீர்கள் இதுபோன்ற தங்களது செய்தியை மக்கள் புகழ்ந்து பேசுகின்றனர். அதே நேரம் ராவணன் சீதையை தனது மடியில் அமர்த்திக் கொண்டு கடத்திச் சென்றான். ராவணனின் கோட்டையில் சீதை பல மாதங்களாக தங்கியிருந்தாள். அவ்வாறு எதிரியிடம் சிக்கியிருந்த சீதையை ராமன் எப்படி ஏற்றுக் கொண்டான் என்றும், மக்கள் அவதூறு பேசுகின்றனர்'. இவ்வாறு பத்ரன் ராமனிடம் கூறினான்.

பத்ரன் கூறியதைக் கேட்ட ராமன் மிகவும் மன வருத்தம் அடைந்தான். மக்கள் விரும்பாத எந்த பொருளையும், எந்த செயலையும் நான் விரும்ப மாட்டேன். ஆகவே நான் சீதையை பிரிந்து விட முடிவு செய்து விட்டேன். கங்கைக் கரையில் ரிஷிகள் வாழும் பகுதியில் சீதையை விட்டு விட ராமன் தீர்மானித்தான்.

79. ராமன் சீதையைப் பிரிந்தான்

ராமன் லக்ஷ்மணனை அழைத்துப் பேசினான். "லக்ஷ்மணா நாம் சீதையை பிரிய வேண்டிய நேரம் வந்து விட்டது. நான் சீதையை ஏற்றுக் கொண்டதைப் பற்றி மக்கள் அவதூறு பேசுகின்றனர். ஆகவே சீதையை கங்கைக் கரையில் வாழும் ரிஷிகளின் ஆசிரமத்திற்கு அருகில் விட்டு விட்டு வந்து விடு, சீதையை ஏற்றிச் செல்ல சுமந்திரரிடம் சொல்லி தேரை தயார் படுத்துவாயாக". இவ்வாறு ராமன் கூறியதைக் கேட்டு லக்ஷ்மணன் அதிர்ச்சி அடைந்து நின்றான். லக்ஷ்மணன் தயங்குவதைக் கண்ட ராமன் மீண்டும் லக்ஷ்மணனிடம் 'லக்ஷ்மணா இது உனது அண்ணனின் கட்டளை ஆகவே என்னுடைய இந்த கட்டளையை நிறைவேற்றுவாயாக'. இவ்வாறு ராமன் கண்டிப்புடன் கூறிய பிறகு லக்ஷ்மணன் சுமந்திரரைக் காணச் சென்றான்.

சீதையை மீண்டும் காட்டுக்கே அனுப்பிவிட துணிந்த ராமனின் செயலை நினைத்து லக்ஷ்மணன் மிகுந்த துயரம் அடைந்தான். பிறகு சுமந்திரரிடம் ராமன் கூறிய செய்திகளைக் கூறினான். அதைக் கேட்டு சுமந்திரரும் கவலை அடைந்தார். லக்ஷ்மணன் சீதையைச் சந்தித்து, 'தேவி நீங்கள் கங்கை கரையில் உள்ள ரிஷிகளை சந்திப்பதற்காக ராமனிடம் விருப்பம் தெரிவித்ததாக அறிந்தேன். ஆகவே ராமனின் கட்டளைப்படி உங்களை கங்கை கரைக்கு அழைத்துச் செல்லும்படி ராமன் என்னிடம் கூறினார்'.

லஷ்மணன் சீதையிடம் உண்மை நிலையை கூறுவதற்கு மன மில்லாமல் சீதையிடம் சரியான செய்தியைக் கூறவில்லை. லஷ்மணன் கூறியதைக் கேட்ட சீதை உண்மை நிலை அறியாமல் மகிழ்ச்சி அடைந்தாள். ஆகவே சீதை ரிஷிகளுக்கும் அவர்களின் மனைவிமார்களுக்கும் பலவித பரிசுப் பொருள்களை எடுத்துக் கொண்டு கங்கைக் கரைக்குப் புறப்படத் தயாரானாள். சில நாட்கள் மட்டும் ரிஷிகளின் ஆசிரமத்தில் இருந்துவிட்டு மீண்டும் திரும்பி விடுவோம் என்று சீதை நினைத்தாள். ராமன் லஷ்மணனிடம் சீதையை நிரந்தரமாக விட்டு விட்டு வரும்படி கூறியதை லஷ்மணன் சீதையிடம் கூறவில்லை.

லஷ்மணன், சுமந்திரர், சீதை ஆகிய மூவரும் தேரில் புறப்பட்டனர். தேர் கங்கைக் கரையை நோக்கிப் புறப்பட்டது. நீண்ட நேரப்பயணத்திற்குப் பிறகு மூவரும் கங்கைக் கரையை அடைந்தனர். மூவரும் கங்கைக் கரையை அடைந்த பிறகு லஷ்மணன் சீதை ஆகிய இருவர் மட்டும் கங்கை நதியை கடந்துச் செல்ல ஒரு படகில் அமர்ந்துச் சென்றனர். சுமந்திரன், மீண்டும் லஷ்மணனை மட்டும் ஏற்றிச் செல்வதற்காக தேரின் அருகில் காத்திருந்தார்.

லஷ்மணனும், சீதையும் கங்கையில் மறுகரையில் இறங்கிக் கொண்டனர். அப்போது லஷ்மணன் துயரம் தாங்க முடியாமல் கதறி அழுதான். அப்போது சீதை லஷ்மணனைப் பார்த்து 'லஷ்மணா எதற்காக இப்படி அழுகிறாய். நீ ராமனை பிரிந்து இருப்பதால் அழுகிறாயா நாம் சில நாட்களிலேயே அயோத்திக்கு திரும்பி விடுவோம். ஆகவே நீ கவலைப்படாமல் இருப்பாயாக' இவ்வாறு சீதை கூறினாள்.

லஷ்மணன் சீதையைப் பார்த்து 'தேவி நான் செய்யப் போகும் காரியத்தை என் செயலாக கருதாமல் என்னை மன்னித்து அருளுங்கள். நீங்கள் ராவணனிடம் இருந்து மீட்கப்பட்ட பிறகு உங்களின் கற்புத் தன்மையை நிரூபிக்க தீயில் இறங்கினீர்.

அப்படிப்பட்ட சோதனைக்குப் பிறகுதான் ராமன் தங்களை ஏற்றுக் கொண்டார். ஆனால் நமது நாட்டில் உள்ள மக்கள் தங்களைப் பற்றி அவதூறு பேசுவதாக ராமனுக்கு தகவல் கூறப்பட்டு இருக்கின்றது. ஆகவே மக்கள் விரும்பாத எந்தப் பொருளையும் நான் ஏற்றுக் கொள்ள மாட்டேன் என்று ராமன் முடிவு செய்தான். ஆகவே தங்களை கங்கைக் கரையில் விட்டு விட்டு வந்து விடும் படி ராமன் எனக்கு உத்திரவிட்டு இருக்கிறார்'. இவ்வாறு கூறிய லஷ்மணன் மீண்டும் கண்ணீர் விட்டு அழுதான்.

லஷ்மணன் கூறியதைக் கேட்ட சீதை மயங்கமடைந்து தரையில் சாய்ந்தாள். பிறகு சிறிது நேரத்திற்குப் பிறகு மயக்கம் தெளிந்து எழுந்தாள். பிறகு சீதை லஷ்மணனிடம் பேச ஆரம்பித்தாள். 'இப்படிப்பட்ட தண்டனையை அனுபவிக்கும் அளவிற்கு நான் என்ன தவறு செய்தேன். ராமரை விட்டு நான் எப்படி தனிமையில் வாழ்வேன். ராமன் என்னை விட்ட காரணத்தைப் பற்றி ரிஷிகள் கேட்டால் அவர்களுக்கு நான் என்ன பதில் கூறுவேன். ராமனின் வாரிசு என் வயிற்றில் வளர்வதால் நான் தற்கொலை செய்துக் கொள்ளவும் முடியாதவளாக இருக்கின்றேனே'.

'ஒரு பெண்ணுக்கு அவளின் கணவனே தெய்வம். கணவனே எல்லா உறவும் ஆகிறார். அவரே குருவும் ஆகிறார். ஆகவே நான் ராமனின் கட்டளையை ஏற்றுக் கொள்கின்றேன்'. இவ்வாறு பேசிய சீதை லஷ்மணனைப் பார்த்து, "நான் கர்ப்பமாக இருக்கும் இந்த நேரத்தில்தான் உன்னால் நான் இங்கு கொண்டு வந்து விடப்பட்டு இருக்கிறேன் என்பதை தெளிவாக புரிந்துக் கொள்வாயாக". இவ்வாறு கூறிய சீதை தன் வயிற்றை லஷ்மணனுக்கு காண்பித்தாள். சீதையின் செயலைக் கண்டு லஷ்மணன் மிகவும் துயரம் அடைந்து தனது தலையை தரை மீது வைத்துக் கொண்டு அழுதான்.

லஷ்மணன் சீதையிடம் 'தாயே களங்கமில்லாதவரே, நான் இது வரையிலும் உங்களின் காலடிகளைத் தவிர வேறு எந்த அங்கத்தையும் கண்டதில்லை. அப்படிப்பட்ட எனக்கு இப்படி ஒரு காட்சியா. என்னால் இதைத் தாங்க முடியவில்லை. புகழ் பெற்ற வால்மீகியின் ஆசிரமம் அருகில் தான் இருக்கிறது. மேலும் பல சிறந்த ரிஷிகளும் இந்தக் காட்டில் இருக்கிறார்கள். நீங்கள் ரிஷிகளின் ஆசிரமங்களுக்குச் சென்று வாசம் செய்யலாம்''. இவ்வாறு கூறிய லஷ்மணன் சீதையிடம் இருந்து விடை பெற்றுக் கொண்டு கங்கையை கடப்பதற்காக மீண்டும் படகில் ஏறி பயணமானான். தனியாக விடப்பட்ட சீதை கதறி அழுதாள்.

சீதையின் அழுகுரல் வால்மீகியின் ஆசிரமம் வரையில் கேட்டது. சில ரிஷிகளின் மகன்கள் சீதையின் அழுகுரலைக் கேட்டு அதுபற்றி வால்மீகியிடம் கேட்டார்கள். அதன் பிறகு சீதையை அழைத்து வரும்படி வால்மீகி முனிவர் கூறினார். ரிஷிகளின் மகன்கள் சீதையை அழைத்துக் கொண்டு வால்மீகி முனிவரின் ஆசிரமத்தை அடைந்தனர். வால்மீகி முனிவர் சீதையை வரவேற்று உபசரித்தார். சீதை தனக்கு ஏற்பட்ட சோதனைகளைப் பற்றி கூறினாள். வால்மீகி முனிவர் சீதைக்கு தைரியமூட்டி அவரை தனது ஆசிரமத்தில் தங்கச் செய்தார். மேலும் பல ரிஷிகளின் மனைவிகளும் வந்து சீதையை நலமுடன் கவனித்துக் கொண்டனர்.

சீதையை விட்டு விட்ட பிறகு சுமந்திரர் தேரை ஓட்ட லஷ்மணன் அதில் பயணம் ஆனார். இருவரும் அயோத்தியை நோக்கிச் சென்றுக் கொண்டு இருந்தனர். அப்போது லஷ்மணன் சுமந்திரரிடம் தனது மன வேதனையைப் பற்றி கூறினான். 'இந்தப் புண்ணியவதியை துறந்ததில் ராமருக்கு என்ன நன்மை கிடைத்து விடப் போகிறதோ என்று தெரியவில்லை. பதினாங்கு வருடம் அனுபவித்த வனவாசத்தை விட ராமருக்கு பெரும் துயரத்தை தரக் கூடியது சீதையின் பிரிவு. ஏதோ சில பகுதிகளில் மக்கள் அவதூறு பேசி விட்டார்கள்

என்பதற்காக ராமர் சீதையை பிரிந்து விடும் கொடிய செயலை செய்து விட்டார்'.

லஷ்மணனின் கூற்றுக்கு சுமந்திரர் பதில் அளித்தார். 'லஷ்மணா நீ மனம் வருந்துவதில் பயனில்லை. ஏனென்றால் இது இப்படித்தான் நடக்கப் போகிறது என்று உனது தந்தை தசரத மன்னனிடம் ஏற்கனவே ஜோதிட நிபுணர்கள் கூறி இருக்கின்றனர்'. இவ்வாறு லஷ்மணனிடம் சுமந்திரர் கூறினார். மேலும் சுமந்திரர் லஷ்மணனுக்கு பல நீதி சாஸ்திரங்களைப் பற்றி கூறினார். அதன் பிறகு லஷ்மணன் சற்று மன ஆறுதல் அடைந்தான்.

லஷ்மணன் சீதையை கங்கைக் கரையில் விட்டு விட்டு வந்த செய்தியை ராமனிடம் கூறினான். அதைக் கேட்ட ராமன் பெரிதும் துயரம் அடைந்தான். மக்களின் அவதூறு பேச்சுக்களுக்கு ஆளாகி ராமன் வேறு வழி தெரியாமல் சீதையைப் பிரிந்தான். ராமன் தினமும் சீதையின் நினைவாகவே துயரத்தில் மூழ்கி இருந்தான். இருந்தாலும் ராமன் தனது மனதைத் தேற்றிக் கொண்டு அயோத்தியை ஆண்டு வந்தான்.

80. குசன் லவன்

ஒரு சமயம் லவணன் என்ற அரக்கன் பல அட்டூழியங்களைச் செய்து வந்தான். அந்த அரக்கனைக் கொல்வதற்காக ராமன் தனது இளைய சகோதரர்கள் ஆன சத்ருக்கனன் என்பவனை அனுப்பி வைத்தான். அரக்கனை கொல்வதற்காக புறப்பட்ட சத்ருக்கனன் போகும் வழியில் வால்மீகியின் ஆசிரமத்தில் தங்கினான். அப்போது சீதை இரட்டைக் குழந்தைகளைப் பெற்றெடுத்தாள். இதனால் சத்ருக்கணனும் வால்மீகியும் மகிழ்ச்சி அடைந்தனர். சீதையின் குழந்தைகளுக்கு எந்த துயரமும் நேராமல் இருப்பதற்காக வால்மீகி முனிவர் அந்த குழந்தைகளுக்கு செய்ய வேண்டிய வைதீக காரியங்களை செய்து வைத்தார்.

சீதையின் குழந்தைகளுக்கு வால்மீகி முனிவர் குசன், லவன் என்ற பெயரைச் சூட்டினார். முதலில் பிறந்தவன் குசன், இரண்டாவதாக பிறந்தவன் லவன், இவர்கள் லவ, குச சகோதரர்கள் என்று அழைக்கப்பட்டனர். சத்ருக்கனன் லவணன் என்ற அரக்கனை கொன்று விட்டு மீண்டும் வால்மீகியின் ஆசிரமத்திற்கு வந்தான். லவ, குச சகோதரர்களை கண்டு மிகுந்த மகிழ்ச்சி அடைந்தான். வால்மீகி முனிவர் லவ, குசர்களுக்கு சிறந்த கல்வி முறைகளை கற்பித்தார். வால்மீகி முனிவரால் உபதேசிக்கப்பட்ட ராமாயண காவியத்தை லவ, குசர்கள் சிறப்பான முறையில் பாடினார்கள். அதைக் கேட்டு சத்ருக்கனனும் மிகுந்த மகிழ்ச்சி அடைந்தான். மறுநாள் காலையில் சத்ருக்கனன் வால்மீகி முனிவரிடம் விடைப்பெற்றுக் கொண்டு அயோத்திக்குப் புறப்பட்டான்.

ராமர், சீதையின் மகன்களான லவனும், குசனும் ராம சரித்திரத்தை அறிந்து அதை நன்றாக பாடி வந்தனர். அதை அறிந்த ராமருக்கு இந்த சிறுவர்கள் இருவரும் நாம் பெற்ற மகன்களே என்பது புரிந்தது. அதன் பிறகு ராமர் தன் சபையோரைப் பார்த்து என் சார்பில் வால்மீகி முனிவரை சந்தித்து சில செய்திகளைக் கூற வேண்டும் என்று கூறினார். வால்மீகி முனிவரை சந்திப்பதற்காக சில தூதுவர்களை நியமித்தனர். அந்த தூதுவர்கள் வால்மீகி முனிவரிடம் கூற வேண்டிய செய்திகளையும் ராமர் கூறினார். நான் பொதுமக்களின் அவதூறு பேச்சைக்கேட்டு சீதையை காட்டுக்கு அனுப்பி விட்டேன். சீதை எந்த பாவமும் செய்யவில்லையென்றால் அவளின் புனித தன்மையை பலர் கூடியிருக்கும் இந்த சபையில் வந்து நிரூபித்து சத்தியப்பிரமாணம் செய்யட்டும். இவ்வாறு வால்மீகியிடம் கூற வேண்டிய செய்திகளை ராமர் தூதுவர்களிடம் கூறி அனுப்பினார்.

ராமன் அனுப்பிய தூதுவர்கள் வால்மீகி முனிவரைச் சென்று சந்தித்தனர். பிறகு ராமர் கூறி அனுப்பிய செய்திகளை அவரிடம் கூறினார்கள். அப்போது முனிவர் அந்த தூதுவர்களிடம், 'நான் ராமன் கூறியபடியே சீதையை அழைத்துக் கொண்டு அயோத்திக்கு வருவேன். ராமன் சபையில் சீதை தனது புனிததன்மையை நிரூபிப்பாள்'. இவ்வாறு வால்மீகி கூறியவுடன் தூதுவர்கள் மீண்டும் அயோத்திக்குத் திரும்பினார்கள்.

வாலிமீகி முனிவர், சீதையையும், அவனது இரண்டு மகன்களான லவ குசர்களையும் அழைத்துக் கொண்டு அயோத்திக்குப் புறப்பட்டார். பிறகு ராமனைச் சந்தித்த வால்மீகி முனிவர் ராமனைப் பார்த்துப் பேசினார். 'ராமா நீ நாட்டு மக்களின் அவதூறு பேச்சுக்கு அஞ்சி, தூய உள்ளம் கொண்ட சீதையை என்னுடைய ஆசிரமத்தின் அருகில் விடச் செய்து விட்டாய். சீதை குற்றம் அற்றவள் என்பதாலேயே நான் அவளுக்கு பாதுகாப்பாக இருந்தேன்'. வால்மீகியின் கூற்றுக்கு ராமன் பதில் அளித்தான். ராமன் வால்மீகியைப் பார்த்து இருகரம் கூப்பி வணங்கியவாறு பேசினான். 'ஏற்கனவே சீதை தேவர்களுக்கு முன்னால் அக்னிப் பிரவேசம் செய்து தன்னுடைய தூய்மையை நிரூபித்தாள்.

நாட்டு மக்களின் அவதூறு என்பது பெரும் சக்தி வாய்ந்தது. ஆகவே நான் சீதையை துறக்க வேண்டியதாக இருந்தது. நான் இவ்வாறு சீதையை துறந்ததற்காக நீங்கள் என்னை மன்னிக்க வேண்டும்'.

ராமனின் கூற்றுக்கு வால்மீகி பதில் அளித்தார். 'ராமா சீதை தன்னுடைய தூய்மையை இப்போது நிரூபிப்பாள். இதோ என்னுடன் வந்து இருக்கும் இரண்டு சிறுவர்களும் உனது மகன்கள் ஆவார்கள்'. அதற்கு ராமன், "முனிவர் அவர்களே இந்த இருவரும் எனது மகன்கள் என்பதை நான் அறிவேன். சீதை தூய்மையானவள் என்பதையும் நான் அறிவேன்". இவ்வாறு ராமன் பேசிய பிறகு சீதை சபையோர்களைப் பார்த்துப் பேசினாள். "எனது புருஷனாகிய ராமன் என்னைத் துறந்து விட்டதற்காக அவரை நான் குற்றம் கூறவில்லை. என்னுடைய தூய்மையை நிரூபிப்பது என்னுடைய கடமை, ஆகவே இப்போது நான் என்னுடைய தூய்மையை இந்த சபையில் நிரூபிப்பேன்". இவ்வாறு கூறிய சீதை தனது இருகரங்களையும் கூப்பியவாறு தரையைப் பார்த்தவாறு பேச ஆரம்பித்தாள். சீதையின் பேச்சைப் கேட்பதற்காக தேவர்கள் எல்லாம் ஒன்று கூடினார்கள்.

சீதையின் தந்தையான ஜனகன் சீதையை பூமியில் இருந்தே எடுத்து வளர்த்தான். இப்போது சீதை பூமியைப் பார்த்தவாறே தன்னைப் பற்றிப் பேசுகிறாள். தன்னை மீண்டும் ஏற்றுக் கொள்ளும் படி பூமாதேவியை வேண்டுகிறாள். "நான் ராமனைத் தவிர வேறு எவரையும் என் மனதால் நினைத்ததில்லை என்பது உண்மையானால் பூமாதேவியே எனக்கு இடம் அளிப்பாயாக".

'என் மனதாலும், வாக்காலும், என் சரீரத்தாலும் ராமனையே வணங்கி நின்றேன் என்பது உண்மையானால் பூமாதேவியே எனக்கு இடம் அளிப்பாயாக. ராமரைத் தவிர வேறு யாரையும் நான் நினைத்ததில்லை என்பது உண்மையானால் பூமாதேவியே நீ எனக்கு இடமளிப்பாயாக' இவ்வாறு சீதை சபதமிட்டவுடன் ஓர் அற்புதமான சிம்மாசனம் பூமியைப் பிளந்துக் கொண்டு வெளியே வந்தது.

81. சீதை மறைந்தாள்

பூமியில் இருந்து வந்த அழகிய சிம்மாசனத்தில் பூமாதேவி அமர்ந்து இருந்தாள். பூமாதேவி தன் இருகரம் நீட்டி சீதையை அன்புடன் அழைத்து தனக்கு அருகில் அமர்த்திக் கொண்டாள். தேவர்கள் அவர்களின் மீது பூமாரி பொழிந்தனர். பிறகு அந்த சிம்மாசனம் பூமாதேவியுடனும், சீதையுடனும் மீண்டும் பூமிக்குள்ளே சென்று மறைந்தது. பிளந்து இருந்த பூமி மீண்டும் பழைய படி மூடிக் கொண்டது.

சீதை பூமிக்குள் சென்று விட்டதைப் பார்த்து ராமன் மிகுந்த துயரம் அடைந்தான். அப்போது பிரம்ம தேவன் ராமருக்கு ஆறுதல் கூறினான். நீ யார் என்பதை நீயே நினைவுபடுத்திக்கொள். நீயும் சீதையும் தேவலோகத்தில் ஒன்றாக இணைவீர்கள். ஆகவே சீதையின் பிரிவைப் பற்றி நீ கவலைப்பட வேண்டாம். இவ்வாறு பிரம்மன் கூறிய பிறகு பிரம்மனும் மற்ற தேவர்களும் மறைந்து சென்று விட்டனர். அதன் பிறகு ராமன் சீதையைப் போலவே தங்கத்தினால் ஒரு சிலையைச் செய்து பிறகு அந்த சிலையையே தன்னுடைய ராணியாக பாவித்து அரசு புரிந்து யாகங்களை செய்து வந்தான்.

ராமன் சிறந்த முறையில் அயோத்தியை ஆட்சி புரிந்து வந்தான். சீதையின் பிரிவுக்குப் பிறகு வேறு எந்தப் பெண்ணையும் ராமன்

மனதால்கூட நினைத்துப் பார்க்கவில்லை. லஷ்மணன், பரதன், சத்ருக்கனன் மற்றும் அவர்களின் மகன்கள், அவர்களின் அன்னையர்களான கௌசல்யா, சுமித்ரா, கைகேயி ஆகியவர்களும் ஒற்றுமையுடன் வாழ்ந்து வந்தனர். இவ்வாறு ராம ராஜ்யம் நன்றாக நடந்துக் கொண்டு இருந்தது. சில வருடங்களுக்குப் பிறகு கௌசல்யா, சுமித்திரா, கைகேயி ஆகிய மூவரும் ஒருவர் பின் ஒருவராக சொர்க்கம் அடைந்து தசரதனை அடைந்தனர்.

லஷ்மணனுக்கு அங்கதன், சந்திரகேது என்ற இரண்டு மகன்கள் இருந்தனர். காருபதம் என்ற பிரதேசத்திற்கு அரசனாக அங்கதனுக்கு முடிசூட்டப்பட்டது, சந்திரகாந்தம் என்ற பிரதேசத்திற்கு அரசனாக சந்திரகேதுவுக்கு முடிசூட்டிப்பட்டது. பரதனுக்கு தக்ஷன், புஷ்கலன் என்ற இரண்டு மகன்கள் இருந்தனர். பரதனால் வெல்லப்பட்ட தக்ஷசீலம், புஷ்கலாவதி ஆகிய இரண்டு பகுதிகளுக்கும் தக்ஷன், புஷ்கலன் ஆகியவர்களை அரசனாக அறிவித்து முடிசூட்டப்பட்டது.

சத்ருக்கனனுக்கு ஸுபாஹு, சத்ருகாதி ஆகிய இரண்டு மகன்கள் இருந்தனர். மதுரா தேசத்து அரசனாக ஸுபாஹுக்கு முடிசூட்டப்பட்டது. வைதிசம் என்ற பிரதேசத்திற்கு அரசனாக சத்ருகாதிக்கு முடிசூட்டப்பட்டது. இவ்வாறு அரசனாக பொறுப்பேற்றவர்கள் ராமனின் ஆலோசனைப்படி சிறப்பான முறையில் ஆட்சி புரிந்து வந்தனர்.

ஒரு சமயம் ராமரின் அரண்மனைக்கு ஒரு முனிவர் வந்தார். அந்த முனிவரை ராமன் வரவேற்று ஒரு ஆசனத்தில் அமரச் செய்தான். அப்போது அந்த முனிவர் ராமனிடம், "அரசே நான் உங்களுக்கு ஒரு செய்தியைக் கொண்டு வந்து இருக்கின்றேன். நாம் பேசுவதை வேறு ஒருவன் பார்த்தாலோ அல்லது காதால் கேட்டாலோ அவன் உன்னால் கொல்லப்படத்தக்கவன், நான் கூறும் இந்த வார்த்தைக்கு நீங்கள் கட்டுப்படுவதாக இருந்தால் நான் உங்களுக்கு வேண்டிய செய்தியைக் கூறுவேன்". இவ்வாறு அந்த முனிவர் கூறினார்.

முனிவர் கூறியதை ராமன் ஏற்றுக் கொண்டான். அப்போது லஷ்மணனும் அந்த இடத்தில் இருந்தான். ராமன் லஷ்மணனைப் பார்த்து 'லஷ்மணா நானும் முனிவரும் பேச ஆரம்பிக்கும் போது நீ இங்கு இருக்கக் கூடாது. ஆகவே நீ இந்த அறைக்கு வெளியில் நிற்பாயாக' என்று கூறினான். ராமன் கூறியபடி லஷ்மணன் அறைக்கு வெளியே கதவருகில் நின்றுக் கொண்டான்.

லஷ்மணன் வெளியே சென்ற பிறகு அந்த முனிவர் பேச ஆரம்பித்தார். "அரசே நான் பிரம்மதேவனால் அனுப்பப்பட்டு இங்கு வந்து இருக்கிறேன். பிரம்ம தேவன் தங்களிடம் கூறும்படி சொன்ன செய்தியை இப்போது நான் உங்களுக்குக் கூறுகின்றேன். பிரம்ம தேவனாகிய நான் உலகம் தோன்றிய காலத்தில் உங்கள் மகன் ஆனேன். உலகத்தை காப்பதற்காக அவதரித்த நீங்கள் அதற்கான காலத்தையும் நிர்ணயம் செய்தீர்கள். நீங்கள் மனித உருவெடுத்து பல அரக்கர்களையும், ராவணனையும் அழித்தீர்கள். நீங்கள் பூலோகத்துக்கு வந்த நோக்கம் முடிந்து விட்டது. ஆகவே உங்களின் மரணத்தை ஒரு முனிவர் வேடத்தில் அனுப்பியிருக்கின்றேன். நீங்கள் மேலும் வாழ விரும்பினால் வாழலாம். அல்லது உடனே மேல் உலகம் வர நினைத்தால் வந்து விடலாம்". இவ்வாறு பிரம்மன் கூறியதை மரணம் என்னும் அந்த முனிவர் கூறினார். முனிவர் கூறியதைக் கேட்ட ராமன் "நான் வந்த காரியம் முடிந்து விட்டது. ஆகவே நான் மேல் உலகம் வந்து விடவே விரும்புகின்றேன்" என்று கூறினார்.

ராமனும் முனிவரும் பேசிக் கொண்டு இருந்த அதே நேரம் துர்வாச முனிவர் ராமனைக் காண்பதற்காக வந்தார். அப்போது வாயிலில் நின்றுக் கொண்டு இருந்த லஷ்மணன், துர்வாச முனிவரை தடுத்து நிறுத்திவிட்டு, "ராமரை இப்போது பார்க்க இயலாது" என்று பணிவுடன் கூறினான். ஆனால் துர்வாச முனிவர் உடனே ராமரை சந்திக்க வேண்டும் என்றும், என்னை தடுத்து நிறுத்தினால் உன்னையும் உன் சகோதரர்களையும் உனது நாட்டையும் நான் சபித்து விடுவேன் என்று லஷ்மணனிடம் கூறினார்.

துர்வாசர் கூறியதைக் கேட்ட லக்ஷ்மணன் அவரின் சாபத்திற்கு பயந்தான். என்னால் எனது சகோதரர்களுக்கும் இந்த நாட்டிற்கும் சாபம் ஏற்படுவதை விட நான் மரணம் அடைவதே மேல் என்று லக்ஷ்மணன் நினைத்தான். அதன் பிறகு லக்ஷ்மணன் துர்வாசர் வந்திருக்கும் செய்தியை கூறுவதற்காக ராமனின் முன்னால் சென்று துர்வாச முனிவர் வந்து இருக்கும் செய்தியைப் பற்றிக் கூறினான். பிறகு துர்வாச முனிவரை ராமன் வரவேற்றான். அப்போது துர்வாசர் ராமனிடம், "என்னுடைய விரதம் முடிகிற இந்த நேரத்தில் முதல் உணவை உன்னிடம் இருந்து பெற்றுக் கொள்ள விரும்புகின்றேன்" என்று கூறினார். "அப்படியே ஆகட்டும்" என்று கூறிய ராமன் துர்வாசருக்கு உணவு படைத்து உபசரித்தார். அதன் பிறகு துர்வாசர் ராமன் உள்பட அனைவரையும் வாழ்த்திவிட்டுப் புறப்பட்டார்.

82. லஷ்மணன் மறைந்தான்

துர்வாச முனிவரின் வருகையால் லஷ்மணன் ராமனைச் சந்தித்தான். முனிவரின் உருவத்தில் வந்த மரணம் என்னும் முனிவரும் ராமனும் பேசிக் கொண்டு இருக்கும் போது யார் அவர்களை பார்த்தாலோ அவர்கள் பேசுவதைக் கேட்டாலோ அவர்கள் கொல்லப்படத் தக்கவர்கள் அந்த விதிமுறையை லஷ்மணன் மீறிவிட்டான். துர்வாச முனிவரின் சாபத்திற்குப் பயந்து லஷ்மணன் ராமனைச் சந்தித்தான். ஆனால் எப்படியிருந்தாலும் விதிமுறை மீறிய குற்றத்திற்காக லஷ்மணன் என்னால் கொல்லத்தகுந்தவன் ஆகிறான். நான் எப்படி லஷ்மணனைக் கொல்வேன். எனக்கு பெரும் சோதனை ஆகி விட்டதே. இவ்வாறு கூறி ராமன் புலம்பினான். மனம் குழம்பிய நிலையில் இருந்த ராமன் தனது ஆலோசகர்களையும், பெரியோர்களையும் அழைத்து இது குறித்துப் பேசினான்.

ராமனின் ஆலோசர்கள் ராமனைப் பார்த்து, "ராமா உன்னுடைய காலத்தின் முடிவு நெருங்கி விட்டது. ஆகவேதான் உனக்கு இது போன்ற சோதனைகள் வருகின்றது. ராமா நீ எந்தக் காரணத்தை முன்னிட்டும் சொன்ன சொல்லை மீறக் கூடாது. நீ லஷ்மணனைக் கொல்வதற்குப் பதிலாக அவனை நீ விட்டு பிரிந்து விடுவது நல்லது. அவ்வாறு செய்வதால் நீ லஷ்மணனைக் கொன்றதற்கு சமமாகி விடும்". இவ்வாறு வஷிஸ்டரும், ராமனின் ஆலோசகர்களும் கூறினார்கள். அதன் பிறகு ராமன் லஷ்மணனைப் பார்த்து 'லஷ்மணா

இன்று முதல் நான் உன்னை விட்டு விட்டேன். ஆகவே நீ என்னைவிட்டுப் பிரிந்து செல்வாயாக'. இவ்வாறு லஷ்மணனைப் பார்த்து ராமன் கூறினான்.

ராமன், தன்னை விட்டு பிரிந்துச் செல்லும்படி கூறியதற்காக லஷ்மணன் துயரப்படவில்லை. இது விதியின் விளையாட்டு என்றே லஷ்மணன் கருதினான். ஆகவே லஷ்மணன் ராமனிடம் இருந்து சரயூ நதிக்கரைக்குச் சென்றான். அதன் பிறகு அங்கு வேத நெறிப்படி சில சடங்குகளை செய்து முடித்து விட்டு மூச்சை அடக்கி அங்கேயே அமர்ந்து விட்டான். அப்போது தேவர்கள் லஷ்மணன் மீது பூமாரி பொழிந்து அவனை தேவலோகம் அழைத்துச் சென்று விட்டனர்.

ராமன் லஷ்மணனின் பிரிவால் பெரிதும் துயரம் அடைந்தான். ராமன், பரதனுக்கு முடிசூட்டிவிட்டு காட்டுக்குச் சென்றுவிடலாம் என்று முடிவு செய்தான். ஆனால் பரதன் முடிசூட்டிக் கொள்ள மறுத்து விட்டான். அதன்பிறகு அனைவரின் ஆலோசனைப்படி கோசலநாட்டின் தெற்குப் பகுதிக்கு குசனையும், கோசல நாட்டின் வடக்குப் பகுதிக்கு லவனையும் அரசர்களாக நியமித்து முடிசூட்டப் பட்டது. அதன் பிறகு ராமன் வனவாசம் புறப்படத் தயாரானான். ராமன் நாட்டைத் துறந்து செல்வதை கேள்வியுற்று பரதனும், சத்ருக்கனனும் ராமனுடனே சென்று விட வேண்டும் என்று முடிவு செய்தனர்.

ராமன் நாட்டைத் துறந்து செல்வதை தெரிந்துக் கொண்ட விபீஷனன் மற்றும் அவனைச் சேர்ந்த அரக்கர்கள், பல ரிஷிகளும் கந்தர்வர்களும் அயோத்திக்கு வந்து விட்டனர். வாலியின் மகனான அங்கதனுக்கு முடிசூட்டி விட்டு சுக்ரீவனும் அனுமானும் மற்றும் அவர்களைச் சேர்ந்த பல வானரர்களும் அயோத்திக்கு வந்து விட்டனர். இவ்வாறு வந்த அனைவரும் ராமன் செல்லும் இடத்திற்கே நாமும் சென்று விட வேண்டும் என்று முடிவு செய்துக் கொண்டனர்.

தான் செல்லும் இடத்திற்கே பலரும் வருவதை நினைத்து ராமன் துயரம் அடைந்தான். ராமன் விபீஷனனிடம் 'விபீஷனா நீ நாட்டை ஆள வேண்டிய அரசன். மக்களைப் பாதுகாப்பதே உன்னுடைய கடமை. ஆகவே இந்த பூமி இருக்கும் வரை நீ நாட்டை ஆள்வாயாக. இஷ்வாகு குலத் தெய்வமாகிய ஜகந்நாதனை நீ தொடர்ந்து வழிபட்டுக் கொண்டு உமது நாட்டை ஆட்சி புரிவாயாக'. இவ்வாறு ராமன் கூறிய அறிவுரையை விபீஷனன் ஏற்றுக் கொண்டான். அதன் பிறகு ராமன் அனுமானைப் பார்த்து 'அனுமனே என்னுடைய சரித்திரம் மக்களால் பேசப்படும் காலம் வரையில் நீ இந்த பூமியில் வாழ்வாயாக' என்று கூறினான். ராமனின் இந்த அறிவுரையை அனுமானும் ஏற்றுக் கொண்டான்.

83. ராமன் மறைந்தான்

மறு தினம் பொழுது விடிந்தவுடன் ராமன், பரதன், சத்ருக்கனன், சுக்ரீவன், மற்றும் பலவானரர்களும், ரிஷிகளும், சரயூ நதியை நோக்கி நடந்தனர். பிறகு அந்த நதிக்கரையில் சில வேத மந்திரங்களை ஓதிவிட்டு அனைவரும் சரயூ நதியில் இறங்கி சொர்க்கம் சென்றனர். தேவர்கள் பூமாரி பொழிந்து அவர்களை வரவேற்றனர். ராமர் மீண்டும் விஷ்ணுவின் இயல்பை அடைந்தார். வானரர்களாக பூமி யில் தோன்றிய தேவர்கள் மீண்டும் தங்கள் வடிவத்தை அடைந்தனர். சுக்ரீவன் சூரியனோடு இணைந்தான். அன்றைய தினம் சரயூ நதியில் நீராடியவர்கள் நல்வாழ்வு பெற்று சொர்க்கம் அடைந்தனர். இந்த புண்ணிய காவியமான ராமாயணத்தைப் படிப்பவர்கள் எப்போதும் மேன்மையை அடைவார்கள்.